அண்ணா அண்ணாதான்

ஜெகாதா

சத்யா

Title:
Anna Annathan

Jegaatha

ISBN: 978-93-92474-43-9
Title Code : Sathyaa - 37

நூல் தலைப்பு
அண்ணா அண்ணாதான்

நூல் ஆசிரியர்
ஜெகாதா

முதற்பதிப்பு
டிசம்பர் 2022

விலை : ₹ 250

பக்கம் : 208

Printed in India

Published by

Sathyaa Enterprises
No.137, First Floor,
Choolaimedu,
Chennai - 600 094.
044 - 4507 4203

Email
sathyaabooks@gmail.com

முன்னுரையாக...

ஒரு சாமானிய பிறப்புக்கும் சாதனை மரணத்திற்கும் இடைப்பட்டது அண்ணாவின் புகழ்மிக்க வாழ்க்கை.

நவீன தமிழின் மீதும் மக்கள் புழங்கும் தமிழின் மீதும் அண்ணா செலுத்தி இருக்கும் தாக்கம் அளப்பரியது .

நீதிக் கட்சியிலும் திராவிடர் கழகத்திலும் பெரியாரின் தளபதியாக இருந்தவர் அண்ணா.

திரைத்துறையில் திமுகவை கொண்டு சென்றதில் அண்ணாவின் பங்கு மிக அளப்பரியது.

தமிழ் மொழிக்காகவும் திராவிட இனத்திற்காகவும் ஆட்சி மாற்றத்தை தமிழகத்தில் உருவாக்கி மிகப்பெரிய சமூக மாற்றத்திற்கு வித்திட்டவர் பேரறிஞர் அண்ணா.

1967 தேர்தல் நிலவரம் வெளியாகிக் கொண்டிருந்தது .திமுக வெற்றியை மற்றவர்கள் கொண்டாடிக் கொண்டிருந்தபோது திமுக தலைவர் அண்ணா நுங்கம்பாக்கம் வீட்டில் சோகமாக இருந்தார்.

விருதுநகர் தொகுதியில் கல்லூரி மாணவரான சீனிவாசனிடம் காமராஜர் தோல்வியுற்ற தகவல் வந்தது தான் காரணம். காமராஜர்

தோற்றிருக்க கூடாது. எத்தனை அதிருப்தி இருந்தாலும் மக்கள் காமராஜரை தோற்கடித்திருக்கக் கூடாது என அண்ணா திரும்ப திரும்ப சொல்லிக் கொண்டிருந்தார்.

சட்டமன்றத்தில் நாம் ஒரு வலுவான தலைவரின் அனுபவத்தை இழந்துவிட்டோம் என்று வேதனைப்பட்டார் அண்ணா. காமராஜர் வெற்றியை பாதிக்க கூடாது என்பதற்காகவே அந்தத் தொகுதியில் முன்பின் அறிமுகம் ஆகாத ஒரு கல்லூரி மாணவரை நிறுத்தி இருந்தார் அண்ணா என்பார்கள்.

என்னே ஒரு முதிர்ச்சி மிக்க அரசியல் பண்பு..! அண்ணா அண்ணா தான்!

என்றும் அன்புடன்
ஜெகாதா

உள்ளே...

பெரியாரின் தளபதி அண்ணா	7
எழுத்துலகின் பகுத்தறிவுச் சிற்பி	19
இந்தியா கூட்டாட்சி நாடு	24
காங்கிரசை வீழ்த்திய திமுக	30
அண்ணாவின் ஆற்றல்மிகு சாதனைகள்	39
முதலமைச்சர் அண்ணா பெரியார்முன் ஆற்றிய உரை	42
அண்ணாவுடன் கலைஞரின் முதல் சந்திப்பு	46
அண்ணா-காமராஜர் அரசியல் திருப்பங்கள்	59
அண்ணாவின் அரசியலை கூர்தீட்டிய திராவிட இதழ்கள்	73
ஒன்றே குலம் ஒருவனே தேவன்	76
பெரியார் வழி ஆட்சி	81
அண்ணாவின் திரையுலக தாக்கங்கள்	86
தீ பரவட்டும்	91

பெரியார் அண்ணா கருத்து வேறுபாடுகள்	93
நேரு சொன்ன 'நான்சென்ஸ்'	126
திராவிட இயக்கத்தின் சித்தாந்தப் போராட்டங்கள்	130
திராவிட நாடு முழக்கமும் மொழிப்போராட்டமும்	154
நீதிக்கட்சியும் சமூக நீதிக்கொள்கையும்	174
அண்ணாவும் இந்தித் திணிப்பு எதிர்ப்புப் போராட்டமும்	192

பெரியாரின் தளபதி அண்ணா

அண்ணா என்ற பெயர் ஒரு பண்பாட்டின் குறியீடாகிவிட்டது. அது ஒரு வரலாறாக அடையாளமாக கொண்டாடப்படுகிறது. அவரது பெயரில் கட்சி, பல்கலைக்கழகம், விமான நிலையம், சாலை, நூலகம் என்று ஏராளமான நிறுவனங்கள் தமிழகத்தில் உள்ளன.

ஆனாலும்கூட நவீன தமிழ்நாட்டின் மொழி, அரசியல், பண்பாடு ஆகிய வற்றின்மீது அவர் செலுத்திய தாக்கத்தின் மீது உண்டான பரிமாணத்தோடு ஒப்பிடும் போது இந்த அங்கீகாரம் குறைவே.

மிக எளிய குடும்பத்தில் பிறந்த அண்ணா தமது சித்தி ராஜாமணி என்ப வராலேயே வளர்க்கப்பட்டார். அவரது குடும்பம் கடவுள் நம்பிக்கை மிகுந்த

குடும்பம். எனவே, இயல்பிலேயே அண்ணாவும் சிறுவயதில் கடவுள் நம்பிக்கை மிக்கவராகவே இருந்தார். சிறு வயதில் பிள்ளையார் பக்தர்.

1909 செப்டம்பர் 15ம் தேதி காஞ்சிபுரம் நடராசன் அண்ணாதுரை (க. நா. அண்ணாதுரை)காஞ்சிபுரத்தில் எளிய நெசவாளர் குடும்பத்தில் நடராஜன் பங்காரு அம்மாள் இணையருக்கு மகனாகப் பிறந்தபோது அது அடுத்த தெருவுக்குகூட செய்தி இல்லை.

ஆனால், 1969 பிப்ரவரி 3ம் தேதி அவர் இறந்தபோது அது பல கோடி மக்களுக்கு ஒரு பெருந்துயரச் செய்தியானது. அண்ணாவின் இறுதி ஊர்வலத்துக்காக குவிந்தவர்கள் எண்ணிக்கை 1. 5 கோடி என்று மதிப்பிடப்பட்டது. உலக சாதனை புத்தகத்திலும் இடம் பெற்றது.

ஒரு சாமானியப் பிறப்புக்கும், சாதனை மரணத்துக்கும் இடைப்பட்டது அண்ணாவின் புகழ்மிக்க வாழ்க்கை.

உலகில் தமிழர்கள் பெரும்பான்மை ஒரு நிலப்பரப்புக்கு அதன் முகவரியாக விளங்கும் ‘தமிழ்நாடு’ என்ற பெயரை சூட்டியவர் அண்ணா.

தங்களை ஒரு தனித்த தேசிய இனமாக உணரத் தொடங்கிய தமிழர்களின் அரசியல் அபிலாஷைகளுக்கு அசைக்க முடியாத ஓர் அங்கீகாரமாகிவிட்டது இந்தப் பெயர்.

சமூக நீதி, மாநில உரிமை, மொழி உரிமை தொடர்பான சிந்தனையாளர். அந்த சிந்தனையை வெற்றிகரமாக அரசியல்படுத்தியவர். அப்படி அரசியல்படுத்துவதற்காக மேடை,பத்திரிகை, நாடகம், சினிமா, நூல்கள் என்று எல்லா ஊடகங்களையும், கையில் எடுத்து அதற்குப் புதிய தோற்றமும் உள்ளடக்கமும் தந்தவர் அண்ணா.

காங்கிரஸ் அல்லாத கட்சி ஒன்றின் சார்பில் இந்தியாவில் முதலமைச்சரான இரண்டாவது தலைவர். தமிழ்நாட்டில் இடையிறாமல் நடந்துவரும் 53 ஆண்டு கால திராவிடக் கட்சிகளின் ஆட்சிக்கு அதன்மூலம் அடித்தளம் இட்டவர்.

நவீன தமிழின்மீது மக்கள் புழங்கும் தமிழின்மீது அண்ணா செலுத்தி யிருக்கும் தாக்கம் அளப்பரியது. பெரிதாக ஆவணமாக்கப்படாதது.

காஞ்சிபுரம் பச்சையப்பன் பள்ளியில் பள்ளிப்படிப்பை முடித்த அண்ணா சென்னை பச்சையப்பன் கல்லூரியில் இண்டர்மீடியட் படிப்பை முடித்தார். மிக சாதாரணமான குடும்பத்தில் பிறந்து சராசரி மாணவரைப் போலவே பள்ளிப் படிப்பை முடித்த அண்ணாவுக்கு இந்த பச்சையப்பன் கல்லூரி வாழ்க்கையே திருப்புமுனையை ஏற்படுத்தியது.

அங்கே அவர் சந்தித்த ஆங்கிலப் பேராசிரியரும், நீதிக்கட்சியில் செயல்பட்டவருமான வரதராஜன்தான் அரசியல் பக்கம் அண்ணாவின் கவனத்தை திருப்பியவர்.

மண்ணடியில் இருந்த பேராசிரியர் வரதராஜனின் எளிய நெரிசலான அறையில் எப்போதும் மாணவர்கள் மொய்த்துக்கொண்டிருப்பார்கள்.

அதுதான் அண்ணாவுக்கு குருகுலம்போல அமைந்த இடம். வரதராஜனோடு சேர்ந்து பேராசிரியர் வேங்கடசாமி என்பவரும் அண்ணாவிடம் அரசியல் ஈடுபாடு ஏற்படக் காரணமாக இருநதவர்.

மோசூர் கந்தசாமி முதலியார், மணி திருநாவுக்கரசு முதலியார் ஆகிய தமிழ்ப் பேராசிரியர்கள்தான் அண்ணாவுக்கு சங்கத்தமிழைக் கற்பித்தனர். அவர்களிடம் கற்ற சங்கத்தமிழ் தான் பின்னாளில் அண்ணாவின் புகழ்பெற்ற மேடைத்தமிழுக்கு அடிப்படை. மேற்கொண்டு பட்டப்படிப்பு படிக்க முடியாத குடும்பச் சூழ்நிலை நிலவியது அண்ணாவுக்கு.

பச்சையப்பன் கல்லூரி முதல்வராக இருந்த சின்னத்தம்பிப் பிள்ளை அவரை பி. ஏ. ஆனர்ஸ் படிக்கும்படி வலியுறுத்தினார். கல்வி உதவித்தொகை கிடைக்கவும் பாடநூல் வாங்கவும் உதவுவதாக அவர் ஒப்புக்கொண்டபிறகு அண்ணா 1931ம் ஆண்டு பச்சையப்பன் கல்லூரியில் பி. ஏ. ஆனர்ஸ் படிப்பில் சேர்ந்தார்.

இதற்கு ஓராண்டு முன்பே 21 வயதில் அண்ணாவுக்கும் ராணி அம்மையாருக்கும் சம்பிரதாய முறைப்படி திருமணம் நடந்தது. இந்த இணையருக்கு குழந்தை இல்லை என்பதைத் தவிர இல்லறம் நல்லவிதமாகவே சென்றதாக ராணியை மேற்கோள் காட்டிச் சொல்கிறார்கள்.

கல்லூரியில் தவறாமல் வகுப்புகளுக்குச் செல்கிற அண்ணா, தீவிரமான படிப்பாளி. நீண்ட நேரத்தை நூலகங்களில் செலவிடுகிறவர். கல்லூரி

காலத்திலேயே தமிழ் ஆங்கிலப் பேச்சுப்போட்டிகளில் பங்கேற்றவர். அந்த நாட்களில் தமக்கு இதழியல் ஈடுபாடு இருந்தது என அண்ணாவே பிற்காலத்தில் சொல்லியிருக்கிறார்.

கல்லூரி மாணவர் மத்தியில் பிரபலமாக இருந்த அண்ணா 1931ம் ஆண்டு பச்சையப்பன் கல்லூரி மாணவர் பேரவையின் பொதுச் செயலாளராக தேர்வு செய்யப்பட்டார்.

இரண்டாண்டுகள் கழித்து அவர் கல்லூரி பொருளாதாரத்துறை மாணவர் சங்கத்தின் தலைவராகவும் இருந்தவர்.

படித்து முடித்தவுடன் காஞ்சிபுரம் நகராட்சியில் எழுத்தராக 6 மாதம் பணிபுரிந்தார். பிறகு சென்னை கோவிந்தப்ப நாயக்கன் நடுநிலைப் பள்ளியில் தமிழாசிரியராக சிறிது காலம் பணியாற்றினார்.

இதற்குள் பிராமணர் அல்லாதோர் அரசியல் இயக்கமாக இருந்த நீதிக்கட்சி செயல்பாடுகளில் ஈடுபடத் தொடங்கிவிட்டார். அண்ணாவின் நீதிக்கட்சித் தொடர்பு அவருக்கு, ராஜாக்களோடும் பெரும் பணக்காரர்களோடும், கனவான்களோடும் பழகும் வாய்ப்பு ஏற்படுத்தித் தந்தது.

ஆனால், சாமானியர்களைப் பற்றிய கவலைகளோடு சமூகப் பாகுபாடுகளை அகற்ற பாடுபட்டு வந்த அலங்காரங்கள் இல்லாமல் கடும் மொழியில் பேசிவிடக்கூடிய ஈ. வெ. ராமசாமியைத்தான் தலைவராகத் தேர்ந்தெடுத்தார்.

1935ம் ஆண்டு திருப்பூரில் நடந்த செங்குந்த இளைஞர் மாநாட்டில் பெரியாரை முதல் முதலாக சந்தித்தார் அண்ணா. அப்போது முதல் பெரியார் அண்ணாவின் தலைவரானார்.

அப்போது நடந்த உரையாடலை 1949ம் ஆண்டு நடந்த திமுக தொடக்க விழாவில் அண்ணா இவ்வாறு நினைவு கூர்ந்தார்.

"பெரியார் என்னைப்பார்த்து என்ன செய்கிறாய் என்றுகேட்டார். படிக்கிறேன். பரீட்சை எழுதியிருக்கிறேன் என்றேன். உத்தியோகம் பார்க்கப் போகிறாயா? என்று கேட்டார். இல்லை. உத்தியோகம் விருப்பமில்லை பொதுவாழ்வில் ஈடுபட விருப்பம் என்று பதில் அளித்தேன். அன்று முதல்

அவர் என் தலைவர் ஆனார். நான் அவருக்கு சுவீகாரப்புத்திரன் ஆகிவிட்டேன்"

1937ம் ஆண்டு ஈரோடு சென்ற அண்ணா அங்கு பெரியாரின் குடிஅரசு மற்றும் விடுதலை நாளிதழ்களில் துணை ஆசிரியராக 60ரூபாய் சம்பளத்துக்கு வேலைக்கு சேர்ந்தார். அப்போது அவருக்கு வயது 28.

அந்த வயதில் அண்ணாவின் திறமையைக் கண்டு வியந்த பெரியார், அதே ஆண்டு துறையூரில் நடந்த சுயமரியாதை இயக்க மாநாட்டை நடத்தும் பொறுப்பை அண்ணாவுக்கு அளித்தார்.

அதே ஆண்டின் இன்னொரு முக்கிய சம்பவமும் நடந்தது. சென்னை மாகாணத்தில் ஆட்சியைப் பிடித்த ராஜாஜி, பள்ளிகளில் 6ம் வகுப்பு முதல் 8ம் வகுப்பு வரை 'இந்தி கற்பது கட்டாயம்' என்று ஆக்கினார். இதை எதிர்த்து பெரியார் போராட்டம் அறிவித்தார். பெரியார், அண்ணா ஆகியோர் 1938ம் ஆண்டு கைது செய்யப்பட்டனர். அண்ணாவுக்கு 4 மாத சிறைவாசம் விதிக்கப்பட்டது. பெரியாருக்கு ஓராண்டு சிறைத்தண்டனை கிடைத்தது.

இந்த முதல் இந்தி எதிர்ப்பு போராட்டத்தைத் தொடர்ந்து பெரியார் 'தமிழ்நாடு தமிழருக்கே' என்ற முழக்கத்தை முன்வைத்தார். அப்போது தமிழ்நாடு என்ற மாநிலமே உருவாகியிருக்கவில்லை என்பது குறிப்பிடத்தக்கது.

அதுபோலவே, இந்தி எதிர்ப்புப் போராட்டத்தில் சிறையில் இருக்கும்போதுதான் பெரியாருக்கு நீதிக்கட்சித் தலைவர் பதவி தரப்பட்டது.

இதுவே பின்னாளில் நீதிக்கட்சியையும் பெரியாரின் சுயமரியாதை இயக்கத்தையும் இணைத்து 1944ல் திராவிடர் கழகமாக ஆக்குவதற்கு வழிகோலியது.

நீதிக்கட்சியிலும் திராவிடர் கழகத்திலும் பெரியாரின் தளபதியாக இருந்தார் அண்ணா.

இந்திய சுதந்திரம் குறித்து ஆலோசிக்கவும், இரண்டாம் உலகப்போரில் இந்தியர்களின் ஒத்துழைப்பைப் பெறுவதற்காகவும் 1942ல் இந்தியா வந்த

கிரிப்ஸ் தூதுக்குழுவை சந்தித்து திராவிட நாட்டை தனி நாடாக அங்கீகரிக்கும்படி பெரியார் கோரிக்கை வைத்தார். அந்த சந்திப்பின்போது அண்ணா உடன் இருந்தார்.

ஆனால், அந்தக் கோரிக்கையை சர் ஸ்டாஃப் கிரிப்ஸ் ஏற்றுக் கொள்ளவில்லை. இதையடுத்து திராவிடநாடு கோரிக்கை நிறைவேறு வதற்கான வாய்ப்பு கை நழுவிவிட்டது என்று அண்ணா நினைக்கத் தொடங்கினார் என்று அவரோடு முரண்பட்ட ஈ. வெ. கி. சம்பத் அண்ணாவின் மரணத்துக்குப்பின் குறிப்பிட்டார்.

ஆனால், திராவிட நாடு என்ற லட்சியத்தை அண்ணா அத்துடன் கைவிடவில்லை. தன்னுடைய பத்திரிகைக்கு திராவிட நாடு என்று பெயர் வைத்தார்.

கம்பராமாயணம், பெரிய புராணம் ஆகியவைகள் திராவிடர்கள்மீது 'ஆரியர்கள்' வட இந்தியர்களின் ஆதிக்கம் செலுத்த வழிசெய்வதாகவும், அவை அறிவுக்குப் புறம்பாக இருப்பதாகவும், பெரியாரும் அண்ணாவும் தீவிரமாகப் பிரச்சாரம் செய்தனர்.

இவர்களின் கருத்துகளால் ஏராளமான இளைஞர்கள் ஈர்க்கப்பட்டனர். ஆனால் நீதிக்கட்சியின் இந்தி எதிர்ப்புப் போராட்டத்தால் ஈர்க்கப்பட்ட தமிழ் ஆர்வலர்கள், புலவர்கள், சைவ வைணவ மதப்பற்று மிகுந்தவர்கள் இந்த கம்பராமாயண, பெரிய புராண எதிர்ப்பால் துணுக்குற்றனர்.

கம்பராமாயணம், பெரிய புராணம் என்ற இரு நூல்களையும் தீயிட்டுக் கொளுத்த வேண்டும் என்று அண்ணா வாதிட்டார்.

இந்தக் கருத்தை எதிர்த்த தமிழறிஞர் ரா. பி. சேதுப்பிள்ளை, நாவலர் சோமசுந்தர பாரதியார் ஆகிய இருவரோடும் 1943ம் ஆண்டு அண்ணா தனித்தனியாக நேருக்கு நேர் விவாதத்தில் ஈடுபட்டார்.

இரண்டு தரப்பும் மிகவும் மரியாதையான முறையில் நாகரீகமாக தங்கள் கருத்துகளை முன்வைத்து வாதிட்டன. இந்த விவாதம் 'தீ பரவட்டும்' என்ற பெயரில் நூலாக வெளிவந்து பிரபலம் அடைந்தது.

ஆரிய மாயை, நீதிதேவன் மயக்கம், கம்பரசம் போன்ற சிறு நூல்களை எளிய நடையில் எழுதி அண்ணா வெளியிட்டார்.

கம்பராமாயணத்தில் இருக்கும் ஆபாசமான பகுதிகள் என்று தாம் கருதியவற்றை கம்பரசத்தில் விமர்சித்தார் அண்ணா.

இலக்கிய வளத்துக்காக கம்பராமாயணத்தை ஏற்கவேண்டும் என்று வாதிட்டவர்களுக்கு அண்ணா சொன்ன பதில்:

தங்கள் கலைகளும், வாழ்க்கைமுறையும் வேறுபட்டது என்று நிரூபிக்க முடிந்ததால்தான் இரண்டே ஆண்டுகளில் தங்களுக்கு தனிநாடு வேண்டும் என்ற கோரிக்கையை முஸ்லீம்களால் முன்னெடுக்க முடிந்தது.

ஆனால், தமிழர்கள் 'ஆரியர்களின்' வாழ்க்கை முறையையும் கலைகளையும் தங்களுடையது என்று ஏற்றுக்கொண்டதால் தன்னாட்சிக்கோ தன்மானத்துக்கோ அவர்களால் போராட முடியவில்லை.

கம்பராமாயணம் போன்ற இலக்கியங்கள் ஆரியர்களின் மேன்மையைப் பேசுகின்றன. தங்களைத் தாங்களே திராவிடர்கள் சிறுமையாக நினைக்கும்படி செய்கின்றன என்று வாதிட்டார் அண்ணா.

இத்தகைய வாதங்கள் கடுமையான இனவாத உள்ளடக்கத்தை கொண்டிருப்பதாக விமர்சிக்கப்பட்டன.

ஆனால் மொழிநடை, அழகிய சொற்கள் ஆகியவற்றைத் தேடுகிறவர்கள் கம்பராமாயணம், திருவாசகம் ஆகியவற்றைப் படிக்கலாம் என்று கூறிய அண்ணா, 'மாற்றான் தோட்டத்து மல்லிகைக்கும் மனம் உண்டு' என்றார்.

அண்ணாவுக்கு முன்பே உடுமலை நாராயணகவி, பாரதிதாசன் போன்ற திராவிட இயக்க சிந்தனை உள்ள கவிஞர்கள் சினிமாவுக்குள் நுழைந்துவிட்டனர்.

ஆனால், 1948ம் ஆண்டு நல்ல தம்பி படத்துக்கு வசனகர்த்தாவாக அண்ணா திரைத்துறையில் நுழைந்தபோது அது திராவிட இயக்கத்துக்கும் திரைத்துறைக்குமே முக்கியமான திருப்புமுனையாக பண்பாட்டு மாற்றமாக இருந்தது.

நல்ல தம்பிக்கு அண்ணா வசனம் எழுதியிருந்தாலும் 1949ம் ஆண்டு அண்ணாவின் கதை வசனத்துடன் வெளியான வேலைக்காரி படம்தான்

உண்மையில் திரைத்துறையில் ஒரு புரட்சி ஏற்படுத்தியது. அதற்கு முன்பு காவியப்படங்கள், அரசர்களைப் பற்றிய படங்கள் வந்துகொண்டிருந்த நிலையில், அண்ணாவின் வேலைக்காரிதான் சாமானிய மனிதர்களைப் பற்றிய கதையை தமிழ் திரைத்துறையில் பேசிய முதல் படம்.

வேலைக்காரி என்ற அந்தக் காலத்தில் திரைத்துறையில் புரட்சிகரமானது

தமிழ் சினிமாவின் அடித்தளத்தையே அடியோடு மாற்றியது 1949ல் வெளிவந்த அண்ணாவின் வேலைக்காரி திரைப்படம்.

கதைக்கும் வசனத்திற்கும் முக்கியத்துவத்தை ஏற்படுத்திய முதல் தமிழ் திரைப்படம் வேலைக்காரி.

வேலைக்காரியை அண்ணா முதலில் நாடக வடிவில்தான் எழுதினார். மேடை நாடக/திரைப்பட நடிகரான 'நடிப்பிசைப்புலவர்' என்று திமுகவினரால் பட்டம் சூட்டப்பட்ட கே. ஆர். ராமசாமி 'கிருஷ்ணன் நாடக சபா' என்ற பெயரில் ஒரு நாடக கம்பெனியையும் நடத்தி வந்தார்.

முதலில் கே. ஆர். ராமசாமி நாடகமாக போடுவதற்காகத்தான் வேலைக்காரி கதையை அண்ணா எழுதினார்.

அது நாடகமாக அரங்கேறி மகத்தான வெற்றியையும் பெற்றது. அந்த நாடகம் பெற்ற புகழைப் பார்த்த ஜூபிடர் பிக்சர்ஸ் முதலாளி சோமசுந்தரம், அதே கே. ஆர். ராமசாமியையே கதாநாயகனாக வைத்து, அதை திரைப்படமாக தயாரிக்க முன்வந்தார்.

ஒரு தனியறையில் உட்கார்ந்து கொண்டு மூன்றே நாட்களில் வேலைக்காரிக்கான திரைப்பட வசன வடிவை உருவாக்கித்தந்தார் அண்ணா.

ASA சாமி இயக்க, C R சுப்பராயன் SM சுப்பையா நாயுடு ஆகியோர் இசையமைத்தனர்.

அந்தக் காலத்து சமூக அவலங்களை சாடும் விதமாக பணக்காரர், ஏழை, உயர்ந்த சாதி தாழ்ந்த சாதி மனிதர்கள் என்று பிரிக்கப்பட்ட சமூகத்தை சாடும் சூடான வசனங்களைக் கொண்டு உருவாக்கப்பட்டது இப்படம்.

படம் வெற்றி பெற - படத்தின் நாயகனாக நடிக்கும் கே. ஆர். ராமசாமி ஒரு கட்டத்தில் விரக்தி அடைந்து, காளி கோவிலில் விக்கிரகங்களை அவமதிக்கும் விதத்தில் செயல்படுவதும் பூஜை உபகரணங்களை தூக்கி எறிவதும் காளியை அவதூறான வார்த்தைகளில் ஏசுவதும் ஒரு முக்கியமான காரணம்.

இந்தப்படம் வெளியானதும் இந்தக் காட்சிகளை எதிர்த்து சில மத அமைப்புகள் படத்திற்கு தடை விதிக்க வேண்டும் என்று போராட்டங்கள் நடத்தின - இவை படத்திற்கான கூடுதல் விளம்பரமானது.

இப்படத்திற்கு கூடுதல் விளம்பரமாக கல்கி வார இதழின் ஆசிரியர் ரா. கிருஷ்ணமூர்த்தியின் விமர்சனம் அமைந்தது.

வேலைக்காரி ஒரு மிகச்சிறந்த சமூக சீர்த்திருத்த படம் என்று வரவேற்ற கல்கி அண்ணாவை, அறிஞர் அண்ணா என்று அழைத்து, பிற்காலத்தில் அண்ணா இதேமுறையில் தொடர்ந்து அனைவராலும் அழைக்கப்பட வழிவகுத்தார்.

வேலைக்காரியில் அண்ணா எழுதிய சில வசனங்கள் வார்த்தைகள் மிகவும் புகழ்பெற்றன.

“சட்டம் ஒரு இருட்டறை
அதில் வக்கீல்களின் வாதம் ஒரு விளக்கு
ஆனால், அது ஏழைக்கு கிட்டாத விளக்கு.”

“கத்தியைத் தீட்டாதே-புத்தியை தீட்டு”

“ஒன்றே குலம் ஒருவனே தேவன்”

போன்ற வசனங்கள் புகழ்பெற்றவை.

தமிழக அரசியல் சுதந்திரத்திற்குப்பின் தேர்தல் அரசியலாக மாறியது. அதை சினிமாவை வைத்து சாதகமாக்கி வெற்றி கண்டவர் அண்ணா எனலாம்.

தி. மு. க. வின் வெற்றிக்கு அதன் திராவிட இயக்க அரசியல் ஒரு பக்கம் என்றால் கலைத்துறையை பயன்படுத்தியது இன்னொரு வகை அரசியல் எனலாம்.

அண்ணாவின் இந்த வழியை சரியாகக் கொண்டவர் எம். ஜி. ஆர். இதனால் அவரும் அதே வழியில் ஆட்சியைப் பிடித்தார்.

1944ல் திராவிடர் கழகமாக மாறிய அதன் நிறுவனர் பெரியார், அவரது படைத் தளபதிகளாக அண்ணா, சம்பத், நெடுஞ்செழியன் உள்ளிட்ட தலைவர்கள், இளம் தலைவர்கள் அன்பழகன், கருணாநிதி என பல்வேறு தலைவர்கள் பட்டி தொட்டியெங்கும் திராவிடர் கழகத்தைக் கொண்டு சேர்த்தனர்.

1949 செப்டம்பர் 17ல் திமுக உதயமானது. அதுமுதல் கலைத்துறையை அண்ணா உள்ளிட்ட தலைவர்கள் திமுக பிரச்சாரத்துக்காக கையில் எடுத்தனர்.

கலைத்துறை சினிமாவாக மாறும் முன் மேடை நாடகங்களாக இருந்தபோது அண்ணாவும் கருணாநிதியும் பல நாடகங்களை புகுத்தினர். தி. மு. க. வில் மேடை நாடகங்கள்மூலம் அண்ணா, கருணாநிதி, என். எஸ். கிருஷ்ணன், கே. ஆர். ராமசாமி உள்ளிட்ட பலரும் பிரச்சாரத்தை கொண்டு சென்றனர்.

திரைத்துறையில் தி. மு. க. வைக் கொண்டு சென்றதில் அண்ணாவின் பங்கு மிகப்பெரியது.

தி. மு. க. ஆரம்பித்த அதே ஆண்டில் அண்ணாவின் வேலைக்காரி படம் வெளியானது. அதே ஆண்டில் அண்ணாவின் கதைவசனத்தில் என். எஸ். கிருஷ்ணன் நடிப்பில் வெளியான நல்ல தம்பி படம் வெளியாகி சக்கைபோடு போட்டது.

முடித்திருத்தும் கலைஞர் ஜமீந்தாராகி செய்யும் சீர்திருத்தமே நல்ல தம்பி கதை. இதன்மூலம் நிலப்பிரபுத்துவ, ஜமீன்தாரி முறைக்கு எதிரான சீர்திருத்தக் கருத்துக்கள் இலவசக்கல்வி உள்ளிட்ட பல விசயங்களை அண்ணா பேசியிருப்பார்.

நிலச்சுவாந்தார்கள் அதிகம் இடம் பெற்றிருந்ததால் நிலச்சுவாந்தார்கள் கட்சி என காங்கிரஸ் அடையாளம் காட்டப்பட்டது. ஒருபுறம் கம்யூனிஸ்டுகள் காங்கிரசுக்கு எதிராக விவசாயிகளை விழிப்புணர்வுபடுத்த அதை திரைத்துறை மூலம் எளிதாக கையகப்படுத்தினார் அண்ணா.

ஓர் இரவு, வேலைக்காரி, நல்லதம்பி போன்ற திரைப்படங்களின் வெற்றி தி. மு. க. தலைவர்களை உற்சாகப்படுத்தியது. திரைப்படத்துறையின் முக்கியத்துவத்தை உணர்த்தியது.

அரசர் காலத்து படமானாலும் அதிலும் புரட்சிகர கருத்தை சொல்லி கால்பதித்தார் மு. கருணாநிதி. அண்ணாவின் எழுத்தாற்றல் கலைப்பயண வழியை கருணாநிதியும் கையிலெடுத்தார்.

அண்ணாவின் வழியை பின்பற்றிய கருணாநிதி திரைக்கதை வசனத்தில் வெளிவந்த பராசக்தி திரைப்படத்தின் வெற்றி தி. மு. க. வுக்கு மக்களிடையே பெரிய ஆதரவை தேடித்தந்தது. இப்படத்தில் நடித்திருந்த சிவாஜி கணேசன் ஏற்கனவே தி. மு. க. மேடைகளில் நடித்து புகழ் பெற்றிருந்தார்.

இதன்பின்னர் தி. மு. க. வில் இணைந்த சிவாஜி கணேசன், கருணாநிதி தன் வசன உச்சரிப்பில் எஸ். எஸ். ராஜேந்திரனும், என். எஸ். கிருஷ்ணனும், கே. ஆர். ராமசாமி, டி. வி. நாராயணசாமி உள்ளிட்டோரும் தமிழகம் முழுவதும் திமுக கொள்கைகளை கொண்டு சென்றனர்.

அண்ணாவின் படைப்புக்களால் ஈர்க்கப்பட்ட காங்கிரஸ் அனுதாபி எம். ஜி. ஆர், அண்ணாவின் பணத்தோட்டம் நாவலை படித்து அண்ணா மீது மிகுந்த அபிமானம் கொண்டார். ஏற்கனவே கருணாநிதியுடனான நட்பு எம்ஜிஆரை திராவிட இயக்க கொள்கை பக்கம் திருப்பி இருந்தது.

1952ம் ஆண்டு பொதுக்கூட்ட மேடையில் எம்ஜிஆர் திமுகவுக்கு வருவதை உறுதிப்படுத்தினார். அண்ணா திரையுலகின் இளம் கலைஞர்களை தம்வசப்படுத்தியதில் அது தி. மு. க. வுக்கு மிகப்பெரிய வெற்றியைத் தேடித்தந்தது. கண்ணதாசன் உள்ளிட்ட மிகப்பெரிய கவிஞர்கள் அண்ணாவால் திமுகவுக்குள் ஈர்க்கப்பட்டனர்.

திமுகவின் ஆதரவு கலைஞர்கள் உருவாக்கிய திரைப்படங்களில் அதன் கொள்கைகளான திராவிட நாடு, இந்தி எதிர்ப்பு, பகுத்தறிவு போன்றவற்றை மறைமுகமாகவும் சில சமயங்களில் நேரடியாகவும் வெளிப்படுத்தினார்கள். திமுகவின் கொடி சின்னம் திரைப்படங்களில் காட்டப்பட்டது.

எம்ஜிஆர் தனது திரைப்படங்களில் அதிகம் திமுக கொள்கைகளைப் பேசினார். சின்னம் கருப்புசிவப்பு வண்ணத்தை உடையாக அணிவது என திரைப்படம் மூலம் கொண்டு சென்றார்.

திமுகவை அண்ணா மக்களிடம் கொண்ட சேர்ப்பதில் திராவிட இயக்க கொள்கைகளை கொண்ட செல்லும் கருவியாக கலைத்துறையை பயன்படுத்தினார்.

எம். ஜி. ஆரின் கலைப்பயணம் அண்ணாவோடு இணைந்ததால் அது திமுகவுக்கு பலமாக அமைந்தது. இது 1967ல் திமுகவை ஆட்சியில் அமர்த்தி அண்ணாவை முதலமைச்சராக்கும் அளவுக்கு சென்றது.

எழுத்துலகின் பகுத்தறிவுச் சிற்பி

எழுத்துலகின் பகுத்தறிவுச் சிற்பியாகத் திகழ்ந்த அண்ணாத்துரை தனது கருத்துக்களை கவிதை, நாடகம், கதை, கடிதம், சொற்பொழிவு, கட்டுரை, உரையாடல், வானொலி உரை, திரைப்படம் எனப் பல்வேறு வடிவங்களில் தொடர்ந்து வெளியிட்டு வந்தார்.

குடியரசு, விடுதலை, திராவிட நாடு, மாலைமணி, நம்நாடு, காஞ்சி என தான் நேரடியாகப் பொறுப்பு வகித்த இதழ்களில் மட்டுமின்றி மன்றம், முரசொலி, தென்றல் என திராவிட இயக்கத்தின் பிற தலை வர்கள் வெளியிட்ட இதழ்களிலும் தனது படைப்புகளை வெளியிட்டிருக்கிறார்.

அண்ணாத்துரை எழுதியுள்ள நூல்கள்.

படைப்பு	வகை
அதிர்ச்சிக்கு வைத்தியம்	கட்டுரை
அவர்கள் சந்திப்பு	உரையாடல்
ஆரிய மாயை	கட்டுரை
இலட்சிய வரலாறு	கட்டுரை
உலகப் பெரியார்	வானொலி உரைகளும், கட்டுரைகளும்
எது இசை?	சொற்பொழிவுகளும், பாடல்களும்
கபோதிபுரக் காதல்	பெருங்கதை
கம்பரசம்	இலக்கியத்திறனாய்வு
கலிங்கராணி	பெருங்கதை
கல்சுமந்த கசடர்	நாடகம்
காதல் ஜோதி	நாடகம்
குமரிக் கோட்டம்	நெடுங்கதை
குமாஸ்தாவின் பெண்	பெருங்கதை
சமதர்மம்	கட்டுரை
சமூகசேவகி சாருபாலா	சிறுகதை
சூழ்நிலை	சொற்பொழிவு
சொல்லும் பயனும்	கட்டுரைகள்
பணத்தோட்டம்	கட்டுரைகள்
பார்வதி பி. ஏ.	நெடுங்கதை
புராண மதங்கள்	கட்டுரைகள்
மக்கள்தீர்ப்பு	நெடுங்கதை
மாஜிகடவுள்கள்	கட்டுரைகள்
மேதினம்	சொற்பொழிவு
தமிழகம்	கட்டுரை

ஏ, தாழ்ந்த தமிழகமே!	சொற்பொழிவு
தீ பரவட்டும்	சொற்பொழிவு
நாட்டின் நாயகர்கள்	கட்டுரை
நிலையும் நினைப்பும்	சொற்பொழிவு
நூல் நிலையங்கள்	கட்டுரை
ரங்கோன் ராதா	பெருங்கதை
ரோமாபுரி ராணிகள்	பெருங்கதை
வர்ணாஸ்ரமம்	கட்டுரை
வளம் காண வழி	சட்டமன்ற உரை
வள்ளி நாயகியின் கோபம்	கதைகள்
விடுதலைப் போர்	கட்டுரைகள்
வெள்ளை மாளிகையில்	புதினம்
ஜெபமாலை	சிறுகதைகள்

சிறுகதைத் தொகுதிகள்

அண்ணாவின் ஆறு சிறு கதைகள்

சாது

செவ்வாழை

பெருங்கதைகள்

கபோதிபுரத்துக் காதல்	கோமளத்தின் கோபம்
சிங்களச் சீமாட்டி	குமாஸ்தாவின் மகள்
குமரிக்கோட்டம்	பிடி சாம்பல்
மக்கள் தீர்ப்பு	திருமலை கண்ட திவ்ய ஜோதி
தஞ்சை வீழ்ச்சி	பவழபஸ்பம்
எட்டுநாட்கள்	உடன்பிறந்தார் இருவர்

மக்கள் கரமும் மன்னன் சிரமும்

அரசாண்ட ஆண்டி — சந்திரோதயம்

புதிய பொலிவு — ஒளியூரில் ஓமகுண்டம்

கடைசிக் களவி — இதயம் இரும்பானால்

இரத்தம் பொங்கிய இருபது ஆண்டுகள்

அண்ணாத்துரை மிகச்சிறந்த தமிழ்சொற்பொழிவாளரும் மேடைப் பேச்சாளரும் ஆவார். தமிழில் சிலேடையாக அடுக்குமொழிகளுடன் மிக நாகரிகமான முறையில் அனைவரையும் கவர்கின்ற வகையில் கரகரத்த குரலில் தனிக்குரல் வளத்துடன் பேசும் திறன் பெற்று விளங்கினார். எழுத்தாற்றலிலும் தன்னிகரற்றவராக விளங்கினார் அண்ணா.

பல புதினங்களும், சிறுகதைகளும் மற்றும் அரசியல் நாடகங்களுக்கும் நாடகமாக்கம் திரைக்கதைகள் எழுதியவர் அண்ணா. அவரே கதாபாத்திரமேற்று நாடகங்களில் திராவிடர் கழக பிரச்சார நாடகங்களில் நடித்துள்ளார்.

திரைப்படங்களை முக்கிய பிரச்சார ஊடகங்களை அரசியலுக்காக பயன்படுத்தியவர் அண்ணாதுரை. இவரின் முதல் திரைப்படம் நல்ல தம்பி(1948). இதில் முக்கிய கதாபாத்திரத்தில் கலைவாணர் என். எஸ். கிருஷ்ணன் நடித்துள்ளார்.

இது ஜமீன்தாரி ஒழிப்பு முறையை வலியுறுத்தி எடுக்கப்பட்ட திரைப்படமாகும்.

இவரின் வேலைக்காரி (1949), ஓர் இரவு ஆகிய நாடகங்களும், தாய் மகளுக்கு கட்டிய தாலி, ரங்கோன் ராதா, வண்டிக்காரன் மகன் ஆகிய கதைகளும் திரைப்படமாக எடுக்கப்பட்டுள்ளன. திராவிட அரசியலின் பிரச்சாரமாக இத்திரைப்படங்கள் திகழ்ந்தன.

வேலைக்காரியில் அண்ணாத்துரை அடக்குமுறையை கையாளும் நிலச்சுவன்தாரர்கள் ஜவஹர்லால் நேரு மற்றும் காந்தியுடன் எப்படி கூட்டணி வைத்துள்ளார்கள் என்பதை விளக்குகின்ற விதமாக எடுத்துக்காட்டப்பட்டது.

இவரின் திரைப்படங்கள் பெரும்பாலும் பிராமண எதிர்ப்பு மற்றும் காங்கிரஸ் எதிர்ப்பு பிரச்சாரங்களாக விளங்கின. இப்பிரச்சாரங்களை மக்களுக்கு எடுத்துச்செல்லும் நாடக மேடை கலைஞர்கள் மற்றும் திரைக்கலைஞர்களாக அண்ணாதுரைக்கு பக்க பலமாக விளங்கியவர்கள் டி. வி. நாராயணசாமி, கே. ஆர். ராமசாமி, என். எஸ். கிருஷ்ணன், எஸ். எஸ். ராஜேந்திரன், சிவாஜிகணேசன் மற்றும் எம். ஜி. ராமச்சந்திரன்.

அண்ணாவின் நூல்களில் அதிகம் சர்ச்சைகளை ஏற்படுத்தியது ஆரிய மாயை எனும் நூலாகும். இது பிராமணர்களை கடுமையாக சாடியதாக விமர்சிக்கப்பட்டது.

ஆரிய இனச்சேர்க்கை திரைமறைவுகளை உருவகப்படுத்தும் விதமாக எழுதப்பட்டிருப்பதாக விமர்சனம் செய்யப்பட்டது.

இந்த நூலுக்காகவும் கிளர்ச்சி செய்கின்ற நூல் என்ற காரணத்திற்காகவும் அவருக்கு ரூபாய் 700 அபராதமும் சிறைத்தண்டனையும் அளிக்கப்பட்டது.

இந்தியா கூட்டாட்சி நாடு

தமிழ் மொழிக்காகவும் திராவிட இனத்திற்காகவும் ஆட்சி மாற்றத்தை தமிழகத்தில் உருவாக்கி மிகப் பெரிய சமூக மாற்றத்துக்கு வித்திட்ட பேரறிஞர் அண்ணா இதே செப்டம்பர் 15ம் தேதி 1909ம் ஆண்டு காஞ்சிபுரத்தில் பிறந்தார்.

இந்தியாவை 'இந்தி'யாக மாற்ற மிகப்பெரிய முயற்சிகள் நடந்துவரும் இன்றைய சூழலில் அதற்கு அன்றே தமிழகத்தில் நிரந்தரமாக தடை போட்டவர் பேரறிஞர் அண்ணா என்று மக்களால் அன்போடு அழைக்கப்படும் சி. என். அண்ணாத்துரை.

திராவிட இயக்கங்கள் இன்று 50 ஆண்டுகளாக தமிழகத்தை ஆண்டு வருகின்றன என்றால் அதற்கு விதை

போட்டவர் அண்ணாத்துரை. இந்திய அரசியலமைப்புச் சட்டத்தில் இந்திய நாட்டின் ஆட்சி மொழியாக இந்தியை உயர்த்தி ஆங்கிலத்துக்கு விடை கொடுக்க நேரு தலைமையிலான மத்திய அரசு கடந்த 1963ம் ஆண்டு முடிவு செய்தது.

இதற்கு அப்போது மாநிலங்களவை உறுப்பினராக இருந்த பேரறிஞர் அண்ணா கடும் எதிர்ப்பு தெரிவித்து உரையாற்றினார்.

அவர் ஆற்றிய உரை இன்றைய சூழலுக்கு மட்டுமல்ல, எப்போதும் பொருந்தும் என்பதால் அவற்றின் முக்கிய அம்சங்கள் சிலவற்றை பார்ப்போம். 'ஜனநாயகம் என்பது பெரும்பான்மை எண்ணிக்கை அடிப்படையிலான ஆட்சி மட்டுமல்ல,

சிறுபான்மை மக்களின் உரிமைகள் உணர்ச்சிகள் ஆகியவையும் புனிதம் என்று கருதி அவற்றைக் காப்பாற்றுவதுதான் ஜனநாயகம்.

இந்தியர்கள் அனைவருக்கும் பொதுவாக ஒரு மொழி வேண்டும் என்று பலரும் வாதாடினர். அது ஏற்கப்பட்டால் இந்தியாவில் பேசப்படும் மொழிகளில் ஒன்றைத்தான் பொதுமொழியாக ஏற்க வேண்டும். அதில் யாருக்கும் எந்த சந்தேகமும் இல்லை.

இந்தியர் 'ஒற்றை நாடு' என்று ஏற்றுக்கொள்வோமானால், இந்த வாதத்தை ஏற்றுக்கொள்ளலாம். ஆனால் இந்தியா கூட்டாட்சி நாடு. இந்தியச் சமூகம் பன்மைத்துவம் கொண்டது.

ஆகையால் ஒரே ஒரு மொழியைப் பொதுமொழியாக ஏற்பது ஏனைய மொழி பேசுவோருக்கெல்லாம் அநீதி இழைப்பதாகிவிடும். அதுமட்டுமல்ல சமூகத்தின் பெரும் பகுதி மக்களால் அம்மொழியைப் படிக்க முடியாமல் குறைகள் ஏற்படும்.

இந்தியா ஒரே நாடல்ல. இந்தியா பல்வேறு இனக் குழுக்களையும் மொழிக் குடும்பங்களையும் கொண்ட நாடு. இதனால்தான் இந்தியாவை 'துணைகண்டம்' என்று அழைக்கிறோம்.

இதனால் தான் ஒரே மொழியை இந்தியாவின் ஆட்சிமொழியாக நம்மால் ஏற்க முடியவில்லை. தேசியகீதமான 'ஜனகணமன' பாடலும், தேசத்தாய் வாழ்த்தாக பாடப்படும் 'வந்தே மாதரம்' பாடலும் இந்தியில்

இயற்றப்பட்டவை அல்ல. இந்தியை ஆட்சி மொழியாகத் திணிப்பது இந்தி பேசும் மாநிலங்களுக்கு திட்டவட்டமான நிரந்தரமான சாதகமாக அமையும் என்று கூறியிருக்கிறார் அண்ணாத்துரை.

இதேபோல நாடாளுமன்றத்தில் இன்னொருமுறை பேசிய அண்ணாத்துரை 'உயர்தனிச் செம்மொழியான தமிழ்மொழி என்னுடைய தாய்மொழி என்ற பெருமிதம் எனக்கு இருக்கிறது.

எங்கள் உயிருடன் வாழ்வுடன் கலந்த மொழி தமிழ்மொழி. அந்த தமிழ்மொழி மற்றெதற்கும் தாழாத வகையில் ஆட்சிமொழி என்ற தகுதி தரப்படும் வரை நான் அமைதி பெறமாட்டேன். திருப்தி அடைய மாட்டேன்.

நான் தமிழுக்காக வாதாடுகிறேன். அதற்காக இந்திக்காக வாதாடுபவர்களின் தாய்மொழிப்பற்றை நான் மறுக்கவில்லை. அவர்கள் இந்திக்காக பாடுபடட்டும்'

நான் திராவிட இனத்தைச் சார்ந்தவன். நான் என்னை திராவிடன் என்று அழைத்துக் கொள்வதிலே பெருமைப்படுகிறேன். இப்படிக் கூறுவதால் நான் வங்காளிக்கோ மராட்டியருக்கோ குஜராத்திரியருக்கோ எதிர்ப்பாளன் அல்ல.

ராபர்ட் பர்ன்ஸ் சொன்னது போல மனிதன் எப்படி இருந்தாலும் மனிதன்தான்.

உலகத்தோடு உரையாட ஆங்கிலம் இருக்கிறது. அப்படியானால் இந்தியாவுக்குள் உரையாட தமிழர்கள் ஏன் இந்தியை கற்க வேண்டும்? பெரியநாய் செல்ல பெரிய கதவு சிறிய நாய் செல்ல சிறிய கதவும் தேவையா? பெரிய கதவின் வழியே சிறிய நாயும் செல்லட்டும் என்றார் அண்ணா.

தமிழகத்தில் கடந்த ஒரு நூற்றாண்டாக இந்திக்கு எதிராக நடந்து கொண்டிருக்கும் மொழிப் போரில் 30 ஆண்டு காலம் தலைமை வகித்து வழி நடத்தியவர் பேரறிஞர் அண்ணா.

தமிழகத்தைப் பொறுத்தவரை சுதந்திரப் போராட்டத்திற்குப் பிறகு அதிக உயிர் தியாகங்கள் ஏற்பட்டது. தமிழ் மொழியின் அங்கீகாரத்திற்கும்

இந்தி மொழி திணிப்பிற்கு எதிராக மாணவர்கள் அரசியல் கட்சியினர் பொதுமக்கள் என அனைத்து தரப்பினரும் ஒன்றிணைந்து நடத்திக் கொண்டிருக்கும் மொழிப் போர்தான்.

ஆங்கிலேயருக்கு எதிரான சுதந்திரப் போர் 1947ல் முடிவடைந்தது. ஆனால் தமிழ்மொழிக்கு எதிராக நடத்தப்படும் மொழிப்போரின் தீவிரம் 1937ல் தொடங்கி பல பரிமாணங்களைக் கடந்து இன்று புதிய கல்விக் கொள்கை-2020 என்ற புதிய வடிவத்தில் உருவாகி உள்ளது.

இந்த மொழிப்போர் அரசாங்கத்திற்கு எதிரானது அல்ல. இந்தி பேசும் வடமாநில மக்களுக்கு எதிரானது அல்ல. தமிழர்கள்மீது இந்தியைத் திணிக்க வேண்டும் என்ற நோக்கில் பல காலகட்டங்களில் மத்திய அரசு அமல்படுத்திய சட்டத்திற்கும் திட்டங்களுக்கும் எதிராக தமிழர்கள் தொடுத்த எதிர் வினையே இது.

இந்தியாவில் 1500க்கும் மேற்பட்ட மொழிகள் புழக்கத்தில் உள்ளதாகக் கூறப்படுகிறது. அதில் இந்திய அரசியலமைப்பின் 8வது அட்டவணைப்படி 22 மொழிகள் அங்கீகரிக்கப்பட்டுள்ளன.

இத்தனை மொழிகள் உள்ள போதும் இந்திக்கு மட்டும் முக்கியத்துவம் கொடுத்து இந்தி பேசாத மற்ற மக்களிடம் அதைத் திணிக்கும் போக்கு ஆங்கிலேயர் ஆட்சிக்காலத்தில் இருந்து தற்போது வரை நடந்துவருவது குறிப்பிடத்தக்கது.

'எதிரிகள் தாக்கித்தாக்கி வலுவை இழக்கட்டும். நீங்கள் தாங்கித்தாங்கி வலுவை பெற்றுக் கொள்ளுங்கள்' என்று கூறினார் அண்ணா.

இந்தியாவில் ஆங்கிலேயர்கள் ஆட்சியை எதிர்க்க காஷ்மீர் முதல் குமரிவரை பலமொழிகள், கலாச்சாரங்கள், வெவ்வேறு உணர்வுகள் என இந்திய மக்கள் வேறுபட்டிருந்த நிலையில் அனைவரையும் ஒன்றிணைக்க காந்தி உள்பட காங்கிரஸ் கட்சியினர் எடுத்த ஆயுதம்தான் நாடு முழுவதும் இந்தி மொழி கற்பிப்பு. இதுதான் இந்தி திணிப்பு வரலாற்றின் தொடக்கம்.

1893ம் ஆண்டு பிரச்சாரனி என்ற அமைப்பும் 1910ம் ஆண்டு இந்தி சாகித்திய சம்மேளன் என்ற அமைப்பும் இந்தி கற்பிப்பதற்காக ஆரம்பிக்கப்பட்டன. பின்னாளில் இந்த அமைப்பை காங்கிரஸ் கட்சியினர்

நாடுமுழுவதும் இந்தி பிரச்சாரத்திற்கு பயன்படுத்தத் தொடங்கினர். நாடு முழுவதும் இந்தி பிரசாரத்தைத் தொடங்கிய காந்திக்கு வடஇந்தியாவில் நல்ல வரவேற்பு கிடைத்தது. ஆனால் 1915ல் தமிழ்நாட்டில் இந்தி பிரச்சாரத்திற்கு வந்த காந்திக்கு அழைப்பிதழ் ஆங்கிலத்தில் வழங்கப்பட்டது. இதன் அதிருப்தியை அந்த மேடையிலேயே பதிவு செய்தார் காந்தி.

இந்நிலையில் 1924ம் ஆண்டு சென்னையில் நடைபெற்ற கல்வி மாநாட்டில் பங்கு பெற்ற சத்தியமூர்த்தி அய்யர் பேசுகையில் இந்தி மொழியை அனைத்து ஆரம்பப் பள்ளிகளிலும் 2வது கட்டாயப் பாடமாக்க வேண்டும் என்ற அவரின் கருத்து இந்தி திணிப்புக்கு முதல் தொடக்கப் புள்ளியாக அமைந்தது.

அதே ஆண்டு சென்னையில் நடைபெற்ற காங்கிரஸ் கட்சி மாநாட்டில் இந்திய அரசுப்பணி தேர்வாணையத்தின் தலைவராக இருந்த சர். டி. விஜயராகவாச்சாரி பேசுகையில் பள்ளி மற்றும் கல்லூரிகளில் இந்தி கட்டாயமாக்கப்பட வேண்டும், இந்தியில் தோல்வி அடைபவர்கள் படித்தவராகவே கருதமுடியாது என்று பேசினார்.

தொடர்ச்சியாக தமிழ்நாட்டில் ராஜாஜி மற்றும் சத்தியமூர்த்தி இந்தி பிரச்சாரத்தில் ஈடுபட்டனர். இதன் விளைவாக பெரியாரின் குடிஅரசு இதழில் பழையன கழிந்து புதியன புகுவதாக இருந்தால் நமக்கு கவலை இல்லை. ஆனால் புதியனவைகள் வந்து பலாத்காரமாய் புகுந்து கொண்ட பழையனவை வலுக்கட்டாயமாக கழுத்தைப் பிடித்து தள்ளுவதை சகித்துக் கொண்டு அதற்கு வக்காலத்து பேசுவது பாஷைத் துரோகம் 'சமூகத் துரோகம்' என்று எழுதப்பட்டது.

1937ம் ஆண்டு சென்னை மாகாண முதல்வராகப் பதவியேற்ற ராஜாஜி 1938-39ம் ஆண்டிற்கான நிதிநிலை அறிக்கையில் சென்னை மாகாணத்தில் உள்ள 125 உயர் நிலை பள்ளிகளில் இந்தியை கட்டாய மொழியாக அறிவித்தார். இந்த அறிவிப்பை 1938ம் ஆண்டு உத்தரவாகவும் பிறப்பித்தார் ராஜாஜி.

இந்த உத்தரவுக்கு எதிராக மறியல், கருப்புக்கொடி காட்டுதல், உண்ணாவிரதம் எனப் பல போராட்டங்கள் நடைபெற்றன.

ஜூன் 1938ல் சென்னையில் நடைபெற்ற இந்தி எதிர்ப்பு மாநாட்டில் பங்குபெற்று சி. என். அண்ணாதுரை பேசினார். அவர் பேசி மூன்று மாதங்கள் கழித்து வழக்குப் பதிவு செய்து அவரை நான்கு மாதம் சிறையில் அடைத்தது ராஜாஜியின் அரசு. மேலும் பல தலைவர்கள் கைது செய்யப்பட்டு சிறையில் அடைக்கப்பட்டனர்.

இந்நிலையில் 1938 ஜூலை இந்தி எதிர்ப்பு இயக்கம் சார்பில் திருச்சியில் இருந்து சென்னைக்கு நடைபயணமாக வந்தனர். அதன் தொடர்ச்சியாக பல பெண்களும் இந்தி எதிர்ப்பு இயக்கத்தில் சேர்ந்தனர். போராட்டம் வலுப் பெற்றது.

இதனையடுத்து போராட்டத்தை ஒடுக்கும் நோக்கில் பெரியார் அண்ணா உட்பட பல தலைவர்கள் மீண்டும் கைது செய்யப்பட்டனர். பெரியாருக்கு 18 மாதமும் அண்ணாவிற்கு 9 மாதமும் சிறைத்தண்டனை விதித்து சென்னை சிறையில் அடைக்கப்பட்டனர்.

அப்போது இரண்டாம் உலகப் போர் ஆரம்பித்த நிலையில் இங்கிலாந்துடன் இணைந்து பிரிட்டிஷ் இந்தியாவையும் போரில் கலந்து கொள்ளச் சொன்னார்கள். இதை எதிர்த்து அனைத்து மாகாண முதல்வர்களும் பதவி விலகினார்கள். இந்த நிகழ்விற்குப்பின், சிறையிலிருந்த அனைத்து போராட்டக்காரர்களும் விடுவிக்கப்பட்டனர். இந்தி கட்டாயம் என்ற ராஜாஜி அரசின் உத்தரவும் வாபஸ் பெறப்பட்டது.

காங்கிரசை வீழ்த்திய தி. மு. க

சுதந்திரம் அடைந்தது முதல் இந்த நாட்டை ஆண்டு வந்த பலம் பொருந்திய காங்கிரஸ் ஆட்சியை அகற்ற, அண்ணா பிற கட்சிகளைத் தன்னுடன் கூட்டணி யாகச் சேர்த்துக் கொண்டு 1967ல் தேர்தலை சந்தித்தார்.

ராஜாஜியின் சுதந்திரா கட்சி, காயிதே மில்லத் அவர்களின் முஸ்லீம் லீக் கட்சி, சி. பா. ஆதித்தனாரின் நாம் தமிழர் கட்சி, ம. பொ. சிவஞானத்தின் தமிழரசு கட்சி, மூக்கையாத் தேவரின் பார்வர்ட் பிளாக் ஆகிய கட்சிகள் இந்தக் கூட்டணியில் இருந்தன.

திராவிடர் இனத்தின் ஒப்பற்ற தலைவரும் கலகக்காரருமாகத் திகழ்ந்த தந்தை பெரியார் பார்ப்பன ஆதிக்க

கட்டமைப்பை முற்றிலும் துடைத்து எறிய போராடிக்கொண்டிருந்தார். தன்னுடைய தலைமை மாணவராக இருந்த அறிஞர் அண்ணா அவர்கள் தந்தை பெரியாரையும் பெரியார் இயக்கத்தையும் விட்டுப் பிரிந்து அரசியல் கட்சியைத் தொடங்கி 1967ல் இராஜாஜி மற்றும் சில அரசியல் கட்சிகளுடன் கூட்டணி அமைத்து தேர்தலில் பெரும் வெற்றியையும் பெற்றுவிட்டார்.

அனைவரும் ஆவலுடன் எதிர்பார்த்துக் கொண்டிருந்த 1967 சட்ட மன்ற தேர்தலுக்கான நாட்கள் நெருங்கி வந்த வேளையில் பெரியாரின் சிந்தனையெல்லாம் காமராஜரைச் சுற்றிச் சுற்றியே வந்து கொண்டிருந்தது.

காமராஜரை ஒழித்தால் சமதர்மத்தை ஒழித்தது போலாகும் என்பதால் பார்ப்பனர்கள் காங்கிரசை ஒழிக்க நினைக்கின்றனர்.

இன்று நாட்டில் நடப்பது இனப்போரே ஆகும். மத, மூட நம்பிக்கையாளர்களால் சமதர்ம ஆட்சியை ஏற்படுத்திட முடியாது. மனுதர்ம ஆட்சியைக் கொண்டுவரத் துடிக்கும் ராஜகோபாலாச் சாரியாருக்கு கண்ணீர்த் துளிகளே நாற்காலி ஆகிவிட்டனர். எனவே அவர்களை புறக்கணியுங்கள் என்று திமுக தலைவர் அண்ணாவையும் பிறரையும் பெரியார் பிரச்சாரங்கள் கூறிவந்தார்.

பெருந்தலைவர் காமராஜரின் ஆட்சியில் தமிழகம் பெரும் முன்னேற்றங்களைக் கண்டதோடு பெரியாரின் கனவுகளை நனவாக்கி நல்லாட்சி புரிந்தது என்பதால் நிபந்தனையற்ற தனது ஆதரவைக் காங்கிரஸ் இயக்கத்திற்கு அளிக்க வேண்டியவரானார் பெரியார்.

தள்ளாத வயதிலும் தாம் மேற்கொண்ட முடிவால் காங்கிரசை ஆதரித்து நாடு முழுவதும் பிரச்சாரம் செய்தார் பெரியார். ஆனால் முடிவோ வேறாக இருந்தது.

மகத்தான வெற்றியை திராவிட முன்னேற்ற கழகக் கூட்டணி பெற்றது. தனிப்பெரும்பான்மையோடு தேர்தலில் தி. மு. க வென்றது. காங்கிரஸ் கட்சி படுதோல்வியைச் சந்தித்தது. காமராஜரும் தன் விருதுநகர் தொகுதியில் தோல்வியைத் தழுவினார்.

காங்கிரசின் படுதோல்வியும், குறிப்பாக காமராஜரின் தோல்வியும் பெரியாரை மிகவும் பாதித்தது.

ராஜாஜியை கூட்டு சேர்த்துக்கொண்டு அண்ணா வென்றதில் கூடுதல் எரிச்சல் அடைந்திருந்த பெரியார் அதனை வெளிப்படுத்தினார்.

"பொதுவாக காமராஜர் தோல்வியைத் தவிர மற்ற தோல்வி எதுவும் எனக்கு அவ்வளவாக கவலை தரவில்லை. நமது மக்கள் ஜனநாயக உரிமைக்கு தகுதியற்றவர்கள் என்பது எனது வெகுநாளைய கருத்து. இப்போதைய வெற்றியை மாற்ற வேண்டும் என்பதில் இந்த வெற்றியை அளித்த மக்களின் யோக்கியதையை சரிவர நிர்ணயிப்போமானால் நாம் ஒன்றும் தனிமுயற்சி எடுத்துப் பாடுபட வேண்டியதில்லை".

நம் உயிர் போன்ற கொள்கைகளுக்கு இந்த ஆட்சியில் கேடு நேராதவரை, ஆட்சியின் போக்கைப்பற்றி நாம் கவலைப்பட அவசியமில்லை என்றே கருதுகிறோம்.

பொதுவாக இது போன்ற பார்ப்பனர் வெற்றி பற்றி எனக்கு இதற்கு முன் மூன்று அனுபவங்கள் உண்டு. மூன்றிலும் பார்ப்பனர் வெற்றி நிலைத்த பாடில்லை. ஆதலால் இன்றையப் பார்ப்பனர் வெற்றி பற்றியும் ஒன்றும் குடி முழுகிப் போய்விடவில்லை என்றே நம் மக்களுக்குத் தெரிவித்துக் கொள்ளுகிறேன். நானும் அதிகக் கவலைப்படவில்லை.

பொதுவாக நம் நாட்டுக்கு இப்படி ஓர் நிலை வரக்கூடும் என்று கருதியே 1963ல் காமராஜர் தமிழ்நாட்டு முதல்மந்திரி பதவியை விட்டு அகில இந்தியக் கட்சிப்பணிக்கு சென்றபோதே நான் கூடாது என்று பத்திரிகையில் எழுதியதோடு, 'தங்களின் ராஜினாமா தமிழர்களுக்கும் தமிழ்நாட்டிற்கும் தங்களுக்கும் தற்கொலைக்கு ஒப்பாகும்' என்று தந்தியும் அனுப்பினேன்.

அவர் விலகியதன் பயனாகத் தமிழ்நாட்டில் பார்ப்பன ஆதிக்கத்துக்கு அனுகூலமான ஆட்சி ஏற்படுவதுடன் பொறுப்புள்ள ஆட்சி அமைவதற்கு இல்லாமலே போய்விட்டது. வடநாட்டிலும் பொறாமை, துவேஷம் கோஷ்டி ஏற்பட இடம் ஏற்பட்டுவிட்டது. காமராஜர் தோல்வியைப் பற்றி பலர் என்னிடம் வந்து துக்கம் விசாரிக்கும் தன்மை போல் தங்கள் வருத்தத்தை தெரிவித்துக் கொண்டார்கள்.

"1967 பிப்ரவரி 23ம் தேதி தோல்வியைப் பற்றி கவலைப்படுவதைவிட 1966 நவம்பர் 7ம் தேதி டெல்லியில் நடைபெற்ற கொலை முயற்சியில் அவர்

உயிர் தப்பியதை நினைத்து மகிழ்ச்சி கொள்ளுங்கள் எனறு சொல்லி அனுப்பினேன். நானும் அப்படியே நினைத்துத்தான் சரிபடுத்திக் கொண்டேன்".

காமராஜரின், காங்கிரசின் தோல்வியை தன் தோல்வியாகக் கருதிய பெரியாரின் மனம் இப்படியிருக்க, இமாலய வெற்றியைப் பெற்ற திராவிட முன்னேற்றக் கழகம் அண்ணா தலைமையில் ஆட்சியைப் பிடித்தது.

இந்தத் தேர்தலில் அண்ணா பாராளுமன்றத்திற்காகத் தென்சென்னைத் தொகுதியில் நின்று வெற்றி பெற்றார். சட்டமன்றத் தேர்தலில் போட்டியிடா விட்டாலும் சட்டசபை திமுக தலைவராக தேர்வு செய்யப்பட்டார்.

இந்நிலையில் எவரும் எதிர்பாராத ஒரு நிகழ்வு நடந்தது. தாம் கண்ட தலைவரும் கொண்ட தலைவரும் அவர் ஒருவரே என்று எந்தப் பெரியாரைப் பற்றி அண்ணா கூறினாரோ அந்தப் பெரியாரை விட்டு விலக நேரிட்டதோடு, அவரால் 18 ஆண்டு காலம் ஏச்சுக்கும் பேச்சுக்கும் ஆளானாரோ அந்தப் பெரியாரை காண வேண்டும். அவரிடம் வாழ்த்துப் பெற வேண்டும் என்ற தனது எண்ணத்தை கழக முன்னணியினருக்குத் தெரிவித்தார்.

அவரது எண்ணத்தை அறிந்த அவர்கள் ஆச்சரியம் அடைந்தனர். பெரியாரைச் சந்தித்தே ஆக வேண்டும் என்ற அண்ணாவின் உறுதி 2. 3. 1967 அன்று நிகழ்ந்தது.

திருச்சியில் இருந்த பெரியாரைச் சந்திக்க நாவலர் நெடுஞ்செழியன், கலைஞர் கருணாநிதி, அன்பில் தர்மலிங்கம் ஆகியோருடன் காரில் புறப்பட்ட அண்ணா, தன் குழுவினருடன் சென்று பெரியார் தங்கியிருந்த இல்லம் சென்றார்.

அனைவரையும் இன்முகத்துடன் வரவேற்ற அன்னை மணியம்மையார், தந்தைபெரியாரிடம் விபரம் கூற, உணர்ச்சி வயப்பட்டவராக இருந்த பெரியாரிடம் சென்ற அண்ணா, "அய்யா நலமாக இருக்கின்றீர்களா? என்று கேட்க தடுமாற்றத்துடன் "சுகமா இருக்கிறேன். நீங்கள் எல்லாரும் நலமா? ரொம்ப சந்தோஷம் " என்றார் உணர்ச்சிப் பெருக்கில் இருவர் கண்களிலும் கண்ணீர்.

6. 3. 1967 அன்று தான் முதலமைச்சராகப் பதவியேற்க இருப்பதைச் சொன்ன அண்ணா தங்கள் ஆசிபெற்றுச் செல்லவே வந்தோம்" என்றார். சிற்றுண்டிக்குப் பின் விடைபெற்ற அண்ணாவிடம், என்னைக் கூச்சப்பட வைத்து விட்டீர்கள் என்றார் பெரியார். அச்சமயம் அவர்களின் மனதில் என்னென்ன ஓடின என்பது அவர்களுக்கே வெளிச்சம்.

உணர்ச்சிப் பெருக்கில் மௌனமாகிப் போன பெரியாரிடம் 'நாங்கள் எப்படி நடந்து கொள்ள வேண்டும் என்பதை நீங்கள்தான் சொல்லித்தர வேண்டும்' என்றார் அண்ணா.

நம்மால் உருவாக்கப்பட்டவர்கள் என்றாலும் நம்மைக் குறை கூறிப் பிரிந்து சென்றவர்கள், நம்மிடம் அன்றாடம் ஏச்சையும் பேச்சையும் வாங்கிக் கட்டிக்கொண்டவர்கள், கொஞ்ச நஞ்சமல்ல பதினெட்டு ஆண்டுகாலம் இத்தகைய நிலையில் வளர்ந்தவர்கள் என்றாலும் அடிப்படைக் கொள்கைகளில் மாற்றம் ஏதும் கொள்ளாமல் நிலைநிறுத்திய தோடு, தம்மிடம் ஆசி வாங்க ஓடோடி வந்த அண்ணாவையும் அவர்களின் தம்பிமார்களையும் எண்ணி பெருமிதம் கொண்டார் பெரியார்.

6. 3. 1967 அன்று தன்னோடு நாவலர் நெடுஞ்செழியன், கலைஞர் கருணாநிதி, மதியழகன், கோவிந்தசாமி, சத்தியவாணிமுத்து, மாதவன், சாதிக் பாட்ஷா மற்றும் முத்துசாமி ஆகியோரை அமைச்சர்களாக இணைத்துக் கொண்டு முதலமைச்சராகப் பதவியேற்ற அண்ணா 'இந்த அமைச்சரவை தந்தை பெரியாருக்கு காணிக்கை' என்றார்.

அண்ணா திரும்பி வந்து பெரியாரைச் சந்தித்ததும், பெரியார், அவர்களை அரவணைத்ததும் திராவிடர் கழகத்தார் சிலருக்கு பிடிக்கவில்லை. அதனை வெளிப்படையாகவே தெரிவிக்கத் தொடங்கினர்.

ஆனால் அந்தக்கருத்துக்களை பெரியார் ஏற்கவில்லை. தம் வாழ்வில் இனநலன் ஒன்றையே குறிக்கோளாகக் கொண்டவர், அதற்காக எதையும் விலைகொடுக்கத் தயாரானவர் என்ற காரணத்தால் தன் தொண்டர்களின் எண்ணங்களுக்கு தெளிவான தனது பதிலை 9. 3. 1967 விடுதலையில் விரிவாகக் கூறினார்.

"தேர்தல் முடிவுக்கு பின்னிட்டு நான் தெரிவித்த எனது கருத்தாகிய அறிக்கைகளைப் பற்றி எனது தோழர்களிடையிலும் காங்கிரஸ்காரர்

களிடையிலும் பொதுமக்களிடையிலும் ஒரு தவறான எண்ணம் ஏற்பட்டிருப்பதாகத் தெரிகிறது.

சிலரை நேரில் பார்த்த அளவிலும், சிலரால் எனக்கு எழுதப்பட்ட கடிதங்களைப் பார்த்த அளவிலும் எதிர்கட்சித் தலைவர்கள் என்னைக் கண்டு பேசிய பிறகு எனது கருத்து மாறிவிட்டதாகவும் எனது எதிர்ப்பு உணர்ச்சியை நான் கைவிட்டு விட்டதாகவும் எதிரிகளுக்கு ஆதரவாகப் போவதாகவும், இதனால் எதிர்காலம் மிகவும் மோசமாய் போய் விடுமென்றும், நாம் ஆதரிக்க ஆரம்பித்து விட்டால் எதிரிகள் தலைகால் தெரியாமல் ஆடுவார்கள் என்றும் இதனால் சாதாரண மக்களும், நம் கழகத் தோழர்களும் பழிவாங்கப்படுவார்கள் என்றும் என்னை நம்பியவர்களை நான் காட்டிக் கொடுத்து விட்டதாக ஆகுமென்றும், முடிவாக நானும் எதிரிகளைக்கண்டு பயந்து போய் வளைந்து கொடுத்துவிட்டேன் என்றும் பிளேட்டைத் திருப்பி போட்டு விட்டேன் என்றும் இந்த நிலைமையை யாருமே எதிர்பார்க்கவில்லையென்றும் தெரிவித்திருப்பதோடு, சிலர் கடுமையான பதங்களை பிரயோகப்படுத்தி கீழ்த்தரமான நிலையில் கையெழுத்தில்லாத கடிதங்கள் மூலம் தெரிவித்திருக்கிறார்கள்.

இவற்றைக் கண்டு நான் ஆச்சர்யப்படவில்லை, மனதில் இதைப்பற்றி எவ்வித கலக்கமும் கொள்ளவில்லை. ஏனென்றால் இப்படிப்பட்ட சமயத்தில் நான் எப்படி கொண்டு அதிலிருந்து தப்பித்துக் கொள்ள நாமாக அவர்களுக்கு தொல்லை கொடுப்பதா?

கூடுமானவரை தொல்லை கொடுக்கவேண்டிய அவசியம் நேரிடாமல் பார்த்துக் கொள்ளும் முயற்சியையாவது செய்து பார்த்து விடுவதா?

நாம் தொல்லை கொடுப்பது என்று ஆரம்பித்துவிட்டால் குதூகலமாய் பின்விளைவுகளைப்பற்றிக்கூட எண்ணாமல் நமக்கு ஆதரவு கொடுக்க மக்கள் முன் வருவார்கள் என்பது எனக்குத் தெரியும்.

இதனால் பதவியிலிருப்பவர்கள் தொல்லைப் படலாமே தவிர மாறுதலடைந்துவிட முடியுமா? அவர்களைப் பாதுகாப்பதற்கென்று பார்ப்பனர், பத்திரிகைகாரர், பணக்காரர் முன் வருவார்கள்.

ஏனென்றால் அண்ணாதுரை தீர்க்கதரிசி அல்லவானாலும் கெட்டிக்காரர். எவ்வளவு சீக்கிரம் பார்ப்பனர்களை விட்டு வெளியேற

முடியுமோ வெளியேறி நமது மந்திரியாகி ஆனாலும் ஆகக்கூடும். நமக்கே அண்ணாதுரை மந்திரிசபையை ஆதரித்து மறுபடியும் அவரே வந்தால் தேவலாம் என்று கருதும்படியான நிலைமை வந்தாலும் வரலாம்.

நாம் காமராஜரின் கையைப் பலப்படுத்த வேண்டும் என்கிற கொள்கையில் இருந்தோம் இருக்கிறோமே தவிர காங்கிரசின் அடிமையல்லவே. அதுவும் நிபந்தனையற்ற அடிமை அல்லவே.

அப்படி இருந்தால் பக்தவச்சலம் கண்டன நாள் கொண்டாடி இருப்போமா? இன்றுதான் ஆகட்டும். நாம் எந்த அளவில் இந்த மந்திரி சபையை ஆதரிப்பவர்களாக ஆகிவிட்டோம்? கொஞ்ச நாளைக்கு எதிர்ப்பு வேண்டாம் என்கின்ற நிலையில்தானே இருக்கிறோம்.

காங்கிரஸ்காரரை நினைத்துக் கொண்டு நாம் ஒன்றும் செய்ய வேண்டியதில்லை. பக்தவச்சலமே ஆறு மாத வாய்தா கொடுத்திருக்கிறாரே. நான் அப்படி வாய்தாகூட கொடுக்கவில்லையே? சமயம் எதிர்பாருங்கள் என்பதாகத்தான் சொல்கிறேன்?

இதனால் நான் பயந்துவிட்டேன் என்று சொல்லப்படுவதனால் எனக்கு உள்ள மரியாதை எவ்வளவு? தோழர்களே மனதை விட்டுவிடாமல் உறுதியான மனத்தைக் கொண்டு எதையும் சிந்தியுங்கள்"

பெரியாரின் விரிவான விளக்கமான இந்த அறிக்கையால் திராவிடர் கழகத் தொண்டர்களும் நடுநிலை வகிப்போரும் அமைதி கொண்டனர். பதவியேற்ற அண்ணா தனது அமைச்சரவையை பார்ப்பனர் எவரும் இல்லாதவாறு அமைத்தார்.

பதவியேற்பின்போது உறுதிமொழி எடுத்துக் கொண்ட அமைச்சர்கள் வரலாற்றில் முதன்முறையாக, 'கடவுள் சாட்சி'யாக என்ற வார்த்தையைப் பயன்படுத்தாமல் 'உளமார' எனச் சொல்லி பதவியேற்றது போன்ற நடவடிக்கைகள் பெரியாரை மிகவும் மகிழ்ச்சியடையச் செய்தன.

திராவிட முன்னேற்றக் கழகத்தோடு கூட்டணி வைத்து தேர்தலில் வென்ற ராஜாஜி எப்படியும் அண்ணாவின் அமைச்சரவையில் இடம் பெற வேண்டும் என்று எண்ணியது ஈடேறவில்லை என்ற காரணத்தால் சபாநாயகர் தேர்தலில் தி. மு. கவை எதிர்த்துப் போட்டியிட்டு தோல்வி அடைய நேரிட்டது.

அதன்பின் ஊடகங்கள் கேட்ட கேள்விகளுக்கு பதில் அளித்த ராஜாஜி 'தேன் நிலவு முடிந்துவிட்டது' என்றார். பார்ப்பனீய எதிர்ப்புக் கொள்கையை அண்ணா கைவிடவில்லை என்ற நிலையில் பெரிதும் ஆனந்தமடைந்தார் பெரியார்.

எதிர்பாராத வகையில் திராவிட முன்னேற்றக் கழகம் வெற்றி பெற்றதையும், தம் இனத் தலைவராம் ராஜாஜியின் துணையோடு வெற்றி பெற்ற பின்னர், அவர் விரும்பியவாறு அவரை அமைச்சரவையில் சேர்த்துக் கொள்ளாமல் புறக்கணித்ததையும், அனைத்திற்கும் மேலாக எவரும் எதிர்பாராத திருப்பமாக தந்தை பெரியாரைச் சந்தித்த அண்ணா, ஆட்சியே அவருக்கு காணிக்கை என்று கூறியதும் பார்ப்பனப் பத்திரிகைகளுக்கு மிகுந்த எரிச்சலையூட்டின.

'கண்ட்ரோல் என்பதே எனக்குப் பிடிக்காது' என்று ராஜகோபாலாச்சாரியார் சொல்வது போலவும் 'அதனால்தான் என் மீதுள்ள உங்கள் கண்ட்ரோலை நான் மெல்ல மெல்ல விலக்குகிறேன்' என்று அண்ணா கூறுவது போலவும் கேலிச் சித்திரம் வெளியிட்டது ஆனந்த விகடன்.

பெரிய சிம்மாசனத்தில் பெரியார் அமர்ந்திருப்பது போலவும், அண்ணாவும் அமைச்சர் பெருமக்களும் எதிரே மரியாதையோடு நிற்பதை ஆச்சாரியார் ஒளிந்திருந்து பார்ப்பது போலவும் 'யாமிருக்க பயமேன்' என்ற தலைப்பில் சுதேசமித்திரன் படம் வெளியிட்டது.

அண்ணா ஆட்சிப் பொறுப்பை ஏற்றது முதல் பெரியார் 'விடுதலை' இதழில் ஆட்சியாளர்களுக்கான பல அறிவுரைகளைத்தொடர்ந்து எழுதி வந்தார். மக்களின் உணவுப் பிரச்சினை சமாளிப்பது, அதிலும் ஆங்கில வழிக்கல்வியின் முக்கியம் ஆகியனபற்றி எழுதினார்.

16. 4. 1967 அன்று சென்னை கோட்டையில் தமிழ்நாடு அரசு தலைமைச் செயலகம் என்ற மின் பெயர்ப்பலகையை முதலமைச்சர் அண்ணா திறந்து வைத்தார்.

அரசுக் கோப்புகளிலும் நடைமுறைகளிலும் மரியாதை நிமித்தமாகக் கூறப்பட்டு வந்த ஸ்ரீ, ஸ்ரீமதி, குமாரி போன்ற வட சொற்களுக்கு மாற்றாக திரு, திருமதி, செல்வி என்ற சொற்கள் பயன்படுத்தப்படும் என்ற அரசாணை

26. 4. 1967 அன்று வெளியிடப்பட்டது. இந்த நிகழ்வுகளால் மகிழ்ந்தார் பெரியார்.

சமதர்மத்திட்டத்தின் மீது பெரும் நம்பிக்கை கொண்டிருந்த பெரியார் மகிழும் வகையில் 19. 4. 1967 அன்று தனியார் மின் நிறுவனங்கள் அனைத்தும் அரசுடைமையாக்கப்படும் என்ற அறிவிப்பை முதலமைச்சர் அண்ணா வெளியிட்டார்.

28. 4. 1967 அன்று பெரம்பலூர் மாவட்டம் ஓகளூர் என்ற ஊரில் அரசுப்பள்ளியில் புதிய கட்டடத் திறப்பு விழா அமைச்சர் ஏ. கோவிந்தசாமி தலைமையில் நடந்தது. அதில் கலந்து கொண்ட பெரியார், முதல்வர் அண்ணாவின் படத்தைத் திறந்து வைத்து உரையாற்றினார்.

அண்ணாவின் ஆட்சியை அப்போது பாராட்டி வந்த பெரியார் சில விசயங்களை கண்டிக்கவும் தயங்கவில்லை. ரூபாய்க்கு ஒரு படி அரிசித் திட்டத்தை தவறு என்றார். 'இதனால் மிக்க நட்டம் ஏற்படும். இந்த அரிசி விலை குறைப்பே நியுசன்ஸ் அனாவசியத் தொல்லை' என்றார்.

அண்ணாவின் ஆற்றல்மிகு சாதனைகள்

தென்னாட்டின் அரசியல் வரலாற்றில் திராவிட அரசியலை நிலை நிறுத்தியவர், சமதர்ம சமுதாயம் நிலவ, எல்லாமும் எல்லாருக்கும் கிடைக்க வேண்டும், தமிழினம் தலைநிமிர்ந்து நடக்க வேண்டும் என்று உழைத்தவர் பேரறிஞர் அண்ணா.

1967ம் ஆண்டு தமிழகத்தின் அரசியலில் வெள்ளி முளைத்தது. பேரறிஞர் அண்ணா முதலமைச்சரானார்.

பேரறிஞர் அண்ணா முதல் அமைச்சராக பணியாற்றிய காலத்தில் திராவிட முன்னேற்ற கழக அரசு செய்த சாதனைகள் திராவிட ஆட்சியின் தனித் தன்மையை உலகிற்கு உணர்த்தின.

திராவிட முன்னேற்றக் கழகத்தின் ஆட்சியில் பேரறிஞர் அண்ணா செய்த அற்புதமான சாதனைகள் சில:-

1. 1967ல் பேரறிஞர் அண்ணா முதலமைச்சர் ஆனதும் மெட்ராஸ் ஸ்டேட் என்று இருந்ததை தமிழ்நாடு என்று பெயரிட்டார்.

2. தந்தை பெரியாரின் கொள்கையான சுயமரியாதை திருமணங்கள் செல்லுபடியாகும் என அரசாணையை கொண்டு வந்தார்.

3. தமிழக மக்களின், மாணவர்களின் இந்தி எதிர்ப்பு உணர்ச்சியை மனதில் கொண்டு, இந்தியத் துணைக் கண்டம் முழுவதும் மும்மொழித் திட்டம் அமலில் இருந்தபோது தமிழ்நாட்டில் இரு மொழி திட்டம் கொணர்ந்து தமிழ், ஆங்கிலம் இரண்டு மட்டும்தான் இங்கு இந்திக்கு இடமில்லை என்று தீர்மானம் இயற்றினார்.

4. பதவி ஏற்கும்போது கடவுள் பெயரால் என்று சொல்லி பதவி ஏற்காது மனசாட்சிபடி உளமார எனச் சொல்லி பதவி ஏற்றார்.

5. அண்ணா அரசு அமைந்ததும் ஆகாஷ்வாணி என்பது வானொலி என அழைக்கப்பட்டது.

6. ஏழை எளியோருக்கு பயன்படும் வகையில் சென்னை கோவை இருநகரங்களிலும் ரூபாய்க்கு 1படி அரிசி வழங்கியது.

7. புன்செய் நிலங்களுக்கு நிலவரி ரத்து செய்யப்பட்டது.

8. பேருந்துகள் அரசுடமை ஆக்கப்பட்டது.

9. பி. யு. சி வரையில் ஏழைகளுக்கு இலவசக்கல்வி அளிக்க ஏற்பாடு செய்யப்பட்டது.

10. பேருந்துகளில் திருக்குறள் இடம் பெறச் செய்தது.

11. கலப்பு திருமணம் செய்து கொள்வோரை ஊக்கப்படுத்தும் விதத்தில் தங்க விருது அளிக்கப்பட்டது.

12. சென்னையில் உள்ள குடிசைவாசிகளுக்கு தீ பிடிக்காத வீடுகள் கட்டித்தந்தார்.

13. 1968ல் இரண்டாவது உலகத் தமிழ் மாநாடு சென்னையில் நடத்தினார்.

14. கடற்கரைச் சாலையில் தமிழ்ச் சான்றோர்களுக்கு சிலை நிறுவினார்.

15. அரசு அலுவலகங்களில் உள்ள கடவுள் படங்களை நீக்க உத்தரவிட்டார்.

16. சென்னை செகரட்டேரியட் என்பதனை தலைமைச் செயலகம் என மாற்றியமைத்தார்.

17. விதவைத்திருமணம் செய்து கொள்வோருக்கு வேலைவாய்ப்பில் முன்னுரிமை வழங்கினார்.

முதலமைச்சர் அண்ணா பெரியார் முன் ஆற்றிய உரை

7.6.1967 அன்று திருச்சி மாநகரில் பெரியார் மாளிகையில் பெரியாரால் நடத்தி வைக்கப்பட்ட கம்யூனிஸ்ட் கட்சித் தலைவர் ப. ஜீவானந்தம் அவர்களின் மகள் உஷாவின் திருமணத்தில் கலந்து கொண்டு உரையாற்றிய முதலமைச்சர் அண்ணா வின் உரையிலிருந்து:-

'என்னுடைய பொது வாழ்வில் எனக்கு கிடைத்த ஒரே தலைவரான பெரியார் அவர்களே' நமது தமிழ்நாட்டில் மட்டும் வயதானவர்கள் வீட்டிற்கு பெரியவர்களாக வீட்டிலேயே இருப்பார்கள். அவரது பிள்ளைகள் வெளியூர்களில் ஒருவர் டாக்டராகவும் ஒருவர் எஞ்சினியராகவும் ஒருவர் வக்கீலாகவும் இருப்பர்.

அந்தப் பெரியவர் தன் மகன்களைச் சுட்டிக்காட்டி அதோ போகிறானே அவன்தான் பெரியவன், டாக்டராக இருக்கிறேன், இவன் அவனுக்கு அடுத்தவன் எஞ்ஜீனியராக இருக்கிறான். அவன் சிறியவன் வக்கீலாக இருக்கிறான். இவர்கள் எல்லோரும் எனது பிள்ளைகள் என்று கூறிப் பூரிப்பும் மகிழ்ச்சியும் அடைவார்.

அதுபோலப் பெரியவர்கள் நம்மாலே பயிற்சியளிக்கப்பட்டவர்கள் பல்வேறு கட்சிகளில் இருந்தாலும், அவன் என்னிடமிருந்தவன், இவன் என்னுடன் சுற்றியவன் என்று சொல்லிக் கொள்ளக்கூடிய பெருமை இந்தியாவிலேயே பெரியார் ஒருவருக்குத்தான் உண்டு.

காங்கிரசில் இருப்பவர்களைப் பார்த்து, திமுகவில் இருப்பவர்களைப் பார்த்து, கம்யூனிஸ்ட் சோசலிஸ்ட் கட்சியில் இருப்பவர்களைப் பார்த்து இவர்கள் என்னிடமிருந்தவர்கள், இவர்களுக்கு நான் பயிற்சி கொடுத்தேன். இன்று இவர்கள் சிறப்போடு இருக்கிறார்கள் என்று சொல்லிக் கொள்ளக்கூடிய பெருமை அவர் ஒருவரையே சாரும்.

அவர் என்னுடைய தலைவர். நானும் அவரும் பிரிகிறபோதுகூட நான் அவரையேதான் தலைவராகக் கொண்டேன். வேறு ஒருவரைத் தலைவராகப் பெறவில்லை. அந்த அவசியமும் வரவில்லை. அன்று ஏற்றுக்கொண்டது போல இன்றும் அவரையே தலைவராகக் கொண்டுதான் பணி செய்து வருகிறேன். சுயமரியாதை இயக்கம் ஒழுக்கச்சிதைவு இயக்கம் அல்ல. மனித சமுதாயத்தை ஒழுக்க நெறிக்குக் கொண்டுவந்து முன்னேற்ற வேண்டும் என்பதற்காக பாடுபடும் இயக்கமாகும். சுயமரியாதை இயக்கம் பகுத்தறிவு இயக்கம் தமிழ் இயக்கத்தோடும் பிணைத்துக்கொண்டது.

பகுத்தறிவுவாதிகளாகிய நாங்கள் பகுத்தறிவால்தான் மனித சமுதாயத்தை முன்னேற்றத்திற்கு கொண்டு வரமுடியும். அதற்கு எதிராக இருக்கிற மதம், புராணம் இவைகள் எல்லாம் மக்களின் எண்ணத்திலிருந்து அகற்றப்படவேண்டும் என்பதற்காகப் பாடுபட்ட வருகிறோம்.

சுயமரியாதை இயக்கம் வளர்ந்து பெண்ணுரிமையைப் பெற்றிருக் கிறது. ஆலயங்களில் நுழையும் உரிமையைப் பெற்றிருக்கிறது. இன்னும் பல உரிமைகளைப் பெற்றுத் தந்திருக்கிறது.

தமிழர்களின் குடும்பங்களில் பல சுயமரியாதைத் திருமணங்களை ஏற்று நடத்தியிருக்கின்றன. சட்டப்படி செல்லாது எனத்தெரிந்தும் அதனால்

ஏற்படும் தொல்லைகளைப் பொருட்படுத்தாது மக்களுக்காகத் தானே சட்டம் என்பதை உணர்ந்து சுயமரியாதைத் திருமணம் செய்து கொண்டவர்கள் நமது வணக்கத்திற்குரியவர்களாவார்கள்.

எங்களது ஆட்சியில், விரைவில் சுயமரியாதை திருமணத்தை சட்டப்படி செல்லத்தக்கதாக சட்டம் கொண்டுவர இருக்கிறோம். ஏற்கனவே நடத்திவைக்கப்பட்ட திருமணங்களும் சட்டப்படி செல்லத்தக்கதாகும் என்று சட்டம் கொண்டுவர இருக்கிறோம். பெரியாரவர்கள் நீண்ட நாட்களாக எதிர்பார்த்துக் கொண்டிருந்ததை நாங்கள் வந்து செய்யும் வாய்ப்புக் கிடைத்தமைக்காக பெருமகிழ்ச்சி அடைகிறேன்.

நெடுந்தொலைவு பிரிந்து சென்றிருந்த மகன் தந்தைக்கு மிகப் பிடித்தமான பொருளைக் கொண்டு வந்து கொடுப்பதைப் போல நாங்கள் பெரியாரிடம் இக்கனியை (சட்டத்தை) சமர்ப்பிக்கின்றோம். எனக்கு முன் இருந்தவர்கள்கூட இதைச் செய்திருக்க முடியும். எனினும் நான் போய் நடத்த வேண்டிய வாய்ப்பு எனக்கு கிடைத்தமைக்கு பெருமகிழ்ச்சி யடைகிறேன்.

"முதலமைச்சரின் இந்த உரையைக் கேட்ட பெரியார் அவர்கள் மகிழ்ச்சியின் உச்சத்திற்கே சென்று இந்த உரையை 'நான் அருள் வாக்காகவே கருதிப் பாராட்டுகிறேன்' எனப் புகழ்ந்தார்.

20. 6. 1967 அன்று சட்டமன்றத்தில் நடந்த நிகழ்ச்சியின் போது பேசிய ஒரு தி. மு. க உறுப்பினர் 'பெரியாருக்கு தியாகிகள் பென்ஷனும் அரசு மானியமும் வழங்கப்படுமா?' என்று கேட்ட கேள்விக்குப் பதிலுரைத்த முதலமைச்சர் அண்ணா 'இந்த அமைச்சரவையையே அவருக்கு காணிக்கையாகக் கொடுத்திருக்கிறோமே' என்றார். சொன்னதைச் செய்யும் கொள்கை கொண்ட அண்ணா 28. 11. 1967 அன்று தமிழ்நாடு இந்து திருமண(திருத்த) மசோதா என்ற பெயரில் சட்டம் கொண்டு வந்தது. 'சுயமரியாதைத் திருமணம் சட்டப்படியாக செல்லுபடி யாகும்' என்ற ஆணை பிறப்பித்தார். இதுமட்டுமின்றி இந்த ஆணையில் இதற்குமுன் நடைபெற்ற சுயமரியாதைத் திருமணங்களும் செல்லும் என்றும் சட்டம் இயற்றப்பட்டிருந்தது.

6. 12. 1967 அன்று விருதுநகரில் நடைபெற்ற திமுக முன்னோடிகளில் ஒருவரான ஏ. வி. பி. ஆசைத்தம்பியின் மகளின் சுயமரியாதைத்

திருமணத்தை நடத்திவைத்து மணமக்களை வாழ்த்திய முதலமைச்சர் அண்ணா அவர்கள், 'இந்தத் திருமணச் சட்டம் பெரியாருக்கு காணிக்கை' என்றார். தன் கொள்கைகள் தன் கண்முன்னே ஈடேறிவரும் உன்னதமான காட்சிகளைக்கண்டு பெரியார் மட்டற்ற மகிழ்வில் திளைத்திருந்தார்.

'அண்ணா அவர்கள் நம் நாட்டுக்கு நிதி என்றுதான் சொல்ல வேண்டும். ஆட்சிப் பொறுப்பேற்றதும் பகுத்தறிவுக் கொள்கையின்படி துணிந்து ஆட்சி செய்து வருகிறார்.

ஒவ்வொரு மன்றங்களிலும் ஒவ்வொரு வீட்டிலும் அண்ணா அவர்கள் படம் இருக்க வேண்டும். ஏனெனில் வரலாறு தோன்றிய காலம் முதல் இம்மாதிரி பகுத்தறிவாளர் ஆட்சி ஏற்பட்டதே இல்லை' என்று பெரியார் விடுதலை இதழில் 10. 9. 1968ல் எழுதினார்.

'அண்ணா அவர்கள் நமக்கு கிடைத்தற்கரியது கிடைத்தது போன்றவராவார்கள். அவர் போனால் அடுத்து அந்த இடத்திற்கு சரியான ஆள் இல்லை என்று சொல்லும்படி அவ்வளவு பெருமை உடையவர்கள். நமது நல்வாய்ப்பாக அவரது தலைமையில் பகுத்தறிவாளர் ஆட்சி அமைந்துள்ளது. இதனைக் காப்பாற்ற வேண்டியது தமிழர் கடமையாகும்' என்று 23. 12. 1968ல் விடுதலை இதழில் பெரியார் எழுதினார்.

யார் ஆள்கிறார்கள் என்பதைவிட எப்படி ஆள்கிறார்கள் என்பதுதான் முக்கியம். சாதி ஒழிப்பு, பகுத்தறிவு, வகுப்புவாரி உரிமை ஆகிய எனது கொள்கைக்கு ஆதரவாக பகுத்தறிவுவாதிகளே (திமுக) ஆட்சிக்கு வந்து பதவிப்பிரமாணம் கூட இவர்கள் கடவுள் பெயரால் செய்யாதது திருப்தி அளிக்கிறது என்று 15. 9. 1967 விடுதலை இதழில் பெரியார் எழுதினார்.

பொதுவாகச் சொல்ல வேண்டுமானால் இந்தியாவிலே பார்ப்பனர் தவிர்த்த மற்றத் திராவிடர் சமுதாயத்திற்குச் சிறப்பாக சமூகத் துறையில் அரசியல் மூலம் தொண்டாற்றும் ஸ்தாபனம் திராவிட முன்னேற்றக் கழகம் ஒன்றே ஒன்றுதான் என்று சொல்லும் படியான நிலையில் இருந்து வருகிறது.

திமுக ஆட்சியின் மூலம்தான் தமிழன் அடைய வேண்டிய பலனை அடைய முடியும். ஆகவே இந்த ஆட்சிக்கு ஆதரவாக இருந்து பாதுகாக்க வேண்டியது தமிழர்களின் கடமையாகும் என்று பெரியார் விடுதலை இதழில் எழுதி திமுக ஆட்சியைப் பாராட்டினார்.

அண்ணாவுடன் கலைஞரின் முதல் சந்திப்பு

அண்ணாவின் திராவிட நாடு இதழில் கலைஞர் கருணாநிதி தான் பள்ளியில் படித்த காலத்திலேயே ஒரு கட்டுரை எழுதினார். அதன் தலைப்பு 'இளமைப் பலி' என்பதாகும்.

கலைஞரின் கட்டுரையைப் படித்த அண்ணா கட்டுரையாளர் மிகப் பெரியவராக இருக்கவேண்டும் என்று எண்ணிக்கொண்டார். ஒரு சமயம் அண்ணா திருவாரூரில் நடைபெற்ற கூட்டத்திற்கு பேசவந்தார்.

'இளமைப் பலி' கட்டுரையாளர் மு. கருணாநிதி நினைவு வரவே அவரைப் பார்க்க விரும்பினார். 'அண்ணா அழைக்கிறார்' என்றதும் எண்ணங்களில் எழுச்சி கொண்டார். யாரைக் காண

வேண்டும், கண்டு ஆசை தீர பேசவேண்டும் என்று பல நாட்களாக ஆர்வத் துடிப்புடன் காத்துக் கடந்தாரோ அவரே தன்னை அழைப்பதை கேட்டதும் பூரிப்படைந்தார்.

உடனே துள்ளிக் கிளம்பினார். அண்ணாவை கண்டதும் கருணாநிதிக்கு கைகட்டி நிற்கத் தோன்றியதே தவிர பேச வாய்வரவில்லை. மகிழ்ச்சிப்பெருக்கு.

'கருணாநிதியை அழைத்துவா என்றால் யாரோ ஒரு சிறுவனை முன்னால் கொண்டு வந்து நிறுத்தியிருக்கிறீர்களே' என்று அண்ணாவுக்கு வியப்பு! 'யார் இந்தச் சிறுவன் என்று பார்வையினால் கேட்டார். அவரது வியப்பை புரிந்து கொண்டு 'இவர்தான் நீங்கள் பார்க்க விரும்பிய கருணாநிதி' என்று தெரிவித்தார்கள்.

அண்ணாவுக்கு ஏற்பட்ட வியப்பு மேலும் மிகுந்தது.

'இந்தச் சிறுவனா கருணாநிதி? இவனா அந்தக் கட்டுரையை அத்தனைச் சிறப்பாக எழுதினான் என்று ஆச்சர்யமும் சேர்ந்து கொண்டது. இரண்டும் இந்தச் சிறுவன்தான் என்பது உறுதியானதும் அண்ணா கருணாநிதியைக் கட்டித் தழுவிக் கொண்டார். அந்த வயதில் பள்ளி மாணவனாகிய கருணாநிதிக்கு ஏற்பட்டிருந்த எழுத்தாற்றலை அவர் பாராட்டினார்.

பாராட்டியது மட்டுமல்ல. மற்றொன்றும் சொன்னார் அண்ணா. 'இது பள்ளியில் படிக்கும் வயது உனக்கு. கட்டுரை எழுதுவதிலேயே கவனம் செலுத்தாமல் நன்றாகப்படி'.

தேசிய அரசியல் சதுரங்கத்தில் தவிர்க்கவே முடியாதவராகத் திகழ்ந்த ராஜதந்திரி கருணாநிதி வாய்ப்பு, உழைப்பு இரண்டும் சேர்ந்துதான் அவருக்கு மேடை அமைத்துக் கொடுத்தன.

கருணாநிதி இதுநாள்வரைக் கட்டிக்காத்த திராவிட இயக்கத்தின் மூல உணர்வுகள்மீது எந்த மாசும் படியாமலும் கடல் கொள்ளையர்களால் அவை கைப்பற்றப்படாமலும் திராவிட இயக்கம் அதன் இளைய தலைமுறையால் கரை சேர்க்கப்பட வேண்டும். இயக்கத்தின் நிறுவனர்கள் விரும்பியபடி இந்தியக் கூட்டாட்சி என்ற துறைமுகத்தை அது சென்றடைய வேண்டும்.

பெரியாரிடமிருந்து அண்ணா சுவீகரித்துக் கொண்ட திராவிட இயக்கக் கொள்கைப்படி மத்திய அரசு என்பது மைய அரசுதானே தவிர உச்ச அரசு அல்ல. அண்ணாவின் கூட்டாட்சிக் கொள்கை என்பது ஒரு தேசிய கனவு.

அண்ணாவின் மரணம் திராவிட இயக்கத்தைத் தாண்டியும் ஒரு பேரிழப்பு என்றாலும் கருணாநிதியின் அரசியல் அண்ணாவின் அரசியலை அடியொற்றியதாக அமைந்தது.

ஏழைகளுக்கு ஆதரவான, விவசாயிகளுக்கு ஆதரவான, சாமானிய மக்களுக்கு ஆதரவான, சாதியத்துக்கும் மதவாதத்துக்கும் எதிரான கொள்கைகளின் வழியே ஆட்சியதிகாரத்தை அணுகுவது அந்த அரசியல்.

தமிழ்நாட்டில் திமுக அதிமுக இரண்டும் மாறி மாறி ஆண்டு வருவதால் தொடர்ந்து ஆட்சிப் பீடத்திலேயே இருக்கிறது திராவிட இயக்கம்.

மாநிலக் கட்சிகள் இணைந்து ஒரு வலுவான தேசியக் கூட்டணியை உருவாக்க வேண்டும் என்ற தேசியக் கனவு திமுகவிடம் எப்போதும் உண்டு. கூட்டணி ஆட்சியின் மூலமாக உண்மையான கூட்டாட்சி முறைக்கு இந்நாட்டை அழைத்துச் செல்லும் கனவு அது.

டெல்லியில் 1970ல் நடைபெற்ற தேசிய வளர்ச்சிக் குழுக் கூட்டத்தில் கலைஞர் மாநில சுயாட்சி குறித்துப் பேசியது தொடர்பாக மறுநாள் இந்துஸ்தான் டைம்ஸ் இப்படி எழுதியிருந்தது.

"கூட்டாட்சிக்கும் கூட்டணியாட்சிக்கும் உள்ள வேறுபாட்டுக்கு ஒரு புதிய விளக்கத்தைக் கொடுத்திருக்கிறார் கலைஞர்".

லெனின் சோவியத் ஒன்றியத்தை 'பல்வேறு சமமான தேசிய சோவியத் குடியரசுகளின் அரசியல் ஒன்றியமாகவே பார்த்தார். அண்ணா வழியில் வந்த கலைஞரும் அப்படியே பார்த்தார்.

மாநிலங்கள் சமமான கூட்டாளிகளாகக் கருதப்படும் வரையிலும் அரசியலமைப்புச் சட்டத்தில் மாற்றம் வேண்டும் என்பது திமுகவின் தொடர் முழக்கங்களில் ஒன்று.

ஒருபுறம் கூட்டாட்சிச் சூழலை உருவாக்க அரசியலமைப்புச் சட்டப்படியான மாற்றங்களுக்குத் தொடர்ந்து திமுக முயற்சித்து வந்தாலும்

மறுபுறம் மதத்திய அரசில் மாநிலக்கட்சிகளும் பிரதான பங்கு வகிக்கும் கூட்டணி அரசை அமைப்பதன் மூலம் மாநிலங்களுக்கான முக்கியத்துவத்தை பெறும் முயற்சிகளிலும் அது இறங்கியது.

1971லேயே காங்கிரஸுடனான கூட்டணி மூலம் தேசிய அரசியலில் திமுக அடியெடுத்து வைத்துவிட்டாலும் 1988 செப்டம்பர் 17 அன்று கலைஞர் முன்னின்று உருவாக்கிய தேசிய முன்னணி, அகில இந்திய அரசியல் அளவில் ஒரு முக்கியமான முன்னெடுப்பாகும்.

காங்கிரஸ், பாஜகவுக்கு மாற்றான முக்கியமான ஒரு முயற்சி இது. ஏழு கட்சிகள் சேர்ந்து அமைத்த இக்கூட்டணி, விரைவில் வி. பி. சிங் தலைமையில் ஆட்சியும் அமைத்தது.

போதிய எண்ணிக்கை பலமின்மை, ஒற்றுமையின்மை ஆகியவற்றோடு வி. பி. சிங் முன்னெடுத்த வரலாற்று நடவடிக்கையான பிற்படுத்தப்பட்டோருக்கான இடஒதுக்கீடு சேர்ந்து அவருடைய ஆட்சியை 11 மாதங்களிலேயே முடிவுக்கு கொண்டுவந்தன.

அடுத்து 1996ல் ஐக்கிய முன்னணியை கட்டுவதில் பெரும் பங்கு வகித்தார் கலைஞர். இக்கூட்டணியும் ஆட்சியில் அமர்ந்தது.

தேவகௌடா, குஜ்ரால் என்று இரு பிரதமர்களைத் தேர்ந்தெடுப்பதில் முக்கிய பங்காற்றினார் கலைஞர். ஆனாலும் ஒற்றுமையின்மை இரு ஆண்டுகளுக்குள் ஆட்சியையும் இக்கூட்டணியையும் குலைத்தது.

இதற்குப்பின் நிலையான ஆட்சி எனும் தேசிய நலனைக் கொண்டு பாஜக தலைமையிலான தேசிய ஜனநாயகக் கூட்டணியிலும் பின்னர் காங்கிரஸ் தலைமையிலான ஐக்கிய முற்போக்கு கூட்டணியிலும் இடம் பெற்றது தி. மு. க.

கடமை கண்ணியம் கட்டுப்பாடு என்ற கொள்கை முழக்கத்தின் காவலராக தமது பொது வாழ்வு முழுவதும் வாழ்ந்த அண்ணாதுரை, சின்ன காஞ்சிபுரத்தில் வரகுவாசல் தெருவில் கதவெண் 54 உள்ள வீட்டில் செங்குந்தக் கைக்கோள முதலியார் மரபில் கைத்தறி நெசவாளர் நடராஜன் முதலியார் பங்காரு அம்மாள் தம்பதியருக்கு 1909 செப்டம்பர் 15ம் தேதியன்று மகனாகப் பிறந்தார்.

அண்ணாவின் அன்னை பங்காரு அம்மாள் அண்ணா சிறு வயதாக இருக்கும்போதே இறந்துவிட்டதால் அவரது தந்தை நடராஜன் இராஜாமணி என்பவரை மறுமணம் செய்து கொண்டார்.

அண்ணாவை இராஜாமணி அம்மாள்தான் வளர்த்து வந்தார். அவரை அண்ணா தொத்தா என்று அன்புடன் அழைப்பார்.

அண்ணா மாணவப்பருவத்திலேயே ராணியம்மையாரை மணம் புரிந்தார். இவர்களுக்கு குழந்தை இல்லாததால் தமது தமக்கையின் பேரக் குழந்தைகளை தத்தெடுத்து வளர்த்தனர்.

பச்சையப்பன் உயர்நிலைப்பள்ளியில் சேர்க்கப்பட்ட அண்ணாதுரை குடும்ப வறுமை காரணமாக பள்ளியிலிருந்து தனது படிப்பை தற்காலிகமாக நிறுத்திக் கொண்டு நகராட்சி அலுவலகத்தில் உதவியாளராக சிறிது காலம் பணிபுரிந்தார்.

1934ல் இளங்கலைமானி மேதகைமை(ஆனர்ஸ்) மற்றும் அதனைத் தொடர்ந்து முதுகலைமானி பொருளியல் மற்றும் அரசியல் பட்டப் படிப்புகளை சென்னை பச்சையப்பன் கல்லூரியில் பயின்றார்.

பின்பு பச்சையப்பன் உயர்நிலைப்பள்ளியில் ஆங்கில ஆசிரியராகப் பணியாற்றினார். ஆசிரியப் பணியை இடைநிறுத்தி பத்திரிகைத் துறையிலும் அரசியலிலும் ஈடுபாடு கொண்டார்.

சட்டமன்றத்தில் அண்ணாத்துரை எதிர்க்கட்சியாக இருந்தபொழுதும், ஆளுங்கட்சியாக இருந்தபோதும் அவரது பணி சிறந்ததாகவே கருதப்பட்டது.

அவரின் பேச்சு கண்ணியத்துடன் எதிர்த்து கேள்வி கேட்பவரையும் சிந்திக்க வைக்கவும் கோபக்கணைகளுடன் வார்த்தைகளை தொடுப்பவர்களையும் வெட்கித் தலைகுனிய வைக்கும் நிலையிலேயே அவரின் பேச்சுக்கள் அமைந்திருந்தன.

1962ல் அண்ணாதுரை மற்றும் அவரது கட்சியினர் 50 உறுப்பினர்கள் வெற்றி பெற்று சட்டமன்றத்தில் இடம் பெற்றிருந்தபோது ஆளும் காங்கிரஸ் சார்பில் வைக்கப்பட்ட குற்றச்சாட்டுக்கு மிக சாதுர்யமாக பதிலளித்ததைக் கண்டு ஆளுங்கட்சியான காங்கிரஸ் கட்சியே வியந்தது.

அவர்கள் அண்ணாவை நோக்கி வைத்த குற்றச்சாட்டு, அண்ணாதுரையால் நல்ல எதிர்க்கட்சியாக இயங்கத் தெரியவில்லை என்று கேலியுடன் தெரிவித்த குற்றச்சாட்டுக்கு இவ்வாறு பதிலுரைத்தார்.

'நீங்கள் எதிர்கட்சி சரியில்லை என்று அடிக்கடி சொல்லிக் கொண்டிருப்பதைப் பார்த்தால் விரைவில் நீங்களே அந்தக் குறையைப் போக்கி விடுவீர்கள் என எண்ணுகிறேன். நாங்கள் ஒரு காலத்தில் நீங்கள் இப்போது உள்ள இடத்தில் அமர வேண்டியவர்கள் என்பதால் பொறுப்புணர்ந்து அடக்கத்துடன் கூறுகிறேன்' என்று குறிப்பிட்டார் அண்ணா.

அண்ணாத்துரை முதலமைச்சரான இரண்டு வருடத்திற்குள் புற்றுநோய் தாக்குதலுக்குள்ளாகி மருத்துவ பராமரிப்பிலிருக்கும் பொழுது 3 பிப்ரவரி 1969 அன்று மரணமடைந்தார்.

அவர் புகையிலையை உட்கொள்ளும் பழக்கமுடையவராக இருந்ததால் இந்நோய் தீவிரமடைந்து மரணமடைந்தார்.

அவரின் இறுதி மரியாதையில் பெருந்திரளான மக்கள் கலந்து கொண்டனர். இந்நிகழ்வு கின்னஸ் உலக புத்தகத்தில் இடம் பெற்றது. இறுதி மரியாதையில் சுமார் 1கோடியே 50 லட்சம் பேர் கலந்துகொண்டு இறுதி மரியாதை செலுத்தினர்.

இவரின் உடல் சென்னை மெரினா கடற்கரையில் அடக்கம் செய்யப்பட்டது.

இவரின் நினைவைப் போற்றும் வகையில் இவ்விடம் அண்ணா சதுக்கம் என்ற பெயரில் பொதுமக்கள் அஞ்சலி செலுத்தும் வகையில் அமைக்கப்பட்டுள்ளது.

தமிழ்நாடு அரசு அண்ணாவின் நினைவாக இவர் வாழ்ந்த காஞ்சிபுரம் இல்லத்தை பேரறிஞர் அண்ணா நினைவு இல்லம் என்கிற பெயரில் நினைவுச் சின்னமாக மாற்றியுள்ளது.

இங்கு அண்ணா அமர்ந்த நிலையிலான சிலை வைக்கப்பட்டுள்ளது. அண்ணாவின் வாழ்க்கை வரலாறு தொடர்பான புகைப்படங்கள் கண்காட்சியாக வைக்கப்பட்டுள்ளது.

அண்ணா அறிவாலயம் திறப்பு விழாவின்போது பேரறிஞர் அண்ணாவின் மனைவி ராணியம்மையார் சிறப்பு விருந்தினராகக் கலந்து கொண்டார். இவ்விழாவில் பேசிய கலைஞர் 'அண்ணன் நமக்கு பலமான அடித்தளம் அமைத்து தந்திருக்கிற காரணத்தினால்தான் எதிர்ப்புக் கணைகளை முறியடித்து கழகம் வானளாவ உயர்ந்து நிற்கிறது.

கழக உடன் பிறப்புகளின் உழைப்பும் தியாகமும்தான் இங்கு அண்ணா அறிவாலயமாக அழகுற மிளிர்கிறது என்றவர் தொடர்ந்து இதைக் கண்டு நெகிழ்ந்து போய் நிற்கிறேன்.

என்றாலும் அண்ணன் இல்லை. அந்த அண்ணனுக்காக. . . அந்த அண்ணன் பெயரால் ஓர் அறிவாலயம் காணுகிற இந்த நிகழ்ச்சியில் நம்முடைய அண்ணியார் அவர்கள் வருகைதந்து எங்களுடைய முயற்சியை வாழ்த்தியிருக்கிறார்கள். அவர்களுக்கு நன்றி கூறிக் கொள்ள கடமைப்பட்டிருக்கிறேன் என்றார் நா தழுதழுக்க.

அண்ணா அறிவாலயம் என்பது வெறும் கட்சி அலுவலகம் மட்டுமல்ல. அதுபோன்ற கட்டடத்தை வேறு எந்த கட்சி அலுவலகத்திலும் இல்லாத அளவுக்கு மிகவும் சிறப்பம்சத்தோடு கட்டியிருந்தார் கலைஞர்.

இந்த அறிவாலயத்துக்குள் பேராசிரியர் ஆய்வு நூலகம், கலைஞர் கருவூலம், வெற்றிச்செல்வி இலவச கண் மருத்துவமனை, கலைஞர் அரங்கம், பூங்கா உள்ளிட்டவை அமைந்திருக்கின்றன.

இங்குள்ள நூலகத்தில் சுமார் 50,000 புத்தகங்களுடன் அனைத்து வகை ஆய்வு நூல்களும் இருக்கின்றன.

கலைஞர் கருவூலத்தில் இதுவரை கலைஞர் அன்பளிப்பாக வாங்கிய சிறிய பேனா முதல் பெரிய அளவிலான உலோகச் சிலைகள் வரை என அனைத்தும் பாதுகாக்கப்பட்டு வருகின்றன.

நீதிக்கட்சி ஆரம்பம் முதல் இன்றைய தமிழக அரசியல் வரை அனைத்து நிகழ்வுகளும் புகைப்படச் செய்திகளாக கருவூலத்தின் மற்றொரு பெட்டகத்தில் காட்சிக்காக வைக்கப்பட்டுள்ளன. இந்தப் பெட்டகம் அப்போதைய குடியரசுத் தலைவர் கே. ஆர். நாராயணனால் திறந்து வைக்கப்பட்டது.

அதேபோன்று இங்குள்ள இலவச கண் மருத்துவமனையில் ஒவ்வொரு மாதமும் சுமார் 30க்கும் மேற்பட்டோருக்கு இலவசமாக அறுவை சிகிச்சைக்கு ஏற்பாடு செய்யப்பட்டு வருகிறது.

அண்ணா அறிவாலயத்தினுள் சிறிய திரை அரங்கும் உள்ளது. இங்கு திராவிட இயக்கம் கடந்த வந்த பாதை, அண்ணா, பெரியார் இயக்க வரலாறு ஆகியவை குறும்படங்களாகத் திரையிடப்பெற்று வருகின்றன.

தி. மு. க தொண்டர்களுக்கு அறிவாலயமாகவும் கலைஞருக்கு உயிராலயமுமாக உள்ளது. அப்படிப்பட்ட அந்த வீட்டில் காலை 5 மணிக்கே கலைஞரைப் பார்க்கலாம். ஒரு மணி நேர நடைப்பயிற்சிக்குப் பிறகு கோபாலபுரம் வீட்டுக்கு செல்வார். பிறகு சரியாக 10. 45 மணியளவில் மீண்டும் அறிவாலயத்துக்கு வந்து விடுவார். பின்பு கலைஞர் தொலைக்காட்சியில் மதியம் 1 மணி செய்தியைப் பார்த்துவிட்டு மதிய உணவுக்காக வீட்டுக்குச் செல்லும் கலைஞர் மீண்டும் மாலை 6. 30 மணிக்கு அறிவாலயம் வந்து விடுவார்.

கலைஞர் தொலைக்காட்சியில் இரவு செய்தியை பார்த்துவிட்டு 8. 30 மணியளவில் வீட்டுக்கு கிளம்பி விடுவார் இவைதான் கலைஞர் அறிவாலயத்தில் அன்றாடம் செய்யும் பணிகள்.

அவர் சென்னையில் இருக்கும் நாட்களில் காய்ச்சல் இருந்தாலும் கூட அறிவாலயம் வராமல் இருந்ததே கிடையாது.

அதேபோல் கலைஞர் வெளியூர் பயணங்களை முடித்துவிட்டு இரவு நேரத்தில் சென்னை வந்தால்கூட அறிவாலயத்துக்கு வண்டியை விடு ஒரு எட்டு பார்த்துட்டு போவோம் என்று தன் கார் டிரைவரிடம் சொல்வாராம்.

அண்ணா அமரர் ஆனபோது கலைஞர் வாசித்த அஞ்சலிக் கவிதை
தலைவரென்பார், தத்துவ மேதை என்பார்,
நடிகரென்பார், நாடக வேந்தரென்பார்
சொல்லாற்றல் சுவை மிக்க எழுத்தாற்றல் பெற்றார் என்பார்
மனிதரென்பார் மாணிக்கமென்பார்
மாநிலத்து அமைச்சரென்பார்

அன்னையென்பார், அருள்மொழிக் காவல் என்பார்
அரசியல்வாதி என்பார் - அத்தனையும்
தனித்தனியே சொல்வதற்கு நேரமற்றோர் -நெஞ்சத்து அன்பாலே
அண்ணா என்ற ஒரு சொல்லால்
அழைக்கட்டும் என்றே -
அவர் அன்னை பெயரும் தந்தார்.
அந்த அன்னைக்குலம் போற்றுதற்கு
ஔவைக் கோர் சிலை
அறம் வளர்த்த கண்ணகிக் கோர் சிலை
வளையாத நெஞ்சப் பாரதிக்கும்
வணங்காமுடி பாரதிதாசருக்கும் சிலை
வீரமாமுனிவருக்கும் சிலை
கால்டுவெல் போப்புக்கும் சிலை கம்பர்க்கும் சிலை
தீரமாய் கப்பலோட்டிய தமிழர்க்கும் சிலை
திக்கெட்டும் குறள் பரப்ப திருவள்ளுவர்க்கும் சிலை
பத்துச் சிலை வைத்ததனால் - அண்ணன்
தமிழின் பால் வைத்துள்ள
பற்றுதலை உலகறிய அண்ணனுக்கோர் சிலை
சென்னையிலே வைத்த போது
ஆட்காட்டி விரல் மட்டும் காட்டி நின்றார்
ஆணையிடுகிறார் எம் அண்ணா என்றிருந்தோம்
அய்யகோ! இன்னும்
ஓராண்டே வாழப் போகிறேன் என்று அவர்
ஓர் விரல் காட்டியது இன்றன்றோ புரிகிறது!
எம் அண்ணா. . . இதய மன்னா. . .
படைக்கஞ்சாத் தம்பியுண்டென்று பகர்ந்தாயே;
எமை விடுத்து பெரும் பயணத்தை ஏன் தொடர்ந்தாய்?
உன் கண்ணொளியின் கதகதப்பிலே வளர்ந்தோமே;

எம் கண்ணெல்லாம் குளமாக ஏன் மாற்றிவிட்டாய்?
நிழல் நீதான் என்றிருந்தோம்; நீ கடல்
நிலத்துக்குள் நிழல் தேடப் போய் விட்டாய், நியாயந்தானா?
நான்தானடா நன்முத்து எனச் சொல்லி
கடற்கரையில் உறங்குதியோ?
நாத இசை கொட்டுகின்ற
நாவை ஏன் சுருட்டிக் கொண்டாய்?
விரல் அசைத்து எழுத்துலகில்
விந்தைகளைச் செய்தாயே; அந்த
விரலை ஏன் மடக்கிக் கொண்டாய்?
கண்மூடிக் கொண்டு நீ சிந்திக்கும்
பேரழகை பார்த்துள்ளேன்... இன்று
மண்மூடிக் கொண்டுன்னைப் பார்க்காமல்
தடுப்பதென்ன கொடுமை?
கொடுமைக்கு முடிவு கண்டாய்; எமைக்
கொடுமைக்கு ஆளாக்கி ஏன் சென்றாய்?
எதையும் தாங்கும் இதயம் வேண்டுமென்றாய்
இதையும் தாங்க ஏதண்ணா எமக்கிதயம்?
கடற்கரையில் காற்று
வாங்கியது போதுமண்ணா
எழுந்த வா எம் அண்ணா!
வர மாட்டாய்; வர மாட்டாய்
இயற்கையின் சதி எமக்குத் தெரியும் அண்ணா
நீ இருக்குமிடந் தேடி யான் வரும்வரையில்
இரவலாக உன் இதயத்தைத் தந்திடண்ணா...
நான் வரும்போது கையோடு கொணர்ந்து அதை
உன் கால் மலரில் வைப்பேன் அண்ணா!

பல இலக்கியங்கள் படைத்த கருணாநிதி தன் மரணத்தையும் இலக்கியமாக மாற்றிவிட்டு மறைந்தார் என்றால் அதில் மாற்றுக்கருத்து இல்லை.

'அண்ணா! நான் வரும்போது நீ இரவலாகக் கொடுத்த இதயத்தைக் கொண்டு வந்து உன் கால் மலரில் சமர்ப்பிப்பேன்' என்று கருணாநிதி தன் தலைவன் அண்ணாவுக்கு எழுதிய இரங்கற் கவிதை வரிகள் நிஜமாக வேண்டும் என்பதற்காக கருணாநிதியின் உடன்பிறப்புகள் மட்டுமல்ல ஒட்டுமொத்தத் தமிழகமும் வேட்கையில் துடித்ததும், அதற்காக கருணாநிதியின் மைந்தன் காவியத் தலைவன் மு. க. ஸ்டாலின் நடத்திய சட்டப்போராட்டமும் வெற்றியும் தமிழகம் கண்முன் சுவைத்த ஒரு காப்பியச் சுவையாகும்!

தன் அரசியல் வாழ்க்கையில் நற்பேறுகளைவிட கெடு வய்ப்புகளை அதிகம் சந்தித்தவர் கருணாநிதி.

ஒடுக்கப்பட்ட சிறுபான்மைச் சாதியிலிருந்து வந்த அவர் திமுகவின் தலைவரானதும் தமிழக முதல்வரானதும் சரித்திர சாதனைகள்.

அப்போது அண்ணாவின் தளபதிகளாக தமிழிலும் ஆங்கிலத்திலும் தேர்ச்சி பெற்ற பலர் இருந்தபோது, கிராமப்புறத்திலிருந்து வந்து பள்ளிப்படிப்பை முடிக்காத கருணாநிதி தலைமைப் பொறுப்பை அடைய முடிந்தது என்றால், அதற்குக் காரணம் அவருடைய களச்செயல்பாடுகளும் தொண்டர்களுடனான நெருக்கமும், தன்னை நிறுவிக்காட்டிய செயற்பாடுகளும்தான்.

ஆனால் தமிழக முதல்வராகி மூன்றே ஆண்டுகளில் அவரது நெடுநாளைய நண்பர் எம். ஜி. ஆர். அரசியல் எதிரியானார். 13 ஆண்டு காலம் அவரது ஆட்சிக்கட்டிலில் கருணாநிதி வனவாசத்தை அனுபவித்தார்.

எம். ஜி. ஆர். மறைவுக்குப் பின்பும் அவர் நிதானமாக அரசியல் செய்யும் வாய்ப்பை காலம் வழங்கவில்லை. யாரும் எதிர்பார்க்காதபடி ஜெயலலிதா, எம். ஜி. ஆர். கருணாநிதிக்கு வழங்கிய மரியாதையைக்கூட வழங்கத் தயாராக இல்லை.

தான் முதல்வராகும்போதெல்லாம் கருணாநிதி கொண்டு வந்த திட்டங்களுக்கு மூடு விழா நடத்தினார். கருணாநிதியை சிறையில் தள்ளுவதை வன்மத்துடன் செய்தார்.

கருணாநிதி பலமுறை முதல்வராக இருந்த போதும் இரண்டு முறை அவர் ஆட்சி கலைக்கப்பட்டது. ஈழப் பிரச்சினைக்காக தி. மு. க. கொடுத்த விலைகள் அதிகம்.

இரண்டில் ஒருமுறை ஆட்சி கலைக்கப்பட்டதற்குக் காரணமே ஈழப்பிரச்சினைதான். ராஜீவ்காந்தி கொலையின்போது திமுகவினரின் உடமைகள் தாக்கப்பட்டன.

ஜெயின் கமிஷனில் திமுகவின் மீது குற்றம் சாட்டப்பட்டது.

இத்தனை விலைகளைத் தந்தாலும் திமுக இலங்கையில் நடைபெற்ற இறுதி யுத்தத்தின்போது எடுத்த நிலைப்பாடுகளின் காரணமாக கருணாநிதி வாழ்நாள் தமிழினத் துரோகியாக சிலரால் இன்னும் சித்தரிக்கப்படுகிறார்.

கருணாநிதி ஆட்சிக்காலத்தின்போது எல்லாம் விடுதலைப் புலிகள் ஊடுருவல். சட்டம் ஒழுங்கு கெட்டுவிட்டது. கருணாநிதி ஆட்சியைக் கலைக்க வேண்டும் என்று அறிக்கைகள் கொடுத்து நெருக்கடிகள் கொடுத்த ஜெயலலிதா பிரபாகரனைக் கைது செய்ய வேண்டும் என்று சட்டமன்றத்தில் தீர்மானம் நிறைவேற்றிய ஜெயலலிதா, ‘போர் என்றால் மக்கள் சாகத் தான் செய்வார்கள்’ என்று பொன்மொழி உதிர்த்த ஜெயலலிதா சிலரால் ‘ஈழத்தாய்’ என்று கொண்டாடப்பட்டார்.

அதுதான்! ‘கருணாநிதி வாழ்க்கையில் நற்பேறுகளை விட கெடு வாய்ப்புகளை அதிகம் சந்தித்தார். அவருடைய கொள்கைகள் நிலைப்பாடுகள் செயற்பாடுகள் விமர்சனத்திற்கு அப்பாற்பட்டவை அல்ல.

ஆனால் காரணமே இல்லாத வெறுப்பு கருணாநிதியின் மீது திணிக்கப்பட்டது.

13 ஆண்டுகாலம் ஆட்சிபொறுப்பில் இல்லாதபோது கருணாநிதி போர்க் குணமிக்க எதிர்க்கட்சித் தலைவராக இருந்தார் என்றால் அதற்குக் காரணம் அவருடைய உயிரினும் மேலான உடன்பிறப்புகளும் அவர்களுடனான பிரிக்க முடியாத உறவும்தான்.

கருணாநிதி மீது எத்தனை குற்றச்சாட்டுகள் வைத்தபோதிலும் அவர் என்றென்றும் தொண்டர்களின் தலைவர்தான்.

உடன்பிறப்புகளின் உயிரினும் மேலானவர்தான் என்பதை தொண்டர்கள் நிரூபித்தனர்.

காவிரி மருத்துவமனை வாசலில் கூடிய தி. மு. க தொண்டர்கள் கண்ணீர் வடித்து பிரார்த்தனைகள் செய்யவில்லை' 'எழுந்து வா தலைவா' என முழுக்கமிட்டு தன் தலைவனுக்கு ஆணையிட்டனர்.

கருணாநிதியின் வரலாறு சொல்லப்படும் போதெல்லாம் உடன்பிறப்புகளின் 'எழுந்து வா தலைவா' என்ற முழக்கமும் பதிவு செய்யப்படும்.

அவர் இறந்த பிறகும் போராட்ட வாழ்க்கை முடியவில்லை.

அண்ணா சமாதியில் அவருக்கு இடம் கிடைத்தது என்ற நீதிமன்ற உத்தரவு கிடைக்கப் பெற்றதும் ஸ்டாலின் தி. மு. கவின் முன்னணித் தலைவர்களின் கைகளைப் பிடித்து நெகிழ்ந்ததும் கொள்கையும் அன்பும் சரிவிகிதத்தில் கலந்த சரித்திரப் பதிவுகள்!

அண்ணா – காமராஜர் அரசியல் திருப்பங்கள்

1957ம் ஆண்டு தேர்தல் நெருங்கிய போது சென்னை மாகாணத்தின் நிலப் பரப்பு பல வகைகளில் மாறியிருந்தது.

1953ல் ஆந்திரப்பிரதேசம் தனி மாநிலமாக உருவானபோது, சென்னை மாகாணத்தின் தெலுங்கு பேசும் மாவட்டங்கள் அதனுடன் சென்றன, பிறகு கன்னடம் பேசும் பகுதிகள் மைசூருடன் இணைந்தன.

1956ல் மாநில மறுசீரமைப்புச்சட்டம் அமலுக்கு வந்த போது மலபார் கேரளா வுடன் இணைக்கப்பட்டது. கன்னியாகுமரி, செங்கோட்டை ஆகியவை தமிழ்நாட்டு டன் இணைக்கப்பட்டன.

இதனால் 375 இடங்களைச்

கொண்டிருந்த சென்னை மாகாண சட்டப் பேரவை உறுப்பினர்களின் எண்ணிக்கை 205 ஆக குறைந்தது. அதாவது மொத்தம் 167 சட்டப் பேரவைத் தொகுதிகள். இவற்றில் 38 தொகுதிகள் இரட்டை உறுப்பினர் தொகுதிகள். ஆகவே மொத்தமாக 205 தொகுதிகள்.

முதலாவது சட்டமன்றத் தேர்தல் முடிந்தது. 1952ல் ராஜாஜி முதல்வராயிருந்தார். ஆனால் குலக்கல்வித்திட்டம் என்று எதிர்க்கட்சிகளால் விமர்சிக்கப்பட்ட அரைநாள் பள்ளி அரை நாள் வேலைத் திட்டம் அவருக்கு பெரும் எதிர்ப்பை கொண்டு வந்து சேர்த்திருந்தது.

கட்சிக்கு வெளியில் மட்டுமில்லாமல் கட்சிக்குள்ளேயும் எதிர்ப்புகள் தீவிரமாகயிருந்தன. இதனையடுத்து 1954ல் அவர் பதவியை விட்டு விலகிவிட கு. காமராஜர் முதலமைச்சராக பதவியேற்றார்.

தான் முதல்வராகப் பதவியேற்றவுடன் அரை நாள் கல்வித் திட்டத்தை நீக்கியதோடு சில இடங்களில் அமல்படுத்தப்பட்டிருந்த பள்ளிக் குழந்தைக்கான மதிய உணவுத்திட்டமும் அவருக்கு பெரும் செல்வாக்கை சேர்த்திருந்தன.

தவிர திராவிடர் கழகத்தலைவர் பெரியாரும் காமராஜரை ஆதரித்தார். அவரது நாளிதழ் வழியே பிரசாரமும் செய்தார்.

1949ல் கட்சியைத் துவங்கியிருந்த திமுக 1952ம் ஆண்டுத் தேர்தலில் போட்டியிடவில்லை. அதற்கு அடுத்து வரவிருந்த பொதுத் தேர்தலில் போட்டியிட கட்சியில் பலரும் விரும்பினர்.

இதையடுத்து 1956ம் ஆண்டு மே மாதம் திருச்சியில் நடந்த திமுக மாநாட்டில் தேர்தலில் போட்டியிடலாமா வேண்டாமா எனக் கேட்டு வாக்கெடுப்பு நடத்தியது அக்கட்சி. அந்த வாக்கெடுப்பில் அதிக உறுப்பினர்கள் போட்டியிடலாம் என வாக்களித்தனர். ஆகவே தேர்தல் களத்தில் குதிக்க முடிவெடுத்தது திமுக.

காங்கிரஸ், திமுக தவிர, ராஜாஜியின் ஆதரவைப்பெற்ற காங்கிரஸ் சீர்திருத்தக் கமிட்டி, இந்திய கம்யூனிஸ்ட் கட்சி, பார்வர்டு பிளாக், பிரஜா சோஷலிஸ்ட் கட்சி, சோஷலிஸ்ட் கட்சி உள்ளிட்ட கட்சிகள் இந்தத் தேர்தலில் களத்தில் இருந்தன.

இதில் காங்கிரஸ் சீர்திருத்தக் கமிட்டி, கம்யூனிஸ்ட் கட்சி, பார்வர்டு பிளாக் ஆகிய கட்சிகள் தங்களுக்குள் ஒரு புரிதலை ஏற்படுத்திக் கொண்டு வேட்பாளர்களை நிறுத்தின.

இந்தத் தேர்தலில் காங்கிரஸ் தனது சாதனைகளை முன்வைத்து வாக்குகளைக் கோரியது.

திமுகவின் திராவிட நாடு கோரிக்கையை காங்கிரஸ், கம்யூனிஸ்ட் ஆகிய இரு கட்சிகளும் கடுமையாக விமர்சித்தன.

காங்கிரஸ் இந்தத் தேர்தலில் வலுவாகக் காட்சியளிக்க, கடந்த தேர்தலில் எதிர்க்கட்சி நிலையில் இருந்த இந்திய கம்யூனிஸ்ட் கட்சி மிகவும் பலவீனமான நிலையில் இருந்தது.

இந்தத் தேர்தலில் காங்கிரஸ் 204 இடங்களில் போட்டியிட்டது. கம்யூனிஸ்ட் கட்சி 58 இடங்களில் வேட்பாளர்களை நிறுத்தியது. பிரஜா சோஷலிஸ்ட் கட்சி 23 இடங்களில் போட்டியிட்டது. திமுகவின் சார்பில் 124 பேர் போட்டியிட்டனர்.

1957 மார்ச் மாதத்தில் மக்களவைத் தேர்தலோடு சேர்த்து சென்னை மாகாண சட்டப் பேரவைக்கும் வாக்குப் பதிவு நடைபெற்றது.

தேர்தல் முடிவுகள் வெளிவந்தபோது ஆசுவாசமும் ஆச்சர்யமும் காத்திருந்தன.

கடந்த தேர்தலில் பெரும்பான்மையைப் பெறாத காங்கிரஸ் கட்சி இந்தத் தேர்தலில் 151 இடங்களில் வெற்றிபெற்று அறுதிப் பெரும்பான்மை பெற்றிருந்தது. கடந்த தேர்தலில் 62 வெற்றி பெற்றிருந்தது இந்திய கம்யூனிஸ்ட் கட்சி.

ஆனால் அக்கட்சிக்கு ஆதரவாக இருந்த பகுதிகள் ஆந்திராவோடு பிரிந்து சென்றுவிட இந்த முறை வெறும் 4 இடங்களிலேயே அது வெற்றி பெற்றிருந்தது.

காங்கிரஸ் சீர்திருத்தக் கமிட்டி, பிரஜா சோஷலிஸ்ட் கட்சி, பார்வர்டு பிளாக், சோஷலிஸ்ட் கட்சி ஆகியவை இணைந்து 15க்கும் மேற்பட்ட இடங்களைப் பிடித்திருந்தன.

போட்டியிட்ட முதல் தேர்தலிலேயே திமுகவின் சார்பில் 15 உறுப்பினர்கள் வெற்றி பெற்றிருந்தனர். சி. என். அண்ணாதுரை, மு. கருணாநிதி, அன்பழகன் உள்ளிட்ட முக்கியத்தலைவர்கள் வெற்றிப் பட்டியலில் இருந்தனர்.

எல்லா வேட்பாளர்களுக்கும் பொதுவான சின்னம் கிடைக்காத நிலையிலும் கிடைத்த இந்த வெற்றி, அரசியல் களத்தில் பெரும் ஆச்சரியத்தை ஏற்படுத்தியிருந்தது.

முதலமைச்சரான காமராஜர் சாத்தூர் தொகுதியிலிருந்து வெற்றி பெற்றிருந்தார். தி. மு. க பொதுச்செயலாளர் சி. என். அண்ணாத்துரை காஞ்சிபுரத்திலிருந்து வெற்றிபெற்றிருந்தார்.

கம்யூனிஸ்ட் கட்சியைச் சேர்ந்த எம். கல்யாண சுந்தரம் திருச்சி - 11 தொகுதியிலிருந்தும், எம். பக்தவச்சலம் திருப்பெரும்புதூரிலிருந்தும், சாத்தான்குளத்திலிருந்து சி. பா. ஆதித்தனாரும், மேலூரிலிருந்து பி. கக்கனும் முதுகுளத்தூரிலிருந்து பசும்பொன் முத்துராமலிங்கத் தேவரும் வெற்றி பெற்றிருந்தனர்.

வெற்றிக்குப்பின் காமராஜர் அமைத்த அமைச்சரவையில் அவரைத்தவிர ஏழு பேர் மட்டுமே இடம் பெற்றிருந்தனர். எம். பக்தவச்சலம் உள்துறைக்கும் சி. சுப்ரமணியம் நிதித்துறைக்கும் பொறுப்பேற்றனர். கக்கன் பொதுப்பணித்துறை அமைச்சராகப் பதவியேற்றார்.

1962ம் வருடம் நடந்த சட்டமன்றத் தேர்தலில் காமராஜர் தலைமையில் காங்கிரஸ் கட்சி பெரும் வெற்றி பெற்றாலும், தமிழ்நாடு எதிர்கொள்ள விருந்த மாற்றங்களை முன்னறிவிக்கும் தேர்தலாக அந்தத் தேர்தல் அமைந்தது. சீனாவுடனான யுத்த மேகங்கள் இந்தியாவைச் சூழ்ந்திருந்த நேரத்தில் இந்தியாவின் மூன்றாவது பொதுத்தேர்தல் அறிவிக்கப்பட்டது.

தமிழ்நாட்டில் 1962 பிப்ரவரி 21ம் தேதி சட்டமன்றத் தேர்தலுக்கான வாக்குப்பதிவு நடக்குமென தேர்தல் ஆணையம் அறிவித்தது.

கடந்த 1957 தேர்தலோடு ஒப்பிட்டால் தமிழ்நாட்டில் பல சம்பவங்கள் நடந்திருந்தன. சென்னை மாகாணத்தில் செல்வாக்குப் பெற்றிருந்த ராஜாஜி சுதந்திரா கட்சியை உருவாக்கி காமராஜரைத் தோற்கடிக்கக் காத்திருந்தார்.

கடந்த சட்டமன்ற தேர்தலில் 15 இடங்களில் மட்டும் வென்றிருந்த திமுக 1959ல் நடந்த உள்ளாட்சித் தேர்தலில் சென்னை சட்டமன்றத்தைக் கைப்பற்றியிருந்தது.

ஆனால் அதே நேரத்தில் கட்சி அப்போதுதான் முதல் பிளவைச் சந்தித்திருந்தது. 1961ல் ஈ. வெ. கி. சம்பத் தி. மு. கவை உடைத்து வெளியேறி இருந்தார். அவருடன் கண்ணதாசன், எம். பி. சுப்பிரமணியன் உள்ளிட்டோரும் சென்றனர். புதிதாக தமிழ்தேசியக் கட்சி என்ற கட்சியை துவங்கியிருந்தார்.

இந்தத் தேர்தலின்போது சென்னை மாகாணச் சட்டப் பேரவை உறுப்பினர்களின் எண்ணிக்கை 206 ஆக இருந்தது. இதில் 168 தொகுதிகளை பொதுத் தொகுதியாக அறிவித்தனர் 38 தொகுதிகள் தனித் தொகுதிகள்.

இந்தத் தேர்தலில் இந்திய தேசிய காங்கிரஸ் தனித்தே போட்டியிட்டது. காங்கிரசுக்கு ஆதரவாக திராவிடர் கழகத்தலைவர் பெரியாரும் அவரது இதழான விடுதலையும் களமிறங்கியிருந்தன.

தமிழ் தேசியத்தின் முகமாக காமராஜரை முன்னிறுத்தினார் பெரியார். 206 தொகுதிகளிலும் வேட்பாளர்களை நிறுத்தியது காங்கிரஸ்.

திமுகவைப் பொறுத்தமட்டில் கம்யூனிஸ்டுகளுடனும் சுதந்திரா கட்சியுடனும் கூட்டணி அமைக்க விரும்பியது. ஆனால் அது நடக்கவில்லை. முடிவில் திமுக முஸ்லீம் லீகுடன் மட்டும் வெளிப்படையாகக் கூட்டணி அமைத்தது.

சில இடங்களில் கம்யூனிஸ்ட் கட்சிக்கும் சில இடங்களில் சுதந்திரா கட்சிக்கும் ஆதரவளித்தது. முடிவாக 142 சட்டமன்றத் தொகுதிகளில் மட்டுமே போட்டியிட்டது அக்கட்சி. சுதந்திரா கட்சி 94 இடங்களிலும் இந்திய கம்யூனிஸ்ட் கட்சி 68 இடங்களிலும் போட்டியிட்டன.

தி. மு. கவிலிருந்து மனம் கசந்து வெளியேறியிருந்த ஈவிகே சம்பத்தின் தமிழ்தேசிய கட்சி 9 சட்டமன்றத் தொகுதிகளில் போட்டியிட்டது. முத்துராமலிங்கத்தேவரின் பார்வர்டு பிளாக் 6 சட்டமன்றத் தொகுதிகளில் போட்டியிட்டது.

ராஜாஜியின் சுதந்திரா கட்சியும் முத்துராமலிங்கத் தேவரின் பார்வர்ட் பிளாக் கட்சியும் கூட்டணி அமைத்திருந்தன. ராஜாஜிக்கும் காமராஜரைப் பிடிக்காது. முத்துராமலிங்கத்தேவருக்கும் அவரைப் பிடிக்காது. அதன் அடிப்படையில் சேர்ந்த கூட்டணி அது.

தேர்தல் பிரச்சாரத்தின்போது ராஜாஜியும் முத்துராமலிங்கத் தேவரும் இணைந்து கூட்ட மேடைகளில் பங்கேற்றனர். சி. பா. ஆதித்தனாரின் நாம் தமிழர் கட்சியும் களத்தில் இறங்கியது.

இந்தத் தேர்தலில் வெற்றி பெறுவோம் என்ற நம்பிக்கை காமராஜருக்கு இருந்தாலும் ஒரு விசயத்தில் மிகக்கவனமாக இருந்தார் காமராஜர். திராவிட நாடு கோரிக்கையை தொடர்ந்து எழுப்பி வந்த திமுக வளர்ந்து வருவதை எச்சரிக்கையுடன் கவனித்து வந்தார் அவர்.

ஆகவே கடந்த முறை திமுக வென்றிருந்த 15 தொகுதிகளிலும் அதனைத் தோற்கடிக்க விரும்பினார். பணபலமும் செல்வாக்கும் மிக்க நபர்கள் இந்த பதினைந்து பேரை எதிர்த்து நிறுத்தப்பட்டனர். கட்சியின் பொதுச்செயலாளர் சி. என். அண்ணாத்துரைக்கு எதிராக மிகப்பெரிய பேருந்து கம்பெனி ஒன்றின் உரிமையாளரான எஸ். வி. நடேச முதலியார் நிறுத்தப்பட்டார்.

திமுக வெளியிட்டிருந்த தேர்தல் அறிக்கையில், வரிகுறைப்பு, சீர்திருத்த திருமணத்தை செல்லுபடியாக்கும் சட்டம், பேருந்துப் போக்குவரத்தை நாட்டுடமையாக்குவது, தமிழை ஆட்சி மொழி ஆக்குவது, விருப்பப்பாடம் என்ற பெயரில் கட்டாயமாக இந்தி திணிக்கப்படுவதை எதிர்ப்பது, தூத்துக்குடி துறைமுகத்திட்டம், கடல் நீரைக் குடிநீராக்கும் திட்டம், கட்டாய இலவசக்கல்வி, எல்லா நகரங்களிலும் பாதாளச் சாக்கடை போன்றவற்றை முன்னிறுத்தியது.

காங்கிரசைப் பொறுத்தவரையில் தனது பிரச்சாரத்தில், நெய்வேலி அனல்மின் நிலையத்தைக் கொண்டு வந்தது, பெரம்பூர் ரயில் பெட்டி தொழிற்சாலையைக் கொண்டுவந்தது ஆகியவற்றை சாதனைகளாக சொன்னது காங்கிரஸ்.

பெரியாரின் விடுதலை, தி. மு. கவைக் கண்ணீர்த் துளிகளாக வர்ணித்து, கடுமையாக விமர்சித்தது. ‘எனக்கு வயதாகி விட்டது. நான் அதிக நாள்

இருக்கமாட்டேன். நான் போன பிறகு காமராஜர் தமிழர்களின் நலனைப் பாதுகாப்பார் அவர்தான் என் வாரிசு' என்றார் பெரியார்.

இதற்கு பதிலடி கொடுத்த திமுக 'வடநாட்டு ஆதிக்கம் வளர்ந்திருக்கிறது. அதனைக் கண்டிக்க காமராசரால் முடியவில்லை. விருப்பமும் இல்லை. தென்னாடு தேய்கிறது. வாழவைக்க காமராசரால் முடியவில்லை. அப்படி இருக்கும்போது காங்கிரசை ஆதரிக்கலாமா? பெரியாரை கேட்க வேண்டாம். நீங்களே சிந்தித்துப் பாருங்கள் என்றது திமுக'.

இந்தத் தேர்தல் பிரச்சாரத்தில் சினிமா நட்சத்திரங்கள் பெரும்பங்கு வகித்தனர். எம்ஜிஆரும், எஸ் எஸ் ஆரும் திமுகவுக்கு ஆதரவாக களமிறங்க, சிவாஜி கணேசன் தமிழ் தேசிய கட்சிக்காகப் பிரச்சாரம் செய்தார்.

தேர்தல் முடிவுகள் வெளிவந்த போது ஆச்சர்யம் காத்திருந்தது. மொத்தமுள்ள 206 இடங்களில் 139 இடங்களைப் பிடித்திருந்தது காங்கிரஸ்.

கடந்த தேர்தலோடு ஒப்பிட்டால் 12 இடங்கள் குறைவு. அதிர்ச்சிக்கு காரணம் அதுவல்ல. கடந்த தேர்தலில் 15 இடங்களையே பிடித்திருந்த திமுக இந்தத் தேர்தலில் 50 இடங்களைப் பிடித்திருந்தது. சுதந்திரா கட்சி 6 இடங்களிலும், பார்வர்டு பிளாக் மூன்று இடங்களிலும், கம்யூனிஸ்ட் கட்சி 2 இடங்களிலும் சோஷலிஸ்ட் கட்சி ஒரு இடத்திலும் சுயேட்சைகள் 5 இடங்களிலும் வெற்றி பெற்றனர்.

பல இடங்களில் காங்கிரசின் வாக்குகளை சுதந்திரா கட்சி பிளந்திருந்தது.

திமுகவின் சார்பில் 1957ல் வெற்றிபெற்றிருந்த 15 பேரில் சி. என். அண்ணாத்துரை உட்பட 14 பேர் தோல்வியைத் தழுவினர். கடந்த முறை வெற்றி பெற்றவர்களில் மு. கருணாநிதி மட்டுமே இந்த முறையும் வெற்றி பெற்றிருந்தார்.

கடந்த தேர்தலில் வெற்றி பெற்ற திமுகவினர் இந்த முறை வெற்றி பெறக் கூடாது என்ற காமராஜர் திட்டம் கிட்டத்தட்ட வெற்றியைப் பெற்றிருந்தது.

தனக்கு தோல்வி ஏற்படப்போவதை முன்பே உணர்ந்திருந்தார் அண்ணா. வாக்கு எண்ணும் தினத்தன்று எம் ஜி ஆரின் மனைவி சதானந்தவதி உயிரிழந்தார். எம். ஜி. ஆருக்கு ஆறுதல் சொல்ல வந்த அண்ணா அங்கேயே நீண்ட நேரம் இருந்தார். ஓட்டு எண்ணும் நேரத்தில் நீங்க இங்கே இருக்கீங்களே ஏதாவது தப்பு நடந்துட்டா? என்று எம் ஜி ஆர் கேட்க இனிமே தப்பு நடப்பதற்கு ஒன்றுமே இல்லை என்றார் அண்ணா.

தி. மு. க பிரதான எதிர்க்கட்சியாக அந்தஸ்தைப் பெற்றிருந்தாலும் கட்சியின் பொதுச் செயலாளர் அண்ணாவின் தோல்வி அவர்களை நிலை குலைய வைத்தது. ஆனால் அண்ணா உற்சாகமாக பேசினார்.

'எப்படி எங்கள் 15 பேரையும் ஒழிப்போம் என்று கூறி 50 இடங்களை கோட்டை விட்டார்களோ, அதுபோல அடுத்த தேர்தலில் இன்னொறு 75 இடங்களை கோட்டை விடுவார்கள்' என்றார் அண்ணா. மக்களை மிரட்டியும் மயக்கியும் வாக்குகள் பறிக்கப்பட்டன. பணம் விளையாடியது எனக் குற்றம் சாட்டினார் அண்ணா.

வெற்றி பெற்ற காமராஜர் அமைத்த அமைச்சரவையில் அவரையும் சேர்த்து ஒன்பது பேர் இடம் பெற்றிருந்தனர்.

நிதி அமைச்சராக பக்தவச்சலமும், வருவாய்த்துறை அமைச்சராக ஆர். வெங்கட்ராமனும், விவசாயத்துறை அமைச்சராக பூவராகனும் நியமிக்கப்பட்டனர்.

ஆனால் 'கே' பிளான் திட்டப்படி விரைவிலேயே காமராஜர் பதவி விலகிக் கொள்ள பக்தவச்சலம் முதல்வரானார். சட்டமன்றத் தேர்தலில் தோல்வியடைந்திருந்த அண்ணா மாநிலங்களவைக்குத் தேர்வானார்.

1967ல் நடைபெற்ற தேர்தலில் பங்கு பெற்ற திமுக கழகம் வெற்றி பெற்று முதன்முறையாக திராவிட ஆட்சியை தமிழகத்தில் அமைத்தது. அவரது தலைமையில் 1967 மார்ச் 6ல் அமைந்த அமைச்சரவை இளைஞர்களை கொண்ட அமைச்சரவையாக விளங்கியது.

ஆட்சிப் பொறுப்பை ஏற்றதும் சுயமரியாதை திருமணங்களை சட்டபூர்வமாக்கி தனது திராவிட பற்றை உறுதிப்படுத்தினார். இருமொழிச்சட்டங்களை உருவாக்கி முந்தைய அரசின் மும்மொழித்

திட்டத்தினை முடக்கினார். மேலும் மதராஸ் மாநிலம் என்றிருந்த சென்னை மாகாணத்தை 1969 ஜனவரி 14ல் தமிழ்நாடு என்று பெயர் மாற்றி தமிழக வரலாற்றில் நீங்கள் இடம் பெற்றார்.

அமெரிக்கரல்லாத அண்ணாதுரை அவர்களுக்கு யேல் பல்கலைக்கழகம் சப் பெல்லோஷிப் என்ற கௌரவ பேராசிரியர் விருதினை 1967 - 1968ல் வழங்கியது. அமெரிக்கரில்லாத ஒருவருக்கு இவ்விருது வழங்கப்பட்டதும் இதுவே முதல் முறையாகும்.

சிறந்த பேச்சாளரும் நாடாளுமன்றவாதியுமான சத்தியமூர்த்தியின்பால் ஈர்க்கப்பட்ட காமராசர் அவரையே தனது அரசியல் குருவாக ஏற்றுக் கொண்டிருந்தார்.

1936ல் சத்தியமூர்த்தி பிரதேச காங்கிரசின் தலைவரானபோது காமராசரையே செயலாளராக ஆக்கினார்.

இருவரின் முயற்சியில் காங்கிரஸ் கட்சி நல்ல வளர்ச்சி கண்டு தேர்தல்களில் பெருவெற்றி பெற்றது.

இந்தியா சுதந்திரம் அடைந்த செய்தி கேட்டு காமராசர் முதலில் சத்தியமூர்த்தியின் வீட்டுக்குச் சென்று அங்குதான் தேசியக் கொடியை ஏற்றினார்.

1953க்குப் பிறகு சக்கரவர்த்தி ராஜகோபாலாச்சாரியார் கொண்டுவந்த குலக்கல்வித் திட்டத்தால் அதிக அளவில் எதிர்ப்புகள் கிளம்பி இருந்த நேரம். காமராசர் ஆட்சித் தலைமைப் பொறுப்புக்கு தயங்கியதற்கு அவருக்கிருந்த மொழிவளம் குறித்த தாழ்வுணர்ச்சி ஒரு முக்கிய காரணம்.

குலக்கல்வித் திட்டத்தால் ராஜாஜியின் செல்வாக்கு வேகமாக சரிந்து கொண்டிருக்க மொழிவாரி மாநிலங்கள் அமைப்பின் காரணமாக தமிழ்நாடும் சுருங்கிப் போக, காங்கிரசின் உள்ளேயே ராஜாஜிக்கு பெரும் எதிர்ப்பு கிளம்பிவிட்டது.

நிலைமை அறிந்த கட்சி மேலிடம் தமிழக அளவில் தீர்மானித்துக் கொள்ள அனுமதி வழங்கிவிட்டது. ராஜாஜி தான் அவமானப்படுவதைத் தவிர்க்க, ‘எனக்கு எதிராக கட்சியில் யாரும் தீர்மானம் கொண்டுவர வேண்டாம். நானே விலகிக் கொள்கிறேன்’ என்று அறிவித்துவிட்டார்.

அதே சமயம் ராஜாஜியின் இடத்திற்கு வர பின்னணியில் அவரது ஆதரவாளரான சி. சுப்பிரமணியத்தை முன்னிறுத்த வேலை செய்தார். அவருடைய இன்னொரு முக்கிய ஆதரவாளரான எம். பக்தவச்சலம் அதனை முன்மொழிந்தார். ஆனால் கட்சி சட்டமன்ற உறுப்பினர்களின் கூட்டத்தில் காமராசர் பெருவாரியான வாக்குகள் முன்னணியில் வெற்றி பெற்றார்.

இதுதான் காமராசர் தமிழக முதல்வராக 1953 தமிழ்ப்புத்தாண்டு அன்று பதவியேற்றதன் பின்னணி. காமராசரின் அன்றைய அமைச்சரவையில் மிகக் குறைந்த அளவில் எட்டு பேர்கள் மட்டுமே அமைச்சர்களாக இருந்தனர்.

தன்னை எதிர்த்துப் போட்டியிட்ட சி. சுப்பிரமணியம் அவரை முன்மொழிந்த எம். பக்தவச்சலம் இருவரையும் அமைச்சரவையில் சேர்த்திருந்தார். அவருடைய அமைச்சரவையில் இடம் பெற்றிருந்த இன்னும் முக்கிய இருவர் ராமசாமி படையாச்சி, மாணிக்கவேலு நாயக்கர் ஆகியோர். இவர்கள் இருவரும் காங்கிரசை எதிர்த்துப் போட்டியிட்டு தி. மு. க ஆதரவோடு வென்றவர்கள்.

1952 தேர்தலில் தி. மு. க போட்டியிடவில்லை என்றாலும் அது சில வேட்பாளர்களை வெளிப்படையாக ஆதரித்தது.

திமுகவின் திராவிட நாடு கொள்கையை ஆதரிக்கிறேன். சட்டமன்றத்தில் தி. மு. கவின் கொள்கைகளை எதிரொலிப்பேன். தி. மு. க வெளியிடும் திட்டங்களுக்கு ஆதரவு பெருக்கும் வகையில் சட்டமன்றத்தில் பணியாற்றுவேன் என்கிற நிபந்தனைகளுக்கு எழுத்து பூர்வமாக கையெழுத்திட்டு தருபவர்களுக்கு ஆதரவு அளித்தது தி. மு. க.

அப்படிக் கையெழுத்து போட்டுக் கொடுத்துக் காங்கிரசை எதிர்த்து வெற்றி பெற்று அமைச்சர் ஆனவர்கள் இவர்கள் இருவரும்.

காமராசர் ஆட்சிப் பொறுப்பேற்றதும் ராஜாஜி கொண்டுவந்திருந்த குலக்கல்வித் திட்டத்தினைக் கைவிட்டார்.

அவரது ஆட்சிக்காலத்தில் தமிழகத்தில் பள்ளிகளின் எண்ணிக்கை 27000ஆனது. 1920ல் நீதிக்கட்சி அரசு ஆதரவுடன் சென்னை

மாநகராட்சியின் பள்ளியில் மதிய உணவுத்திட்டம் கொண்டு வரப்பட்டது. முதலில் ஆயிரம் விளக்குப்பகுதியில் இருந்த ஒரு மாநகராட்சிப் பள்ளியில் காலை உணவுத் திட்டமாக அறிமுகப்படுத்தப்பட்டது. பின் நான்கு பள்ளிகளுக்கு விரிவுபடுத்தப்பட்டது.

இத்திட்டமே 1960களில் காமராஜரால் அறிமுகப்படுத்தப்பட்டு எம். ஜி. ராமச்சந்திரனால் 1980களில் விரிவுபடுத்தப்பட்ட சத்துணவுத் திட்டத்தின் முன்னோடியாகும்.

அவரது மதிய உணவுத்திட்டம் இன்று உலக அளவில் பாராட்டப்படும் திட்டமாகும். அதன் பலனாகப் பள்ளிகளில் படிப்போரின் எண்ணிக்கை 37 விழுக்காடாக உயர்ந்தது. பள்ளிகளில் வேலைநாட்கள் 180ல் இருந்து 200 ஆக உயர்த்தப்பட்டது. சென்னை இந்தியத் தொழில் நுட்ப நிறுவனம் தொடங்கப்பட்டது.

காமராசர் முதலமைச்சராகப் பதவி வகித்த காலங்களில் நாட்டு முன்னேற்றம், நாட்டு மக்களின் வாழ்க்கை முன்னேற்றம், கல்வி, தொழில் வளத்துக்கு முன்னுரிமை அளித்து பல திட்டங்களை நிறைவேற்றினார்.

அவரது ஆட்சியின் கீழ் 10 முக்கிய நீர்பாசனத் திட்டங்கள் நிறைவேற்றப்பட்டன.

அவை பவானித்திட்டம், மேட்டூர் கால்வாய்த் திட்டம், காவேரி டெல்டா வடிகால் அபிவிருத்தித் திட்டம், மணிமுத்தாறு, அமராவதி, வைகை பரம்பிக்குளம், ஆழியாறு பாசன திட்டம், சாத்தனூர், கிருஷ்ணகிரி ஆரணியாறு ஆகியவைகளாகும்.

கன்னியாகுமரி மாவட்டத்தில் மலை கிராமங்களுக்கு குடிநீர் பிரச்சினையை தீர்ப்பதற்காக காமராசரால் கட்டப்பட்ட மாத்தூர் தொட்டிப்பாலம் ஆசியாவின் மிகப்பெரிய தொட்டிப்பாலமாக உள்ளது.

காமராஜர் காலத்தில் தமிழகத்தில் தொடங்கப்பட்ட முக்கிய பொதுத்துறை நிறுவனங்களும் பெருந்தொழிற்சாலைகளும்:

பாரத மிகு மின் நிறுவனம்
நெய்வேலி பழுப்பு நிலக்கரி நிறுவனம்
மணலி சென்னை சுத்திகரிப்பு நிலையம்

இரயில் பெட்டி இணைப்புத் தொழிற்சாலை
நீலகிரி புகைப்படச் சுருள் தொழிற்சாலை
கிண்டி மருத்துவ சோதனைக் கருவிகள் தொழிற்சாலை
மேட்டூர் காகிதத் தொழிற்சாலை

குந்தா மின்திட்டமும், நெய்வேலி மற்றும் ஊட்டி ஆகிய இடங்களில் வெப்பமின் திட்டங்களும் காமராஜரால் ஏற்படுத்தப்பட்டவை.

காமராஜர் முதல் அமைச்சரான முதல் ஆண்டிலேயே அனைத்து தொடக்கப்பள்ளி ஆசிரியர்களுக்கும் ஓய்வு ஊதியம் வழங்க ஆணையிட்டார்.

பின்னர் உயர் நிலைப்பள்ளி ஆசிரியர்களுக்கும் அதன் பின்னர் தனியார் கல்லூரி ஆசிரியர்களுக்கும் ஓய்வு ஊதியம் வழங்கும்படி ஓய்வு ஊதியத் திட்டத்தை நீட்டித்தார்.

1967ம் ஆண்டு நடைபெற்ற தமிழக சட்டமன்றப் பொதுத் தேர்தலில் தமது சொந்த ஊரான விருதுநகர் தொகுதியில் பெ. சீனிவாசன் என்பவரால் 1285 வாக்கு வித்தியாசத்தில் தோற்கடிக்கப்பட்டார் காமராஜர். நாகர்கோயில் மக்களவைத் தேர்தலில் 1969ல் நடைபெற்ற இடைத்தேர்தலில் வெற்றி பெற்றார்.

மூன்று முறை (1954-57,1957-1962,1962-63) முதலமைச்சராகத் தேர்ந்தெடுக்கப்பட்டிருந்த காமராஜர் பதவியைவிட தேசப்பணியும் கட்சிப் பணியுமே முக்கியம் என்பதை மக்களுக்கும் குறிப்பாக கட்சித் தொண்டர் களுக்கும் காட்ட விரும்பிக் கொண்டு வந்த திட்டம்தான் K. PLAN எனப்படும் காமராஜர் திட்டம் ஆகும்.

அதன்படி கட்சியின் மூத்த தலைவர்கள் பதவிகளை இளையவர் களிடம் ஒப்படைத்து விட்டு கட்சிப் பணியாற்றச் செல்ல வேண்டும் என்று இவர் நேருவிடம் சொன்னதை அப்படியே ஏற்றுக் கொண்டார் நேரு.

இந்தத் திட்டத்தை முன்மொழிந்த கையோடு தன் முதலமைச்சர் பதவியை ராஜினாமா செய்து (2 அக்டோபர் 1963) பொறுப்பினை பக்தவச்சலத்திடம் ஒப்படைத்துவிட்டு டெல்லி சென்றார் காமராஜர்.

அக்டோபர் 9 அன்று அகில இந்திய காங்கிரசுக் கட்சியின் தலைவர் ஆனார் காமராஜர்.

லால் பகதூர் சாஸ்திரி, மொரார்ஜி தேசாய், எஸ். கே. பட்டீல், ஜெகஜீவன்ராம் போன்றோர் அவ்வாறு பதவி துறந்தவர்களில் முக்கியமானவர்கள்.

அகில இந்திய அளவில் காமராஜரின் செல்வாக்கு கட்சியினரின் மரியாதைக்குரியதாக இருந்தது. அதனோலேயே 1964ல் ஜவஹர்லால் நேரு இறந்தவுடன் இந்தியாவின் தலைமை அமைச்சராக லால் பகதூர் சாஸ்திரியை முன் மொழிந்து காமராஜர் சொன்ன கருத்தினை அனைவரும் ஏற்றனர்.

1966ல் லால் பகதூர் சாஸ்திரி திடீர் மரணத்தின் போது ஏற்பட்ட அசாதாரண அரசியல் சூழ்நிலையின்போது இந்திரா காந்தியை பிரதம மந்திரியாகக் கொண்டு வரச் செய்ததில் காமராஜருக்கு கணிசமான பங்கு இருந்தது.

காமராஜருக்கு இந்திராகாந்தியுடன் ஏற்பட்ட பிணக்கு காரணமாக காங்கிரஸ் கட்சி இரண்டாக உடையும் நிலை ஏற்பட்டது.

காமராஜரின் தலைமையிலான சிண்டிகேட் காங்கிரஸ் தமிழக அளவில் செல்வாக்குடன் திகழ்ந்தது.

ஆனாலும் திராவிட முன்னேற்றக் கழகத்தின் மாபெரும் வளர்ச்சியால் அதன் பலம் குன்றிப் போக காமராஜர் தன்னுடைய அரசியல் பயணத்தை தமிழக அளவில் சுருக்கிக் கொண்டார்.

தமிழக ஆட்சியாளர்களின் தவறுகளை சுட்டிக்காட்டி வந்தார்.

இந்திராகாந்தி நெருக்கடி நிலையினை அமல் செய்த போது அதனைக் கடுமையாக எதிர்த்தவர்களில் காமராஜரும் ஒருவர்.

இந்தியாவின் அரசியல் போக்கு குறித்து மிகுந்த குறையும் கவலையும் கொண்டிருந்த நிலையில் காமராஜர் இருந்தார்.

இந்தியாவின் விடுதலைக்கு பாடுபட்ட ஜெயப்பிரகாஷ் நாராயணன், மொரார்ஜி தேசாய் மற்றும் பல தலைவர்கள் இக்காலகட்டத்தில் இந்திரா

காந்தி அரசால் கைது செய்யப்பட்டனர்.

அக்டோபர் 2 காந்தியடிகள் பிறந்த நாளன்று அவர்கள் விடுதலை செய்யப்படுவார்கள் என்று எதிர்பார்த்திருந்தார். ஆனால் அன்று ஆச்சார்யா கிருபாளணியும் கைது செய்யப்பட்டார் என்ற செய்தியை கேட்ட அன்றே உயிர் துறந்தார்.

1975 அக்டோபர் திங்கள் 2ம் நாள் மதிய உறக்கத்திற்குப் பின்னர் காமராஜரின் உயிர் பிரிந்தது.

அவர் இறந்தபோது கையில் இருந்த சிறிதளவு பணத்தை தவிர வேறு வங்கிக் கணக்கோ சொந்த வீடோ வேறு எந்தவித சொத்தோ காமராஜரிடம் இல்லை. தன் வாழ்நாள் இறுதிவரை வாடகை வீட்டிலேயே வாழ்நாள் இறுதிவரை வாடகை வீட்டிலேயே வசித்து வந்தவர் காமராஜர்.

அண்ணாவின் அரசியலை கூர்தீட்டிய திராவிட இதழ்கள்

திராவிட இயக்கத்தின் வளர்ச்சிக்கு மிக முக்கியமான பங்களித்தவை திராவிட இயக்கத்தினர் தொடர்ந்து நடத்தி வந்த பத்திரிகைகள்தாம்.

வெகுஜனப் பத்திரிகைகளில் திராவிட இயக்க எழுத்துக்கள் வெகுவாக புறக் கணிக்கப்பட்ட நிலையில் தம்முடைய கருத்துக்களை கொண்டு செல்ல தாமே பத்திரிகைகளை அவர்கள் நடத்தினார்கள்.

சில முக்கிய திராவிட இயக்க பத்திரிகைகளைப் பார்ப்போம்!

சமதர்மம்: இப்பத்திரிகை 1934 ஜோலார்பேட்டையிலிருந்து வி. பார்த்த சாரதி என்பவரை ஆசிரியராகக் கொண்டு வெளிவந்த பத்திரிகையாகும்.

கதிரவன்: மாதமிருமுறை இதழான கதிரவன் பத்திரிகை 1947ல் ஆசிரியர் புலவர் பி. செல்வராஜ் என்பவரால் நடத்தப்பட்டது.

கிளர்ச்சி: மாதமிருமுறை இதழாக கிளர்ச்சி எனும் இப்பத்திரிகை மதுரையிலிருந்து இரா. சு. தங்கப்பழம் என்பவரை ஆசிரியராகக் கொண்டு வெளிவந்தது.

குமரன்: 1923ல் காரைக்குடியிலிருந்து குமரன் என்ற இந்த வார இதழானது சொ. முருகப்பா என்பவரை ஆசிரியராகக் கொண்டு வெளிவந்தது.

புதுவைமுரசு: பாரதிதாசனால் நிறுவப்பட்ட இவ்விதழ் 1930ல் புதுவையிலிருந்து க. இராமகிருஷ்ணன் என்பவரை ஆசிரியராகக் கொண்டு வெளிவந்தது.

வெடிகுண்டு: மதுரையிலிருந்து 1931ல் வெடிகுண்டு என்ற பெயரில் வார இதழாக வெளிவந்தது. ஆசிரியர் ஏ. எஸ். ஆனந்தன்.

திராவிடன்: இந்த நாளிதழானது 1917ல் நீதிக்கட்சியினரால் ஆரம்பிக்கப்பட்ட இதழாகும். இதற்கு முதலில் என். பக்தவச்சலம் பிள்ளை என்பவர் ஆசிரியராக இருந்தார். பின்னர் தந்தை பெரியார் ஆசிரியரானார்.

ஜஸ்டிஸ்: ஜஸ்டிஸ் எனும் ஆங்கில நாளிதழ் 1917ல் நீதிக்கட்சியின் சார்பில் ஆரம்பிக்கப்பட்டது. நீதிக்கட்சி - ஜஸ்டிஸ் பார்ட்டி என்று அமைப்பின் பெயர் விளங்கியது இதன் மூலமாகத்தான்.

குடிஅரசு: 1925ல் குடிஅரசு வார இதழ் சுயமரியாதை இயக்கத்தின் முதல் இதழாக வெளிவந்தது. இதன் ஆசிரியர்கள் பெரியார் மற்றும் மு. தங்கப்பெருமாள் பிள்ளை ஆகியோராவர்.

ரிவோல்ட்: இப்பத்திரிகை 1928ல் வெளிவந்தது இதன் ஆசிரியர்களாக பெரியார் மற்றும் எஸ். ராமநாதன் ஆகியோர் இருந்தனர்.

நகர தூதன்: வார இதழாக 1933ல் வெளிவந்தது நகரதூதன். இதன் ஆசிரியர் மணவை திருமலைச்சாமி ஆவார்.

புரட்சி: வார இதழாக ஈ. வெ. கிருஷ்ணசாமியை ஆசிரியராகக் கொண்டு 1933ல் வெளிவந்தது.

விடுதலை: 1935ல் சென்னையில் வெளிவந்த விடுதலை இதழின் முதல் ஆசிரியர் டி. ஏ. வி. நாதன் ஆவார். தற்போதைய ஆசிரியர் கி. வீரமணி ஆவார்.

த சண்டே அப்சர்வர்: 1938ல் வெளிவந்த இப்பத்திரிகையின் ஆசிரியர் பி. பாலசுப்பிரமணியம் ஆவார்.

திராவிட நாடு: 1942ல் வெளிவந்த இவ்விதழ் அண்ணாத்துரையை ஆசிரியராகக் கொண்டு காஞ்சிபுரத்தில் வெளிவந்தது.

முரசொலி: மு. கருணாநிதியை ஆசிரியராகக் கொண்டு 1942ல் ஆரம்பிக்கப்பட்டது.

ஜஸ்டிசைட்: 1944ல் என். கரிவரத சாமியை ஆசிரியராகக் கொண்டு இந்த ஆங்கிலப் பத்திரிகை வெளிவந்தது.

போர்வாள்: இந்த வார இதழ் 1948ல் வெளிவந்தது. இதன் ஆசிரியர்கள் காஞ்சி மணிமொழியார், மா. இளஞ்செழியன் ஆகியோராவர்.

குயில்: பாரதிதாசனை ஆசிரியராக கொண்டு 1948ல் வெளிவந்த கவிதை இதழாகும்.

மன்றம்: மாதம் இருமுறையாக 1952ல் வெளிவந்தது. நாவலர் இரா. நெடுஞ்செழியன் இதன் ஆசிரியராவார்.

தோழன்: ஏ. பி. ஜனார்த்தனத்தை ஆசிரியராகக் கொண்டு 1955ல் வெளிவந்த வார இதழாகும்.

தமிழ் அரசு: 1959ல் சென்னையிலிருந்து பாவலர் பாலசுந்தரத்தை ஆசிரியராகக் கொண்டு வெளிவந்த வார இதழாகும்.

ஹோம் லேண்ட்: 1961ல் காஞ்சிபுரத்தில் அண்ணாவை ஆசிரியராகக் கொண்டு வெளிவந்த ஆங்கில இதழாகும்.

உண்மை: 1970ல் துவங்கப்பட்ட இதழ். முதலில் புலவர் கோ. இமயவரம்பன் ஆசிரியர். தற்போது கி. வீரமணி ஆவார்.

தி மாடர்ன் ரேசனலிஸ்ட்: 1971ல் கி. வீரமணி ஆசிரியராகக் கொண்டு வெளிவந்த ஆங்கில மாத இதழாகும்.

ஒன்றே குலம் ஒருவனே தேவன்

அண்ணாதுரை இந்துக்குடும்பத்தில் பிறந்தவராயிருந்தாலும் அவரின் கோட்பாடு சமயம் சாராதவராகவே வெளிப்படுத்தப்பட்டது.

அவர் 'ஒன்றே குலம், ஒருவனே தேவன்' என்ற கோட்பாட்டை வெளிப்படுத்தினார்.

கடவுள் ஒன்று, மனிதநேயமும் ஒன்றுதான் என்பது அவர் கட்சியின் கொள்கை பரப்பாகவும் அவரின் தொண்டர்களாக கருதப்படும் அவரின் தம்பிகளின் கட்சி வாசகமாகவும் பின்பற்றப்பட்டது.

அவர் ஒரு நேர்காணலில் 'நான் எப்போதுமே கடவுளிடம் உண்மையான

நம்பிக்கையுடன் வாதாடுபவன்' என்றார். அண்ணாதுரை மூடநம்பிக்கை மற்றும் சமயச் சுரண்டல்களையும் பலமாகச் சாடினார். ஆனால் என்றுமே அவற்றின் சமூக தத்துவார்த்தங்களில் தலையிட்டதோ எதிர்த்ததோ இல்லை.

அறிஞர் அண்ணா அவரது கட்சியின் முக்கிய கொள்கை முழக்கமாகவும் அவரது கட்சியின் பண்பாடாகவும் கடமை, கண்ணியம், கட்டுப்பாடு ஆகிய மூன்று வார்த்தைகளை முன்மொழிந்தார்.

பொதுவாழ்வில் ஒவ்வொருவரும் கடைப்பிடிக்க வேண்டிய அடிப்படையான பண்பாடுகளாக இவை கருதப்பட்டன.

அண்ணாதுரை அரசியலில் ஈடுபாடு கொண்டு நீதிக்கட்சியில் 1935ல் தன்னை ஈடுபடுத்திக் கொண்டார். நீதிக்கட்சி பிராமணரல்லாதோருக்கான அமைப்பாக 1917ல் மதராஸ் ஒருங்கிணைப்பு இயக்கம் என்ற அமைப்பிலிருந்து உருவாக்கப்பட்டது.

ஆரம்பத்தில் பிராமணரல்லாதோர் மாணவர்களின் கல்விச் செலவை ஏற்கும் விதத்திலும் அவர்களின் கல்வி மேம்பாட்டிற்கு வழிவகை செய்யும் விதமாக பல உதவிகளை புரிந்து வந்தது.

பின்னாளில் இது அரசியல் கட்சியாக சர். பி. டி. தியாகராய செட்டி மற்றும் டி. எம். நாயர் தலைமையில் துவங்கப்பட்டது.

இக்கட்சி பின்னர் தென்னிந்தியர் நலவுரிமைச்சங்கம் எனப் பெயரிடப்பட்டு பின் நீதிக்கட்சியாக பெயர் மாற்றம் கண்டது.

இக்கட்சியே சென்னை இராசதானியில் சுயாட்சி முறையைப் பின்பற்றி 1937ல் இந்திய தேசிய காங்கிரசால் தோற்கடிக்கப்படும் வரை ஆட்சியில் இடம் பெற்றிருந்தது.

அந்த நேரத்தில் அண்ணாதுரை நீதிக் கட்சியில் பெரியாருடன் சேர்ந்தார். பெரியார் அப்பொழுது நீதிக்கட்சியின் தலைவராகப் பொறுப்பேற்றிருந்தார்.

அண்ணாதுரை நீதிக்கட்சி பத்திரிகையின் உதவி ஆசிரியராக பொறுப்பேற்றிருந்தார். பின்பு விடுதலை மற்றும் அதன் துணைப்

பத்திரிகையான குடிஅரசு பத்திரிகைக்கு ஆசிரியர் ஆனார். பிறகு தனியாக திராவிட நாடு என்ற தனி நாளிதழை தொடங்கினார்.

1944ல் பெரியார் நீதிக்கட்சியை திராவிடர் கழகம் என்று பெயர் மாற்றினார். தேர்தலில் போட்டியிடுவதையும் கைவிட்டார்.

பிரித்தானிய காலனிய ஆதிக்கத்தை இந்திய தேசிய காங்கிரசு மிக வன்மையாக எதிர்த்து இந்தியாவின் சுதந்திரத்துக்கு வழி வகுத்தது.

இக்கட்சி பெரும்பாலும் பிராமணர்கள் மற்றும் வட இந்தியர்களின் ஆதிக்கம் மிகுந்த கட்சியாக தென்னிந்திய மக்களாலும் குறிப்பாக பெரியாராலும் தமிழர்களாலும் பெரிதும் விமர்சிக்கப்பட்டது.

இவர்களிடமிருந்து தென்னிந்தியாவை மீட்க பெரியார் பெரிதும் விரும்பினார். இக்காரணங்களை முன்வைத்தே பெரியார் இந்தியாவின் சுதந்திர தினமான ஆகஸ்டு 15, 1947 அந்த நாளை கருப்பு தினமாக எடுத்துக் கொள்ளுமாறு அவரின் தொண்டர்களுக்கு அழைப்பு விடுத்தார்.

அண்ணாதுரை இக்கருத்தில் முரண்பட்டார். இக்கருத்து பெரியாருக்கும் அவரின் ஆதரவாளர்க்கும் கருத்து வேறுபாட்டால் விரிசல் ஏற்படக் காரணமாயிற்று. அண்ணாதுரை இந்தியாவின் சுதந்திரம் அனைவரின் தியாகத்தாலும் வியர்வையினாலும் விளைந்தது. அது வெறும் ஆரிய, வட இந்தியர்களால் மட்டும் பெற்றது அல்ல என்று வலியுறுத்தினார்.

திராவிடர் கழகம் ஜனநாயகமான தேர்தலில் பங்கு கொள்ளாமல் விலகி நிற்கும் பெரியாரின் கொள்கையை எதிர்த்தும் அண்ணாதுரை முரண்பட்டார். இதன் வெளிப்பாடாக 1948ல் நடைபெற்ற கட்சிக் கூட்டத்திலிருந்தும் வெளிநடப்பு செய்தார்.

பெரியார் தேர்தலில் பங்கு பெறுவதால் தனது பகுத்தறிவு, சுயமரியாதை, தீண்டாமை ஒழிப்பு, மூடநம்பிக்கை ஒழிப்பு போன்ற அவரின் கொள்கைகளுக்கு சமாதானமாக போகக் கூடிய நிலையை அல்லது சற்று பின்வாங்கும் நிலைபாட்டை அவர் கட்சிக்கு ஏற்படுத்துவதில் பெரியார் விரும்பவில்லை. அரசியலுக்கு அப்பாற்பட்டு இருந்தாலொழிய சமுதாய சீர்திருத்தங்களை, சமுதாய விழிப்புணர்வு பிரச்சாரங்களைத்

தடையின்றி அரசுக் கெதிராகவும் மேற்கொள்ள முடியும் என்பதை பெரியார் நம்பினார்.

இறுதி நிகழ்வாக பெரியார் தன்னைவிட 40 வயது இளையவரான மணியம்மையாரை மணம் புரிந்ததால் அண்ணாதுரை தனது ஆதரவாளர்களுடன் வெளியேறினார்.

அண்ணாதுரை மற்றும் பெரியாரின் அண்ணன் மகன் மற்றும் வாரிசு என கருதப்பட்டவரும் திராவிடர் கழகத்திலிருந்து பிரிந்தவருமான ஈ. வெ. கி. சம்பத் மற்றும் திராவிடர் கழகத்திலிருந்து பிரிந்தவர்களுடன் இணைந்து புதிய கட்சி துவங்க முடிவெடுக்கப்பட்டது.

அதன்படி 17 செப்டம்பர் 1949 அன்று திராவிட முன்னேற்ற கழகம் என்ற கட்சி கொட்டும் மழையில் ராபின்சன் பூங்காவில் தொடங்கப்பட்டது.

அண்ணாத்துரை அதன் நிறுவனப் பொதுச்செயலாளர் ஆனார். அண்ணாத்துரை ஏழைகள் மற்றும் கீழ்தட்டு சாதி வகுப்பினரின் சமூக உரிமைகளுக்காக பாடுபட்டமையால் அம்மக்களின் அபரிமிதமான செல்வாக்கை வெகு விரைவிலேயே பெற்றார் என்று இந்தியாவின் தலித் கலைக்களஞ்சியம் கூறுகிறது.

அவர் தொடங்கிய தி. மு. கவும் செல்வாக்கு பெற்றது. தேர்தல் அரசியலில் ஆர்வம் கொண்ட தி. மு. க பங்கெடுத்த முதல் சட்டமன்ற தேர்தலிலேயே 13 இடங்களை கைப்பற்றியது.

மே 1956ல் திருச்சிராப்பள்ளியில் நடைபெற்ற தி. மு. க மாநில மாநாட்டில் நிறைவேற்றப்பட்ட தீர்மானத்தின்படி அண்ணாதுரை பொதுச்செயலாளர் பதவியில் இருந்து விலகி வி. ஆர். நெடுஞ்செழியனை அப்பொறுப்பில் நியமித்தார். அம்மாநாட்டில் நிறைவேற்றப்பட்ட தீர்மானத்தின்படி இந்திய பொதுத் தேர்தலில் போட்டியிட முடிவெடுத்து தேர்தலில் பங்கு கொண்டது.

1957ல் நடைபெற்ற தேர்தலில் திமுக போட்டியிட்டு 15 சட்டமன்ற தொகுதிகளையும் இரண்டு நாடாளுமன்றத் தொகுதிகளையும் வென்றது.

அண்ணாதுரையும் காஞ்சிபுரத்தில் போட்டியிட்டு சட்டமன்ற எதிர்கட்சித் தலைவரானார். தி. மு. க முதல்முறையாக மதராஸ் மாநில

சட்டமன்றத்துக்குள் நுழைந்தது. 1962ல் திமுக மிகப்பெரிய கட்சியாக காங்கிரசை அடுத்து உருவெடுத்திருந்தது. அப்பொழுது நடைபெற்ற தேர்தலில் தி. மு. க 50 சட்டமன்றத் தொகுதிகளில் வென்றது. அண்ணாதுரை அத்தேர்தலில் தோல்வியுற்றார்.

அதே வருடத்தில் மீண்டும் தி. மு. க பொதுச்செயலாளர் ஆனார். பிறகு மாநிலங்களவைக்கு தேர்ந்தெடுக்கப்பட்டு அண்ணா மாநிலங்களவை உறுப்பினராக பணியாற்றினார். 1967ல் நடைபெற்ற தேர்தலில் அமோக வெற்றி பெற்று மதராஸ் மாநிலத்தின் முதலமைச்சர் ஆனார்.

இந்திய அரசியலில் ஆளுமை மிக்க அரசியல்வாதியாகவும் ஐந்துமுறை தமிழகத்தை ஆண்ட முதலமைச்சராகவும் பணியாற்றிய சிறப்புக்குரியவர் முத்துவேல் கருணாநிதி ஆவார்.

நாகபட்டினம் மாவட்டத்திலுள்ள திருக்குவளை என்னும் கிராமத்தில் 1924 ஜூன் 3ல் இசை வேளாளர் குடும்பத்தைச் சார்ந்த முத்துவேலருக்கும் அஞ்சுகம் அம்மையாருக்கும் மகனாகப் பிறந்தார் கருணாநிதி.

இவருக்கு இரு சகோதரிகள் இருந்தனர். திருக்குவளையில இவர் தமது தொடக்கக் கல்வியை பெற்றார். பின்னர் திருவாரூரிலுள்ள மாவட்ட நாட்டாண்மைக் கழக உயர்நிலைப்பள்ளியில் பள்ளியிறுதி வகுப்பு வரை பயின்றார். அங்கு இவருக்குத் தமிழாசிரியராய் இருந்தவர் சி. இலக்குவனார். இவர் பள்ளியிறுதித் தேர்வில் தேர்ச்சியடையவில்லை. கருணாநிதி தமது பள்ளிப் பருவத்தில் நாடகம், கவிதை, இலக்கியம் ஆகியவற்றில் அதிக ஆர்வம் கொண்டிருந்தார்.

தமது வளரிளம் பருவத்தில் வட்டார மாணவர்கள் சிலரின் உதவியுடன் திருவாரூர் தமிழ்நாடு தமிழ் மாணவர் மன்றம் என்னும் இளைஞர் மறுமலர்ச்சி அமைப்பை 7. 7. 1944 அன்று உருவாக்கினார். இளைஞர்கள் தங்கள் பேச்சாற்றலையும் எழுத்தாற்றலையும் வளர்த்துக்கொள்ள அந்த அமைப்பு உதவியது.

பெரியார் வழி ஆட்சி

அண்ணாத்துரை முதலமைச்சரான இரண்டு வருடத்திற்குள் புற்றுநோய் தாக்குதலுக்குள்ளாகி மருத்துவ பராமரிப்பிலிருக்கும்பொழுது 3 பிப்ரவரி 1969 அன்று மரணமடைந்தார்.

அவர் புகையிலையை உட்கொள்ளும் பழக்கமுடையவராக இருந்ததால் இந் நோய் தீவிரமடைந்து மரணமடைந்தார்.

அவரின் இறுதி மரியாதையில் பெருந்திரளான மக்கள் கலந்து கொண்டனர். இந்நிகழ்வு கின்னஸ் உலக புத்தகத்தில் இடம் பெற்றது. இறுதி மரியாதையில் சுமார் 1 கோடியே 50 லட்சம் பேர் கலந்து கொண்டு இறுதி மரியாதை செலுத்தினர்.

இவரின் உடல் சென்னை மெரீனா கடற்கரையில் அடக்கம் செய்யப்பட்டது. இவரின் நினைவைப் போற்றும் வகையில் இவ்விடம் அண்ணா சதுக்கம் என்ற பெயரில் பொதுமக்கள் அஞ்சலி செலுத்தும் வகையில் அமைக்கப்பட்டுள்ளது.

தமிழ்நாடு அரசு அண்ணாவின் நினைவாக இவர் வாழ்ந்த காஞ்சிபுரம் இல்லத்தை பேரறிஞர் அண்ணா நினைவு இல்லம் என்கிற பெயரில் நினைவுச் சின்னமாக மாற்றியுள்ளது.

இங்கு அண்ணா அமர்ந்த நிலையிலான சிலை வைக்கப்பட்டுள்ளது. அண்ணாவின் வாழ்க்கை வரலாறு தொடர்பான புகைப்படங்கள் கண்காட்சியாக வைக்கப்பட்டுள்ளது.

20. 6. 1967 அன்று சட்டமன்றத்தில் நடந்த நிகழ்ச்சியின்போது பேசிய ஒரு தி. மு. க உறுப்பினர் 'பெரியாருக்கு தியாகிகள் பென்ஷனும் அரசு மானியமும் வழங்கப்படுமா? என்று கேட்ட கேள்விக்குப் பதிலுரைத்த முதலமைச்சர் அண்ணா 'இந்த அமைச்சரவையையே அவருக்கு காணிக்கையாகக் கொடுத்திருக்கிறோமே' என்றார்.

சொன்னதைச் செய்யும் கொள்கை கொண்ட அண்ணா 28. 11. 1967 அன்று தமிழ்நாடு இந்து திருமண(திருத்த) மசோதா என்ற பெயரில் சட்டம் கொண்டு வந்து, 'சுயமரியாதைத் திருமணம் சட்டப்படியாக செல்லுபடியாகும்' என்ற ஆணை பிறப்பித்தார்.

இதுமட்டுமின்றி இந்த ஆணையில் இதற்கு முன் நடைபெற்ற அனைத்து சுயமரியாதைத் திருமணங்களும் செல்லும் என்றும் சட்டம் இயற்றப்பட்டிருந்தது.

6. 12. 1967 அன்று விருதுநகரில் நடைபெற்ற தி. மு. க முன்னோடிகளில் ஒருவரான ஏ. வி. பி. ஆசைத்தம்பியின் மகளின் சுயமரியாதைத் திருமணத்தை நடத்தி வைத்து மணமக்களை வாழ்த்திய முதலமைச்சர் அண்ணா அவர்கள் 'இந்தத் திருமணச் சட்டம் பெரியாருக்கு காணிக்கை' என்றார்.

தன் கொள்கைகள் தன் கண் முன்னே ஈடேறிவரும் உன்னதமான காட்சிகளைக் கண்டு பெரியார் மட்டற்ற மகிழ்வில் திளைத்திருந்தார்.

‘அண்ணா அவர்கள் நம் நாட்டுக்கு நிதி என்றுதான் சொல்லவேண்டும். ஆட்சிப் பொறுப்பேற்றதும் பகுத்தறிவுக் கொள்கையின்படி துணிந்து ஆட்சி செய்து வருகிறார். ஒவ்வொரு மன்றங்களிலும் ஒவ்வொரு வீட்டிலும் அண்ணா அவர்கள் படம் இருக்க வேண்டும். ஏனெனில் வரலாறு தோன்றிய காலம் முதல் இம்மாதிரி பகுத்தறிவாளர் ஆட்சி ஏற்பட்டதே இல்லை’ என்று பெரியார் விடுதலை இதழில் 10. 9. 1968ல் எழுதினார்.

‘அண்ணா அவர்கள் நமக்கு கிடைத்தற்கரியது கிடைத்தது போன்றவராவார்கள். அவர் போனால் அடுத்து அந்த இடத்திற்கு சரியான ஆள் இல்லை என்று சொல்லும்படி அவ்வளவு பெருமை உடையவர்கள். நமது நல்வாய்ப்பாக அவரது தலைமையில் பகுத்தறிவாளர் ஆட்சி அமைந்துள்ளது. இதனைக் காப்பாற்ற வேண்டியது தமிழர் கடமையாகும்’ என்று 23. 12. 1969ல் விடுதலை இதழில் பெரியார் எழுதினார்.

யார் ஆள்கிறார்கள் என்பதை விட எப்படி ஆள்கிறார்கள் என்பதுதான் முக்கியம். சாதி ஒழிப்பு, பகுத்தறிவு, வகுப்புவாரி உரிமை ஆகிய எனது கொள்கைக்கு ஆதரவாக பகுத்தறிவுவாதிகளே (திமுக) ஆட்சிக்கு வந்து பதவிப் பிரமாணம்கூட இவர்கள் கடவுள் பெயரால் செய்யாதது திருப்தியளிக்கிறது என்று 15. 9. 1967 விடுதலை இதழில் பெரியார் எழுதினார்.

பொதுவாகச் சொல்ல வேண்டுமானால் இந்தியாவிலே பார்ப்பனர் தவிர்த்த மற்றத் திராவிடர் சமுதாயத்திற்குச் சிறப்பாக சமூகத் துறையில் அரசியல் மூலம் தொண்டாற்றும் ஸ்தாபனம் திராவிட முன்னேற்றக் கழகம் ஒன்றே ஒன்றுதான் என்று சொல்லும்படியான நிலையில் இருந்து வருகிறது.

திமுக ஆட்சியின்மூலம்தான் தமிழன் அடைய வேண்டிய பலனை அடைய முடியும். ஆகவே இந்த ஆட்சிக்கு ஆதரவாக இருந்து பாதுகாக்க வேண்டியது தமிழர்களின் கடமையாகும் என்று பெரியார் விடுதலை இதழில் எழுதி திமுக ஆட்சியைப் பாராட்டினார்.

1949ம் ஆண்டு அறிஞர் அண்ணாவால் திராவிட முன்னேற்றக்கழகம் உருவாக்கப்பட்டபோது கட்சிப் பணிகளுக்காக ஓர் அலுவலகம் தேவைப்பட்டது.

அதனால் 1951ம் ஆண்டு ராயபுரத்தில் ஒரு சிறிய கட்டடம் கட்டப்பட்டது. அதுதான் அப்போதைய தி. மு. க அலுவலகம். திமுகவின்

அந்தக் கட்டடத்துக்குப் பேரறிஞர் அண்ணாவால் ‘அறிவகம்’ எனப் பெயர் சூட்டப்பட்டது.

பின்னாளில் கட்சியின் பிரம்மாண்டத்துக்கு தக்கவாறு கட்டடம் தேவைப்பட 1964ல் தேனாம்பேட்டையில் அன்பகம் கட்டப்பட்டது.

இந்த அன்பகம்தான் இன்றைய திமுகவின் இளைஞர் அணி தலைமை அலுவலகம் அதன் பின்பு திமுக அசுர வளர்ச்சியடைய கட்சிப் பணிகளுக்காக அன்பகத்தில் இடப்பற்றாக்குறை ஏற்பட்டது.

அதனால் மிகப்பெரிய அளவில் கட்சி அலுவலகம் கட்டியாக வேண்டிய தீர்வுக்கு கலைஞர் வந்தார். இந்தக் காரணங்களுக்காக தேனாம்பேட்டையின் மையத்தில் அண்ணாசாலையை ஒட்டி 86 கிரவுண்ட் நிலம் 1972ல் வாங்கப்பட்டது.

பின்னர் 1980ம் ஆண்டு அதற்கான கட்டடப்பணி ஆரம்பிக்கப்பட்டது. நிதிப் பற்றாக்குறையால் ஆமை வேகத்தில் நகர்ந்தது. அந்தக் கால கட்டத்தில் திமுக சட்டமன்ற உறுப்பினர்கள் அலுவலகம் ஓமந்தூரார் அரசினர் தோட்டத்தில் இருந்தது.

திடீரென ஒருநாள் ஓமந்தூரார் தோட்டத்தில் இருந்த திமுக சட்டமன்ற உறுப்பினர்கள் அலுவலகத்தை அதிரடியாக காலி செய்யச் சொல்லி பொருட்களையெல்லாம் வெளியேற்றியது அப்போதைய எம். ஜி. ஆர் அரசு.

இதனால் கலைஞருக்கு அண்ணா அறிவாலயத்தை உடனடியாகக் கட்டப்பட வேண்டிய நிர்ப்பந்தம் ஏற்பட்டது.

இதனையடுத்து நிதிப்பற்றாக்குறையினால் ஒவ்வோர் ஊரிலும் நிதி திரட்டும் பணி தீவிரமாக தொடங்கியது. இந்தக் காலகட்டத்தில் அறிவாலயத்தை கட்டுவதற்காக கலைஞர் எந்த விழாவானாலும் கலந்து கொண்டார். அதற்காகத் தரப்படும் தொகை கட்சியின் நிதியில் சேர்க்கப்பட்டதோடு கட்டடம் கட்டவும் பயன்பட்டது.

இதற்காக கலைஞர் ஒரே நாளில் பத்து மேடை விழாக்களில் கலந்து கொண்ட நிகழ்வுகளும் உண்டு. இப்படி வழங்கப்பட்ட தொகையெல்லாம் அண்ணா அறிவாலயத்தின் சுவர்களாக உயர்ந்து கொண்டே வந்தது.

இதனையடுத்து அந்த உற்சாகத்தில் தொண்டர்களுக்கு உணர்ச்சிமிகு கடிதம் ஒன்றை எழுதி மேலும் அவர்களை ஊக்கப்படுத்தினார்.

1985ம் ஆண்டில் மட்டும் சுமார் ஒரு கோடி ரூபாய் வசூலானது. இதற்குக் காரணம் கலைஞரின் விடாமுயற்சியும் கழகத் தொண்டர்களின் கடின உழைப்புமே ஆகும்.

இதனிடையே ஒட்டு மொத்த இடத்தில் 10 சதவிகித இடத்தை மாநகராட்சி பெயருக்குப் பத்திரம் செய்து கொடுத்தால்தான் மேற்படி கட்டடம் கட்டுவதற்கு அனுமதி தரமுடியும் என்று சென்னை பெருநகர வளர்ச்சிக் குழுமம் அறிவித்தது.

அதைக் கொடுத்த பிறகுதான் அறிவாலயத்தை கட்ட எம்ஜிஆர் அரசு அனுமதி அளித்தது. இவ்வளவு பிரச்சினைகளையும் கடந்துதான் 16. 9. 1987 அன்று திறப்பு விழா கண்டது அண்ணா அறிவாலயம்.

அண்ணாவின் திரையுலக தாக்கங்கள்

அண்ணாவுக்கு முன்பே உடுமலை நாராயணகவி, பாரதிதாசன் போன்ற திராவிட இயக்க சிந்தனை உள்ள கவிஞர்கள் சினிமாவுக்குள் நுழைந்து விட்டனர்.

ஆனால் 1948ம் ஆண்டு நல்ல தம்பி படத்துக்கு வசன கர்த்தாவாக அண்ணா திரைத்துறையில் நுழைந்தபோது அது திராவிட இயக்கத்துக்கும் திரைத்துறைக்குமே முக்கியமான திருப்பு முனையாக பண்பாட்டு மாற்றமாக இருந்தது.

நல்லதம்பிக்கு அண்ணா வசனம் எழுதியிருந்தாலும் 1949ம் ஆண்டு அண்ணாவின் கதை வசனத்துடன் வெளியான வேலைக்காரி படம்தான் உண்மையில் திரைத்துறையில் ஒரு புரட்சி ஏற்படுத்தியது.

அதற்கு முன்பு காவியப்படங்கள், அரசர்களைப் பற்றிய படங்கள், தெய்வங்களைப் பற்றிய படங்கள் வந்து கொண்டிருந்த நிலையில், அண்ணாவின் வேலைக்காரிதான் சாமானிய மனிதர்களைப் பற்றிய கதையை தமிழ் திரைத்துறையில் பேசிய முதல் படம்.

வேலைக்காரி என்ற பெயரே அந்தக் காலத் திரைத்துறையில் புரட்சிகரமானது. தமிழ் சினிமாவின் அடித்தளத்தையே அடியோடு மாற்றியது 1949ல் வெளிவந்த அண்ணாவின் வேலைக்காரி திரைப்படம்.

கதைக்கும் வசனத்திற்கும் முக்கியத்துவத்தை ஏற்படுத்திய முதல் தமிழ் திரைப்படம் வேலைக்காரி.

வேலைக்காரியை அண்ணா முதலில் நாடக வடிவில்தான் எழுதினார். மேடை நாடக/திரைப்பட நடிகரான 'நடிப்பிசைப் புலவர்' என்று திமுகவினரால் பட்டம் சூட்டப்பட்ட கே. ஆர். ராமசாமி 'கிருஷ்ணன் நாடகசபா' என்ற பெயரில் ஒரு நாடக கம்பெனியையும் நடத்தி வந்தார்.

முதலில் கே. ஆர். ராமசாமி நாடகமாக போடுவதற்காகத்தான் வேலைக்காரி கதையை அண்ணா எழுதினார்.

அது நாடகமாக அரங்கேறி மகத்தான வெற்றியையும் பெற்றது. அந்த நாடகம் பெற்ற புகழைப் பார்த்த ஜூபிடர் பிக்சர்ஸ் முதலாளி சோமசுந்தரம், அதே கே. ஆர். ராமசாமியையே கதாநாயகனாக வைத்து, அதை திரைப்படமாக தயாரிக்க முன்வந்தார்.

ஒரு தனியறையில் உட்கார்ந்து கொண்டு மூன்றே நாட்களில் வேலைக்காரிக்கான திரைப்பட வசன வடிவை உருவாக்கித் தந்தார் அண்ணா. ASA சாமி இயக்க CR சுப்பராமன் S.M. சுப்பையா நாயுடு ஆகியோர் இசையமைத்தனர்.

அந்தக் காலத்து சமூக அவலங்களை சாடும்விதமாக பணக்காரர், ஏழை, உயர்ந்த சாதி தாழ்ந்த சாதி மனிதர்கள் என்று பிரிக்கப்பட்ட சமூகத்தை சாடும் சூடான வசனங்களைக் கொண்டு உருவாக்கப்பட்டது இப்படம்.

படம் வெற்றி பெற படத்தின் நாயகனாக நடிக்கும் கே. ஆர். ராமசாமி ஒரு கட்டத்தில் விரக்தி அடைந்து, காளி கோவிலில் விக்கிரகங்களை அவமதிக்கும் விதத்தில் செயல்படுவதும் பூஜை உபகரணங்களை தூக்கி

எறிவதும் காளியை அவதூறான வார்த்தைகளில் ஏசுவதும் ஒரு முக்கியமான காரணம். இந்தப் படம் வெளியானதும் இந்தக் காட்சிகளை எதிர்த்து சில மத அமைப்புகள் படத்திற்கு தடை விதிக்க வேண்டும் என்று போராட்டங்கள் நடத்தின. இவை படத்திற்கான கூடுதல் விளம்பரமானது.

இப்படத்திற்கு கூடுதல் விளம்பரமாக கல்கி வார இதழின் ஆசிரியர் ரா. கிருஷ்ணமூர்த்தியின் விமர்சனம் அமைந்தது.

வேலைக்காரி ஒரு மிகச்சிறந்த சீர்திருத்த படம் என்று வரவேற்ற கல்கி அண்ணாவை, அறிஞர் அண்ணா என்று அழைத்து, பிற்காலத்தில் அண்ணா இதேமுறையில் தொடர்ந்து அனைவராலும் அழைக்கப்பட வழி வகுத்தார். வேலைக்காரியில் அண்ணா எழுதிய சில வசனங்கள் வார்த்தைகள் மிகவும் புகழ் பெற்றன.

“சட்டம் ஒரு இருட்டறை
அதில் வக்கீல்களின் வாதம் ஒரு விளக்கு
ஆனால் அது ஏழைக்கு கிட்டாத விளக்கு.”

“கத்தியைத் தீட்டாதே - புத்தியை தீட்டு”

“ஒன்றே குலம் ஒருவனே தேவன்”

போன்ற வசனங்கள் புகழ்பெற்றவை.

தமிழக அரசியல், சுதந்திரத்திற்குப் பின் தேர்தல் அரசியலாக மாறியது. அதை சினிமாவை வைத்து சாதகமாக்கி வெற்றிகண்டவர் அண்ணா எனலாம்.

தி. மு. கவின் வெற்றிக்கு அதன் திராவிட இயக்க அரசியல் ஒரு பக்கம் என்றால் கலைத் துறையைப் பயன்படுத்தியது இன்னொரு வகை அரசியல் எனலாம்.

அண்ணாவின் இந்த வழியை சரியாகக் கையாண்டவர் எம். ஜி. ஆர். இதனால் அவரும் அதே வழியில் ஆட்சியைப் பிடித்தார்.

1944ல் திராவிடர் கழகமாக மாறிய அதன் நிறுவனர் பெரியார் அவரது படைத்தளபதிகளாக அண்ணா, சம்பத், நெடுஞ்செழியன் உள்ளிட்ட தலைவர்கள், இளம் தலைவர்கள் அன்பழகன், கருணாநிதி என பல்வேறு தலைவர்கள் பட்டி தொட்டியெங்கும் திராவிடர் கழகத்தை கொண்டு

சேர்த்தனர். 1949 செப்டம்பர் 17ல் திமுக உதயமானது. அது முதல் கலைத்துறையை அண்ணா உள்ளிட்ட தலைவர்கள் திமுக பிரச்சாரத்துக்காக கையில் எடுத்தனர்.

கலைத்துறை சினிமாவாக மாறும் முன் மேடை நாடகங்களாக இருந்தபோது அண்ணாவும் கருணாநிதியும் பல நாடகங்களை இயற்றி அதில் திராவிட இயக்க கருத்துகளை புகுத்தினர். தி. மு. கவில் மேடை நாடகங்கள் மூலம் அண்ணா, கருணாநிதி, என். எஸ். கிருஷ்ணன், கே. ஆர். ராமசாமி உள்ளிட்ட பலரும் பிரச்சாரத்தை கொண்டு சென்றனர்.

திரைத்துறையில் திமுகவைக் கொண்டு சென்றதில் அண்ணாவின் பங்கு மிகப் பெரியது. தி. மு. க ஆரம்பித்த அதே ஆண்டில் அண்ணாவின் வேலைக்காரி படம் வெளியானது. அதே ஆண்டில் அண்ணாவின் கதை வசனத்தில் என். எஸ். கிருஷ்ணன் நடிப்பில் வெளியான நல்ல தம்பி படம் வெளியாகி சக்கைபோடு போட்டது.

முடிதிருத்தும் கலைஞர் ஜமீந்தாராகி செய்யும் சீர்திருத்தமே நல்ல தம்பி கதை. இதன் மூலம் நிலப் பிரபுத்துவ, ஜமீன்தாரி முறைக்கு எதிரான சீர்திருத்த கருத்துக்கள் இலவசக் கல்வி உள்ளிட்ட பல விசயங்களை அண்ணா பேசியிருப்பார். நிலசுவாந்தார்கள் அதிகம் இடம் பெற்றிருந்ததால் நிலச்சுவாந்தார்கள் கட்சி என காங்கிரஸ் அடையாளம் காட்டப்பட்டது. ஒருபுறம் கம்யூனிஸ்டுகள் காங்கிரசுக்கு எதிராக விவசாயிகளை விழிப்புணர்வுபடுத்த அதை திரைத்துறை மூலம் எளிதாக கையகப்படுத்தினார் அண்ணா.

ஓர் இரவு, வேலைக்காரி, நல்லதம்பி போன்ற திரைப்படங்களின் வெற்றி தி. மு. க தலைவர்களை உற்சாகப்படுத்தியது. திரைப்படத் துறையின் முக்கியத்துவத்தை உணர்த்தியது. அரசர்காலத்து படமானாலும் அதிலும் புரட்சிகர கருத்தை சொல்லி கால்பதித்தார் மு. கருணாநிதி. அண்ணாவின் எழுத்தாற்றல் கலைப் பயண வழியை கருணாநிதியும் கையிலெடுத்தார்.

அண்ணாவின் வழியை பின்பற்றிய கருணாநிதி திரைக்கதை வசனத்தில் வெளிவந்த பராசக்தி திரைப்படத்தின் வெற்றி திமுகவுக்கு மக்களிடையே பெரிய ஆதரவை தேடித்தந்தது. இப்படத்தில் நடித்திருந்த சிவாஜி கணேசன் ஏற்கனவே தி. முக மேடை நாடகங்களில் நடித்து புகழ் பெற்றிருந்தார்.

இதன் பின்னர் திமுகவில் இணைந்த சிவாஜி கணேசன், கருணாநிதி தன் வசன உச்சரிப்பால் எஸ். எஸ். ராஜேந்திரனும், என். எஸ். கிருஷ்ணனும், கே. ஆர். ராமசாமி, டி. வி. நாராயணசாமி உள்ளிட்டோரும் தமிழகம் முழுவதும் திமுக கொள்கைகளை கொண்டு சென்றனர்.

அண்ணாவின் படைப்புக்களால் ஈர்க்கப்பட்ட காங்கிரஸ் அனுதாபி எம். ஜி. ஆர் அண்ணாவின் பணத்தோட்டம் நாவலை படித்து அண்ணா மீது மிகுந்த அபிமானம் கொண்டார். ஏற்கனவே கருணாநிதியுடனான நட்பு எம்ஜிஆரை திராவிட இயக்க கொள்கை பக்கம் திருப்பி இருந்தது.

1952ம் ஆண்டு பொதுக்கூட்டமேடையில் எம்ஜிஆர் திமுகவுக்கு வருவதை உறுதிப்படுத்தினார். அண்ணா திரையுலகின் இளம் கலைஞர்களை தம் வசப்படுத்தியதில் அது திமுகவுக்கு மிகப்பெரிய வெற்றியைத் தேடித் தந்தது. கண்ணதாசன் உள்ளிட்ட மிகப்பெரிய கவிஞர்கள் அண்ணாவால் திமுகவுக்குள் ஈர்க்கப்பட்டனர்.

திமுகவின் ஆதரவு கலைஞர்கள் உருவாக்கிய திரைப்படங்களில் அதன் கொள்கைகளான திராவிட நாடு, இந்தி எதிர்ப்பு, பகுத்தறிவு போன்றவற்றை மறைமுகமாகவும் சில சமயங்களில் நேரடியாகவும் வெளிப்படுத்தினார்கள். திமுகவின் கொடி சின்னம் திரைப்படங்களில் காட்டப்பட்டது.

எம். ஜி.ஆர் தனது படங்களில் அதிகம் தி. மு. க கொள்கைகளைப் பேசினார். சின்னம் கருப்பு சிவப்பு வண்ணத்தை உடையாக அணிவது என திரைப்படம் மூலம் கொண்டு சென்றார்.

தி. மு. க. வை அண்ணா மக்களிடம் கொண்டு சேர்ப்பதில் திராவிட இயக்க கொள்கைகளை கொண்டு செல்லும் கருவியாக கலைத்துறையை பயன்படுத்தினார். எம். ஜி. ஆரின் கலைப்பயணம் அண்ணாவோடு இணைந்ததால் அது தி. மு. க. வுக்கு பலமாக அமைந்தது. இது 1967ல் திமுகவை ஆட்சியில் அமர்த்தி அண்ணாவை முதலமைச்சராக்கும் அளவுக்கு சென்றது.

தீ பரவட்டும்

கம்பராமாயணம், பெரியபுராணம் ஆகிய நூல்கள் திராவிடர்கள்மீது 'ஆரியர்கள்' வட இந்தியர்களின் ஆதிக்கம் செலுத்த வழிசெய்வதாகவும், அவை அறிவுக்குப் புறம்பாக இருப்பதாகவும், பெரியாரும் அண்ணாவும் தீவிரமாகப் பிரச்சாரம் செய்தனர்.

இவர்களின் கருத்துக்களால் ஏராளமான இளைஞர்கள் ஈர்க்கப்பட்டனர். ஆனால் நீதிக்கட்சியின் இந்தி எதிர்ப்பு போராட்டத்தால் ஈர்க்கப்பட்ட தமிழ் ஆர்வலர்கள், புலவர்கள், சைவ வைணவ மதப்பற்று மிகுந்தவர்கள் இந்த கம்பராமாயண பெரிய புராண எதிர்ப்பால் துணுக்குற்றனர்.

கம்பராமாயணம், பெரியபுராணம் என்ற இரு நூல்களையும் தீயிட்டுக் கொளுத்த வேண்டும் என்று அண்ணா வாதிட்டார்.

இந்தக் கருத்தை எதிர்த்த தமிழறிஞர் ரா. பி. சேதுப்பிள்ளை, நாவலர் சோமசுந்தர பாரதியார் ஆகிய இருவரோடும் 1943ம் ஆண்டு அண்ணா தனித்தனியாக நேருக்கு நேர் விவாதத்தில் ஈடுபட்டார்.

இரண்டு தரப்பும் மிகவும் மரியாதையான முறையில் நாகரீகமாக தங்கள் கருத்துக்களை முன்வைத்து வாதிட்டன. இந்த விவாதம் ‘தீ பரவட்டும்’ என்ற பெயரில் நூலாக வெளிவந்து பிரபலம் அடைந்தது.

ஆரிய மாயை, நீதி தேவன் மயக்கம், கம்பரசம் போன்ற சிறு நூல்களை எளிய நடையில் எழுதி அண்ணா வெளியிட்டார். கம்பராமாயணத்தில் இருக்கும் ஆபாசமான பகுதிகள் என்று தாம் கருதியவற்றை கம்பரசத்தில் விமர்சித்தார் அண்ணா. இலக்கிய வளத்துக்காக கம்பராமாயணத்தை ஏற்க வேண்டும் என்று வாதிட்டவர்களுக்கு அண்ணா சொன்ன பதில்:

தங்கள் கலைகளும், வாழ்க்கை முறையும் வேறுபட்டது என்று நிரூபிக்க முடிந்ததால்தான் இரண்டே ஆண்டுகளில் தங்களுக்கு தனி நாடு வேண்டும் என்ற கோரிக்கையை முஸ்லீம்களால் முன்னெடுக்க முடிந்தது.

ஆனால் தமிழர்கள் ‘ஆரியர்களின்’ வாழ்க்கை முறையையும் கலைகளையும் தங்களுடையது என்று ஏற்றுக் கொண்டதால் தன்னாட்சிக்கோ தன்மானத்துக்கோ அவர்களால் போராடமுடியவில்லை.

கம்பராமாயணம் போன்ற இலக்கியங்கள் ஆரியர்களின் மேன்மையை பேசுகின்றன. தங்களைத் தாங்களே திராவிடர்கள் சிறுமையாக நினைக்கும்படி செய்கின்றன என்று வாதிட்டார் அண்ணா.

இத்தகைய வாதங்கள் கடுமையான இனவாத உள்ளடக்கத்தை கொண்டிருப்பதாக விமர்சிக்கக்கப்பட்டன.

ஆனால் மொழிநடை, அழகிய சொற்கள் ஆகியவற்றைத் தேடுகிறவர்கள் கம்பராமாயணம், திருவாசகம் ஆகியவற்றைப் படிக்கலாம் என்று கூறிய அண்ணா, ‘மாற்றான் தோட்டத்து மல்லிகைக்கும் மணம் உண்டு’ என்றார்.

பெரியார் – அண்ணா கருத்து வேறுபாடுகள்

பெரியார் அண்ணா இடையே அவ்வப்போது கருத்து வேறுபாடுகள் இருந்தாலும் பெரியாரின் பொருந்தா திருமணம்தான் தி. மு. க. உருவாக காரணம். அதுவே அச்சாரமாக அமைந்தது.

இந்தத் திருமணம் எங்களை இழிபடுத்துகிறது. எங்கள் கொள்கையை பழிக்கிறது. இயக்கத்திற்கு துடைக்க முடியாத பழியைத் தருகிறது என கடுமையாக விமர்சித்த அண்ணா வெட்கப்படுகிறோம் அயலாரைக் காண, வேதனைப்படுகிறோம் தனிமையில் எனும் தலைப்பில் நீண்ட நெடிய கடிதம் எழுதினார்.

மணியம்மையைப் பொருத்தவரை பெரியாரின் கருத்து என்னவோ அதுதான்

அவர் கருத்தும். பெரியார்-மணியம்மை எனும் திருமண ஏற்பாடு ஓர் இயக்கத்துக்கு பாதுகாப்பு ஏற்பாடுதான் என விடுதலை நாளேட்டிலும், குடிஅரசு வார இதழிலும் கட்டுரைகள் வெளியானது. திருமணம் என்பது சட்டப்படியான பெயரே ஒழிய காரியப்படி மணியம்மை தனக்கு வாரிசு என அறிவித்தார் பெரியார்.

'எனக்கு அரசியல் வாரிசு யாரும் கிடையாது. எனது கொள்கைகளும் கருத்துகளும்தான் வாரிசு. வாரிசு என்பது தானாக ஏற்பட வேண்டும்' என்பது பெரியாரின் வார்த்தைகள். இதனை மெய்ப்பிக்கும் வகையில் பின்னாளில் பெரியார்-மணியம்மை திருமணம் நடைபெற்றது.

1933ம் ஆண்டு பெரியாரின் மனைவி நாகம்மையார் மறைந்த துயரம் மனதில் இருந்தபோதும், பொது வாழ்க்கைக்கு இனி குடும்ப பந்தம் இடையூறாக இருக்காது எனக் கூறி புறப்பட்டவர் தந்தைபெரியார். ஆனால் அவரை திருமணம் செய்து கொள்ள வலியுறுத்தி அவரது உறவினர்கள் எவ்வளவோ வற்புறுத்தியும் மறுமணத்திற்கு சம்மதிக்கவில்லை பெரியார்.

இந்த நிலையில்தான் நாகம்மையாரின் மறைவுக்கு பிறகு 1943ம் ஆண்டு பெரியாரின் இயக்கத்தில் இணைந்தார் மணியம்மை.

தந்தைபெரியாருக்கு செவிலித்தாயாக, புத்தக மூட்டைகளை சுமந்த விற்பனையாளராக, பெரியாரின் செயலாளராக, நற்பணியாளராக, இப்படி இயக்கத்துக்கும் பெரியாருக்கும் தன் வாழ்வின் அத்தனை இன்னல்களையும் கடந்து, வாழ்க்கையை கடத்திக்கொண்டிருந்தார்.

தனக்குப் பிறகு கழகத்தின் சொத்துகளுக்கு ஒரு வாரிசு வேண்டும் என்கிற எண்ணம் பெரியாரை வாட்டி வதைத்தது, அப்படி மணியம்மையை வாரிசு ஆக்கவே 1949ல் அவரைத் திருமணம் செய்துகொள்ளும் முடிவிற்கு வந்தார் பெரியார்.

எதிர்ப்பு, ஏளனம், கிண்டல், கேலி வசவுகள், பழிதூற்றல் இயக்கப் பிளவு அனைத்தையும் தாண்டி சட்டப்படி பெரியாரின் திருமணம் நடந்து முடிந்தது.

பல்வேறு விசயங்களில் அண்ணாவுக்கு பெரியாருக்கும் கருத்து வேறுபாடுகள் இருந்தது உண்மைதான்.

திராவிட விடுதலைக்காக போராட அமைக்கப்பட்ட திராவிட விடுதலைப் படையை கருஞ்சட்டை தொண்டர்கள் படையாக மாற்றினார் பெரியார். இதில் உடன்பாடு இல்லாத போதும் அதனை ஆதரித்தே பேசி வந்தார் அண்ணா.

ஆனால் கருஞ்சட்டைப் படையினர் மட்டுமல்ல அனைவரும் கருப்புச் சட்டை அணிய வேண்டும் என்று பெரியார் கூறியபோது எதிர்த்தார் அண்ணா. தமிழர்களின் உடை வெள்ளை வேட்டி வெள்ளை சட்டை எனும் போது இது மக்களிடமிருந்து கழகத்தை விலகச் செய்து விடும் என்றார். கம்பராமாயணத்தை எரிக்க வேண்டும் என்று பேசி வந்த அண்ணா பின்னாளில் கம்பருக்கும் சிலை வைக்க முனைந்தார்.

பெரியார் தீவிரமாக பகுத்தறிவு பேசி வந்த நிலையில் 1949ம் ஆண்டு அவரைவிட்டு பிரிவதற்கு முன்பே வேலைக்காரி நாடகத்தில் ‘ஒன்றே குலம் ஒருவனே தேவன்’ என் அண்ணா பிரகடனம் செய்தார்.

அண்ணாவுக்கும் பெரியாருக்கும் இடையே நாடகம் மற்றும் சினிமா தொடர்பாக கருத்து வேறுபாடுகள் எல்லாம் இருந்தது. மக்களை அதிகமாக சென்று சேர்வதற்கு நாடகம், சினிமா எளிய வழி என்று நினைத்தார் அண்ணா. பெரியாருக்கு அதில் நம்பிக்கை இல்லை.

மக்களை அவை மழுங்கடிக்கும் என்றே அவர் கணித்தார்.

இந்நிலையில்தான் 1944 பிப்ரவரி மாதம் பிரபல நாடகக்குழுவான டி. கே. சண்முகம் குழுவினரின் முயற்சியால் ‘தமிழ் மாகாண நாடகக்கலை அபிவிருத்தி மாநாடு’ கூட்டப்பட்டது.

அண்ணா சிறப்பு பேச்சாளராக கலந்து கொண்டார். ஆனால் பெரும்பாலும் பக்தி நாடகங்களையே நடத்தும் நாடகக் குழுக்களின் இந்த மாநாடு உள்நோக்கமுடையது என்பது பெரியார் கருத்து.

மாநாட்டிற்கு முன்பாகவே அதனை எதிர்த்து குடியரசு பத்திரிகை செய்தி வெளியிட்டு வந்த நிலையில், மாநாடு முடிந்தபின் மாநாடு படுதோல்வி என்று எழுதியது.

ஆனால் அண்ணாவின் திராவிட நாடு இதழில் மாநாடு வெற்றி என செய்தி வந்திருந்தது. பெரியாரும் அண்ணாவும் தலைவராகவும்

பொதுச்செயலாளராகவும் இருந்தபோதும் இரு வேறு பத்திரிகைகள் நடத்தி வந்தனர்.

காரணம் அண்ணா பெரியாருடன் இணைந்த காலம் தொட்டே இருவருக்கும் இடையில் சின்னச் சின்ன கருத்து மோதல்கள் இருந்து வந்தது. கட்டுரைகளில் இருக்கும் கருத்து தொடர்பாக ஏற்படும் சண்டையால் அண்ணா பெரியாரிடம் கோபித்துக் கொண்டு காஞ்சிபுரம் சென்று விடுவார். பெரியார் கடிதம் எழுதி அழைத்த பிறகு வந்து சேர்ந்து கொள்வார் அண்ணா.

இந்த கால கட்டங்களில்தான் 1942ம் ஆண்டில் தனியாக திராவிட நாடு பத்திரிகையைத் தொடங்கினார் அண்ணா. தனது கருத்துக்களை சொல்ல அவருக்கு தனிப் பத்திரிகை தேவைப்பட்டது.

இந்திய சுதந்திரம் இந்தியா பாகிஸ்தான் பிளவை மட்டுமல்ல அண்ணா-பெரியார் பிளவையும் ஏற்படுத்தியது. இருவரும் வெவ்வேறு கருத்துக்களை தங்கள் ஏடுகளில் சொல்லி வந்தாலும் இந்த விவகாரத்தில் சர்ச்சை உச்சம் தொட்டது.

‘1947 ஆகஸ்ட் 15ம் தேதி சுதந்திரம் கிடைக்கவில்லை. வெள்ளைக்காரர்கள் கையிலிருந்து கொள்ளைக்காரர்களான பிராமணர்கள் கையில் செல்கிறது’ என்பது பெரியாரின் நிலைப்பாடு.

ஆகையால் அதனை துக்கநாளாக அனுசரிக்க வேண்டும் என்று பெரியார் கூறினார். பொதுச்செயலாளர் அண்ணாவின் கருத்தைக் கேட்காமலேயே கழகத்தின் சார்பாக துக்க நாள் என அறிவித்தார்.

ஆனால் அண்ணாவோ இரண்டு எதிரிகளில் ஒருவர் ஒழிந்தார் என்பதால் அது இன்பநாள் என எழுதினார். காரணம் பிரிட்டிஷாருக்கு ஆதரவானவர்கள் என்கிற பழி விழுந்து விடக் கூடாதே என்பதற்காக அப்படி பதிவிட்டிருந்தார். இதற்காக கட்சியை விட்டு நீக்கினாலும் பரவாயில்லை என்று குறிப்பிட்டிருந்தார்.

1948ல் ஈரோடு மாநாட்டில் தனக்குப் பிறகு அண்ணாதான் தலைவர் என தெரிவித்து விட்டு பெட்டிச்சாவியை அண்ணாவிடம் கொடுக்கிறேன் என்று கூறிய பெரியார், தனக்குப் பிறகு அண்ணா தேர்தல் பாதையை

தேர்ந்தெடுத்து சமரசத்திற்கு ஆட்பட்டு விடுவார் என்கிற எண்ணம் உறுதியாகவே அம்முடிவை கைவிட்டார் பெரியார்.

இதன்பிறகு தனது வாரிசாக ஈ. வெ. கி சம்பத்தை நியமிக்க முயற்சித்து அவரைத் தத்து எடுப்பதற்கான அனைத்து ஏற்பாடுகளையும் செய்தார்.

ஆனால் சம்பத்தும் அண்ணாவின் சீடராக இருப்பதைக்கண்டு அதையும் பாதியிலேயே நிறுத்திவிட்டார்.

இதுதவிர ஏற்கனவே அர்ஜுனன் என்பவரை தத்தெடுக்க திட்டமிட்டிருந்த நிலையில் அவர் 1946ம் ஆண்டு உயிரிழந்து விட்டிருந்தார். இதனையடுத்து அவருக்கு மணியம்மையைத் தவிர வேறு நபர்கள் யாரும் நம்பிக்கைக்கு உரியவர்களாக தெரியவில்லை. ஆகையால் அவர் மணியம்மையைத் தேர்ந்தெடுத்தார். அண்ணா அதையே காரணம் காட்டி தனது ஆதரவாளர்களுடன் வெளியேறினார்.

தேர்தல் ஜனநாயகத்தின்மீது பெரியாருக்கு எப்போதும் நம்பிக்கை இல்லை. அவர் தேர்தல் பிரச்சாரங்களில் ஈடுபட்டதுகூட பெரும் ஆபத்தை தவிர்க்கும் நோக்கிலே அன்றி மாற்றங்களைக் கொண்டு வரமுடியும் என்கிற எண்ணத்தில் அல்ல.

ஆனால் அண்ணாவோ தேர்தல் ஜனநாயகம் வழியாக தான் படைக்க விரும்பும் பொன்னுலகத்தை அடைய முடியும் எனக் கருதினார்.

அண்ணா இதற்கான முயற்சியை பெரியாரின் சீடராக மாறுவதற்கு ஈடுபட்டுள்ளார். அவருடைய அரசியல் வாழ்வே தேர்தலுடன் தான் தொடங்கி இருக்கிறது என்றுகூட சொல்ல முடியும்.

1934 ஆண்டிலே பெரியாரின் அறிமுகம் அண்ணாவிற்கு கிடைத்திருந்த போதிலும் 1935ம் ஆண்டு தனது 26வது வயதில் சென்னை நகரசபை தேர்தலுக்கு நீதிக்கட்சியின் சார்பாக போட்டியிட்டார் அண்ணா. அதில் அவரால் வெற்றி பெறமுடியவில்லை.

இதன் பிறகே 1937ம் ஆண்டு சுயமரியாதை இயக்கத்திற்குள்ளும் பெரியார் நடத்தி வந்த குடிஅரசு பத்திரிகையிலும் தன்னைத் தீவிரமாக பிணைத்துக் கொண்டார்.

அதே சமயத்தில் பெரியாரோ தேர்தலில் போட்டியிட்டு வந்த நீதிக் கட்சியின் தலைவராகப் பொறுப்பேற்ற பிறகு நீதிக்கட்சியையே தேர்தல் பாதையிலிருந்து வெளியேற்றுகிறார்.

அதனை திராவிடர் கழகமாக மாற்றுகிறார். இந்த மாற்றத்தை அவர் அண்ணா மூலம் கொண்டு வந்ததுதான் வரலாற்று முரண். 1944ம் ஆண்டு சேலம் மாநாட்டில் அண்ணா முன்மொழிந்த தீர்மானங்கள் அடிப்படையிலேயே நீதிக்கட்சி தேர்தல் பாதையை விடுத்து அரசியல் இயக்கமாக மாறியது.

திராவிடர் கழகத்தார் தேர்தலில் பங்கெடுக்காமல் பலத்தை நிரூபிக்காமல் எப்படி திராவிட நாடு பெற முடியும் என்கிற மறைமுகமான கேள்வியை அண்ணா எழுப்பினார்.

ஈரோட்டு பெட்டிச்சாவி மாநாடு நிகழ்ந்து ஓராண்டுக்குள்ளாகவே தி. க உடைந்து தி. மு. க உருவானது. தி. க போல இயக்க அரசியலை மட்டுமே முன்னெடுக்கும் என்று சொன்னது.

ஆனால் பெரியார் சொன்னது போலவே திமுக கட்சி தொடங்கிய நான்கே ஆண்டுகளில் தேர்தல் பாதையைத் தேர்ந்தெடுத்தது தி. மு. க.

தி. மு. க ஆட்சிக்கு வந்த பிறகு அண்ணா நினைத்தது போலவே பெரியாரின் சமூக நீதிக் கொள்கைகள் சட்டமாகின. பெரியார் எச்சரித்தது போலவே தேர்தல் அரசியல் காரணமாக பல சமூக நீதிக் கொள்கைகளில் நிறைய சமரசம் செய்து கொள்ள தி. மு. க தள்ளப்பட்டது.

பெரியாரைப் பொருத்தவரையில் இந்த அரசு இயந்திரம் சுரண்டலின் வழிமுறையோடு இயங்குகிறது. அது எப்போதும் சாதி வர்க்க அடிப்படையில் மேல் தட்டில் இருப்பவர்களின் நலனுக்காகவே இருக்கிறது. ஆகையால் இந்த அரசால் சமூக பொருளாதார ரீதியாக ஒடுக்கப்படுகிறவர்களுக்கு எதுவும் நன்மை செய்ய முடியாது என்கிற கருத்தைக் கொண்டிருந்தார்.

ஈ. வெ. இராமசாமியின் 19வது வயதில் அவருக்குத் திருமணம் செய்யப் பெற்றோர்களால் நிச்சயித்த வண்ணம், சிறுவயது முதல் நேசித்த 13 வயது நாகம்மையாரை மணந்து கொண்டார்.

நாகம்மை தன் கணவரின் புரட்சிகரமான செயல்களுக்குத் தன்னை முழுவதுமாக ஆட்படுத்திக் கொண்டார். இருவரும் இணைந்து பல போராட்டங்களிலும் ஈடுபடலானார்கள்.

திருமணமான இருவருடங்களில் பெண் மகவை ஈன்றெடுத்தார். அக்குழந்தை ஐந்து மாதங்களிலேயே இறந்தது. அதன்பிறகு அவர்களுக்குப் பிள்ளைப் பேறு இல்லை.

தனது அண்ணன் மகன் ஈ. வெ. கி. சம்பத்தை திராவிடர் கழகத்தின் எதிர்காலத் தலைவராக நியமிப்பதாக இருந்தார். ஆனால் சம்பத், அண்ணாதுரையின் சீடராக விளங்கியதால், ஈ. வெ. இராமசாமி தமது 70வது வயதில் 32 வயதுடைய காந்திமதி எனும் மணியம்மையை மணந்தார்.

இத்திருமணத்தால் திராவிடர் கழகத் தலைவர்களிடையே கருத்து வேறுபாடு ஏற்பட்டது. அண்ணாதுரை போன்ற தலைவர்கள் ஈ. வெ. இராமசாமியைவிட்டுப் பிரிந்தனர். ஈ. வெ. இராமசாமி, மணியம்மையை தனது சொத்துக்களுக்கும் திராவிடர் கழகத்திற்கும் பாதுகாவலராக நியமித்தார்.

"நாமெல்லோரும் இங்கே அறிஞர் அண்ணா அவர்கள் முடிவெய்தியதை முன்னிட்டு நமது அனுதாபத்தைக் காட்டிக் கொள்வதற்காக இங்கே நாம் கூடியிருக்கிறோம். அண்ணா அவர்களைப் பத்தி இரண்டு வார்த்தைகள் சொல்லுவது பொருத்தமாகும். பெரும்பாலும் அவரைப் புகழ்வதற்காகவே நாம் இங்கே கூடவில்லை. "அவருடைய தொண்டுக்கு நன்றி காட்டவும், அவரைப் பின்பற்றி அவர் கூறியுள்ள கொள்கைகளைப் பரப்பவும் கூடியிருக்கிறோம்." 'அண்ணா அவர்கள் மாபெரும் பகுத்தறிவுவாதி. இரண்டாவது அவர் காரியத்திலேயும் அதைக் காட்டிக் கொண்டார். மூன்றாவது அவர் பகுத்தறிவை வைத்துக் கொண்டு மூட நம்பிக்கைகள் தனக்கு இல்லை என்று அதைக் காட்டுவதற்கு எங்குமில்லாத திருமண விஷயத்திலே, கடவுள், மதம், சாதி, சம்பிரதாயக் காரியங்கள் இருக்கக்கூடாது என்று, அதில் கூடாது என்று, கருத்து கொண்ட "சுயமரியாதைத் திருமணம்", சீர்திருத்த திருமணம் என்பதைச் சட்டமாக்கினார். "சட்டமாக்கினாரென்றால், திருமணத்தைச் சட்டமாக்கியதே, முக்கிய கருத்துமல்ல". "அதிலே கொண்டு வந்து

கடவுளை, மதத்தை, சாஸ்திரத்தைப் புகுத்தக் கூடாது என்ற கருத்திலே". இப்படிப் பல விஷயத்திலேயும் அவர், தான் பகுத்தறிவுவாதி என்பதையும் உண்மையாக அவர் மக்களுக்கு எடுத்துக் காட்டி மக்களை எல்லாம் அந்தப் பக்கத்துக்குக் கொண்டு வரவேண்டுமென்று ரொம்பப் பாடுபட்டார். அவ்வளவு செய்த மகானுக்கு இன்று இங்கு இவ்வளவு பெரிய மாபெரும் கூட்டம் அவர் காலமான அன்றைக்கும், "அவரின் இறுதி ஊர்வலத்திலும் 30 லட்சம் மக்கள் அவரைப் பின் தொடர்ந்தார்கள் என்றால் அவர் தன்னுடைய கருத்தை மட்டிலும் காட்டினார் என்பதல்லாமல் இந்த நாட்டு மக்களையே ஓரளவுக்கு அவர் புண்படுத்தி விட்டார் என்பது தான் அதனுடைய கருத்தாகும்". முடித்துக் கொள்ளுகிறேன்."

பேரன்புமிக்க தலைவர் அவர்களே! தாய்மார்களே! தோழர்களே!

இன்றைய தினம், இங்கே கூட்டப்பட்டிருக்கிற இந்தக் கூட்டம், நமது அருமை அண்ணா அவர்கள் முடிவெய்தியதை முன்னிட்டு அனுதாபம் காட்டுவதற்கென கூட்டப்பட்ட கூட்டமாகும். இதில் அண்ணா அவர்களுடைய அரும்பெரும் தன்மையையும், அவர் கொள்கைகளையும், தொண்டினையும் எடுத்துச்சொல்லி அண்ணா அவர்களைப் பாராட்டி மிக்க அருமையான தன்மையில் பலர் விளக்கிப் பேசி இருக்கிறார்கள். நானும் அவர்களைப் பின்பற்றியே ஏதோ சில வார்த்தைகள் சொல்லலாம் என்று ஆசைப்படுகிறேன். முதலாவதாக, இக்கூட்டத்தை ஏற்பாடு செய்த தோழர்கள் - என்னையும், இதில் கலந்து கொள்ளுவதற்கு ஒரு வாய்ப்பு அளித்ததற்காக முதலில் நான் அவர்களுக்கு என் நன்றியறிதலைத் தெரிவித்துக் கொள்ளுகிறேன்.

அண்ணா அவர்கள் மறைவுக்கு அனுதாபம் காட்டுவதிலே, அண்ணாவின் பெருமையைப்பற்றியே பேசுவது போதுமானதாகாது. அண்ணாவின் கொள்கைகள், அவர் செய்த அரும் பெரும் காரியங்களை, அவரால் நமக்கு ஏற்பட்ட நஷ்டங்களை எடுத்துச்சொல்லி, அந்த நஷ்டத்தைப் பரிகரிக்க, மற்ற தோழர்களைப் பொறுப்பேற்றுக் கொள்ளும்படி, வேண்டிக் கொள்ளுவதை நாம் எடுத்துச் சொல்ல வேண்டும் என்றே நான் கருதுகிறேன். அண்ணா அவர்களுடைய மறைவு சரித்திரத்திலேயே காணாத அளவுக்கு, மக்களுடைய அனுதாபம் தெரிவிக்கப்பட்டிருக்கிறது. இது வரையிலும், எந்த மனிதருக்கும்

மனிதத்தன்மைக்கு மேற்பட்டதாகக் கற்பிக்கப்பட்டிருக்கிற எப்படிப்பட்ட கற்பனையாளர்களுக்கும் நடந்திராத ஒரு அரும் பெரும் பாராட்டுதலும் அனுதாபமும் அண்ணாவுக்கு நடந்திருக்கிறது.

சாதாரணமாகச் சொல்லவேண்டுமானால் அண்ணா அவர்கள் மறைந்து, அவர் சமாதிக்குச் செல்கிற வழியில் 30 லட்சம் மக்கள் அவரைப்பின் தொடர்ந்து, ஏழரைமைல், மூன்றுமணிநேரம், நடந்து வந்திருக்கிறார்கள். இது, இதுவரையிலும் யாருக்கும் ஏற்பட்ட ஒரு அனுதாபமல்ல. அண்ணா அவர்கள் ஒரு தெய்வீகப் பிறப்பல்ல. அவர் அதை ஒத்துக் கொள்ளுகிறதே இல்லை "தெய்வீகம்" என்பதை. பின்னே அவர் ஒரு சாமியாருமல்ல, பக்தருமல்ல. அவர்ஒரு பெரிய பகுத்தறிவுவாதி. கடவுள், மதம், சாஸ்திரம், சம்பிரதாயம் இவைகளில் நம்பிக்கை இல்லாதவர் என்பதோடு, மக்களையும் அந்தப்படி ஆக்கவேண்டுமென்ற முறையில் பாடுபட்டவர். அப்படிப் பட்டவருக்கு இந்த மூட நம்பிக்கை நாட்டிலே, அவ்வளவு பெரிய அனுதாபம் காட்டப்பட்டிருக்கிறது என்றால், சுருக்கமாகச் சொன்னால், மக்களே ஒரு அளவுக்குப் பண்பட்டுவிட்டார்கள்- அண்ணாவின் ஆட்சியினாலே என்று தான் சொல்ல வேண்டும். அவ்வளவு பெரிய காரியங்கள் நடந்திருக்கின்றன. ஆனதினால் அனுதாபம் வேறு யாருக்கும் இல்லாத அளவுக்கு அவர் பெற்றிருக்கிறார்-மக்களுடைய அனுதாபத்தை,

பொதுவாக இதைப்பற்றிப் பேசுகிற போது அவர் யாரு? அவருடைய தொண்டு என்ன? அவருடைய கட்சி என்பது என்னா? என்பதைப் பற்றியெல்லாம் சற்று விளக்குவது அவசியமென்றே நான் கருதுகின்றேன். நான் நினைத்ததும், இந்த உண்மைகள் எல்லாம் பெரும்பாலோருக்கு தெரியாது. பெரும்பாலோர் அறிந்தும் இருக்க மாட்டார்கள் என்று தான் நான் கருதுகிறேன். அண்ணா துரை திராவிட முன்னேற்றக் கழகத்தைச் சேர்ந்தவர் என்பது தெரியும் ஜனங்களுக்கு. திராவிட முன்னேற்றக் கழகம் என்றால் என்ன என்றால்? திராவிடர் கழகத்திலே இருந்து பிரிந்த ஒரு கிளைக் கழகம் என்பதும் யாவருக்கும் தெரியும்.(கைத்தட்டல்) யாரும் தயவு செய்து கைத்தட்டாதீர்கள். திராவிடர் கழகம் என்ன என்பது? நான் நினைக்கிறேன். வெகு பேருக்குத் தெரியாது. ஏதோ அது ஒரு பெரிய கழகம் என்று தான் மக்கள் நினைத்துக் கொண்டு இருப்பார்கள். தெளிவாகச்

சொல்லுகிறேன். திராவிடர் கழகம் என்பது 1916ஆவது ஆண்டிலே, நாயர் பெருமான். தியாகராயர் பெருமான், அவர்களாலே தோற்றுவிக்கப்பட்ட தென்னிந்தியர் நலனைப் பற்றிய தொண்டாற்றும் கழகமென்றும், மக்களுக்கு நல்ல வண்ணம் தெரியும்படியாக பரவி இருக்கிற பெயரை உடைய, அதாவது ஜஸ்டிஸ் கட்சி என்பதும் அதன் மறு பெயர் என்றும் நன்றாகத் தெரியும். 1916லே ஏற்பட்டது ஜஸ்டிஸ்கட்சி.

அது ஏறக்குறைய 1936 முடிய 1937 வரையிலும் ஜஸ்டிஸ் கட்சி என்னும் பெயராலே சென்னை மாகாணத்து ஆட்சியைக் கைப்பற்றி 1920 முதல் 1936 வரை 16 ஆண்டுகள் அரசாட்சி செய்த கட்சி. அந்தக் கட்சி தான், 1936லே அதன் பதவி போன உடனே கொஞ்சம் கொஞ்சமாக அதற்குச் செல்வாக்குக் குறைய ஆரம்பித்த காலத்தில், அதை சுயமரியாதை இயக்கத் தலைவர் என்னும் நிலையில், நீதிக்கட்சியின் 14வது மாநாட்டில் 29-12-1938ல் நம்மிடம் ஒப்புவிக்கப்பட்ட கட்சி. 1938லேயே ஜஸ்டிஸ் கட்சி நான் சிறையில் இருந்த போதே நம்முடைய (பெரியார் ஈ.வெ.ராமசாமி அவர்களின்) தலைமைக்கு வந்த உடனே,சுயமரியாதை இயக்கமும் ஜஸ்டிஸ் கட்சியும் பிணைந்து ஒன்றாகக் கலந்து வேலை செய்ய ஆரம்பித்து, அது ஏறக்குறைய 1944வது வருஷம் வரையிலும், ஜஸ்டிஸ் கட்சி என்னும் பேராலேயே, நடந்து வந்தது. 1944வது ஆண்டு என்று கருதுகிறேன். ஜஸ்டிஸ்கட்சி16வதுமாநாடு என்று சேலத்தில் 27-08-1944ல் கூட்டப் பட்டபோது, நம்முடைய தலைமைக் கொள்கைப் பிடிக்காத சிலர், அந்த சந்தர்ப்பத்தில் அந்தக்கட்சியின் கொள்கைகளையே மாற்றவும், தலைவரை மாற்றவும், முயற்சி எடுத்து ஒரு பெரும் கூட்டம், வேலை செய்தது. மகாநாடு ஜஸ்டிஸ் கட்சி மாநாடு என்று ஏற்பாடு செய்து, அதற்கு 'நான் தான் தலைமை வகிக்க வேண்டுமென்று தீர்மானமும் செய்து, எல்லாம் நடக்கிறபோது,நம்ம கொள்கைகள் பிடிக்காத சிலர் வெறும் அரசியலிலேயே உணர்ச்சி உள்ள சிலர் இந்தக் கொள்கையோடு இருந்தால் தங்களுடைய லட்சியத்திற்கு இடமிருக்காது என்று கருதி, ரகசியமாக, மகாநாட்டிலே, (பெரியார் அவர்களின்) தலைமையை மாற்றுவது என்பதாக ஓர் ஏற்பாடு செய்தார்கள். இந்த விஷயத்தை நான் தெரிந்து கொண்டு, மகா நாட்டுக்கே போவதில்லை என்று இருந்து விட்டேன். அதாவது, அங்கே போய்த் தலைமைக்காகப் போட்டியிடவேண்டுமே என்று, அது அசிங்கமென்று கருதி. இதை

அண்ணாதுரை அவர்கள் தெரிந்து, நீங்கள் அங்கே போட்டியிட வேண்டிய அவசியம் இருக்காது. அவர்களுக்கு அங்கே பேசுவதற்கே வாய்ப்பு இருக்காது, தலை காட்டிக் கொள்ளவே மாட்டார்கள். நம்முடைய நிலைமை அப்படி இருக்கிறது. உங்களுக்கு நம்முடைய பலம் தெரியாமல் நீங்கள் நமக்கு ஏன், அங்கு போக வேண்டியதில்லை என்று சொல்லி விட்டீர்கள். அப்படி சொல்லவே கூடாது. கட்டாயம் நீங்கள் மகாநாட்டுக்கு வந்துதான் ஆகவேண்டும். என்னை ஈரோட்டிற்கு வந்து (சந்தித்து) ரகளை பண்ணினாரு அண்ணா அவர்கள்.

நான் சேலம் மகாநாட்டிற்குப் போவதில்லை என்றே முடிவு பண்ணிட்டேன். அண்ணா வந்து கண்டிப்பாக நீங்கள் வந்து தான் ஆகவேண்டுமென்றார். நான் மறுத்தேன். அங்கு போய் நாம் (தலைமை) பதவிக்குப் போட்டி போடுவானேன்? நம்ம இயக்கமே (சுயமரியாதை இயக்கமே) தாராளமாய் இருக்குதே. அதிலே என்ன முடியாது? கண்டிப்பாய் நீங்கள் வர வேண்டும் என்று எனக்கு வாக்குக் கொடுத்து, நம்முடைய கொள்கைகளை எல்லாம் மாநாட்டிலே புதுப்பித்துக் கொள்ளலாம், இதை வடிகட்டுவதற்கு, இதை வாய்ப்பாக வைத்துக் கொள்ளலாம் என்று அண்ணா என்னைப் பலவந்தப்படுத்தி மகாநாட்டிலே பிரேரேபிப்பதற்காக, பல திட்டங்களையும் எழுதி, அதற்குப்பெயர் "அண்ணாத்துரைத்திட்டம்" என்று பெயர் வைத்து அவருடைய (திராவிடநாடு) பத்திரிக்கையிலும், அண்ணாத்துரைத்திட்டம் மாநாட்டில் வருகிறது என்றே சொல்லி, என்னையும் கண்டிப்பாக கூடவே இருந்து சேலத்துக்கு அழைத்துக் கொண்டு போனார் அண்ணாத்துரை. அங்கே போன பிறகு, எதிர்ப்பு, ரொம்ப மறைந்து போயிற்று. எதிர்ப்புக்குத் தயாராக இருந்தார்கள். எதிர்ப்பாளர்கள் வேறு தலைவரையும் இன்னார் என்று முடிவும் பண்ணியிருந்தார்கள். அவரும் தலைமைப் பிரசங்கத்தையும் ஓர் அளவுக்கு எழுதிக் கொண்டார். அந்தப் பெயர்கள் எல்லாம் இப்போது சொல்ல வேண்டியதில்லை. அந்த அளவுக்கு ஆகிவிட்டது, இவைகளை அண்ணாவினுடைய முயற்சியினாலே, அவர் வெளியிட்ட அறிக்கையினாலே, வெளிஇடங்களிலிருந்து, சேலம் மக்கள் எத்தனை பேர் வரக்கூடுமோ, அதற்குமேலே ஒரு பங்கு இருக்கும்படியான அளவுக்கு திரட்டிட்டார். அந்த மகாநாட்டிலே, பிரதிநிதி டிக்கட் கூட கொடுப்பதில்லை

என்று மறுத்து விட்டார்கள். பிரதிநிதி டிக்கெட் கொடுக்காவிட்டால் பந்தலை உடைத்து உள்ளே பிரவேசிக்கிறதென்று ஆரம்பித்து விட்டார்கள்.

மாயவரம் நடராஜன் முதற்கொண்டு நம்முடைய நண்பர்கள் ஏராளமானவர்கள் அங்கேபோய் பிரதிநிதி டிக்கட் கேட்பது, கொடுக்கவில்லையானால், உள்ளே புகுவது. அவர்களால் சிலர் ரொம்ப தயாராய் இருந்தார்கள். முரட்டுத்தனமான ஆட்களை வைத்துக் கொண்டு அதை சிதறடித்து விட்டார் அண்ணாதுரை. அவ்வளவு ஆட்களோடு அங்கு வந்திருந்தார் அண்ணாதுரை. எதிர்ப்பாளர்கள் ஒண்ணும் செய்ய முடியவில்லை யார் யாரு? நம்மைத் தலைவராக வைத்தால் எதிர்க்கிறதற்கு என்று இருந்தார்களோ (சிரிப்புடன்) அவர்களைக் கொண்டே நம்மைப் பிரேரேபிக்கும்படியும், ஆதரிக்கும்படியும் அண்ணாதுரை செய்து விட்டார், அந்தக் கூட்டத்திலே. அவ்வளவு பெரிய நிகழ்ச்சி அங்கே நடந்துபோச்சு. “அண்ணாத்துரைத் திட்டம்” என்னவென்றால், அரசியலில் பிரவேசிக்கக்கூடாது. அரசியல் பதவி, சட்டசபை மெம்பராக, நாமினேஷன் மூலமாக, ஜில்லா போர்டு பிரசிடெண்ட்டாக, மற்றும் அரசியல் பேரால் சில பதவிகள் இடங்கள், ஆகியவற்றில் பதவியில் உள்ளவர்கள் எல்லோரும் ராஜினாமா செய்துவிட வேண்டும் என ஒரு தீர்மானம் அது. அரசியல் பட்டங்களை வாபஸ் பண்ணிவிட வேண்டும். அதனால் ஜஸ்டிஸ் கட்சியினுடைய, அது நடந்து வந்த முறையில் பதவி, பட்டம் இவைகள் தான் முக்கியமாக இருந்தது. மந்திரிமார்கள் அதன் மூலம் மக்களுக்குச் செய்யலாமென்று பலர், தாங்களும் அதன் மூலம் பட்டம் பதவி அடையலாமென்று கருதி இருந்தனர். அதற்கு மாறாக இந்தத் தீர்மானம் நிறைவேறியது. மற்றும் சுயமரியாதை இயக்கக் கொள்கைகள் அவ்வளவையும், ஜஸ்டிஸ் கட்சித் தீர்மானம் என்கிற தன்மையிலே அங்கு நிறைவேற்றுவதற்கு மக்கள் கையில், தீர்மானங்கள் அச்சடித்தவை, துண்டுப் பிரசுரமாகக் கொடுக்கப்பட்டு விட்டது. அவ்வளவுதான். எந்தத் தீர்மானத்துக்கும், எந்தக் காரியத்துக்கும் அங்கே எதிர்ப்பே இல்லை, ஆளும் தென்படவேயில்லை. ஆட்களே தென்படவில்லை. எதிர்த்தவர்கள் எல்லாம் சும்மா இருக்க வேண்டியவர்களாக ஆகிவிட்டார்கள். அண்ணா எல்லா தீர்மானத்தையும், ஜஸ்டிஸ் கட்சித் தீர்மானத்தை “அண்ணாதுரை தீர்மானம்” என்கிற பேராலே அப்படியே நிறைவேற்றி விட்டார். சுயமரியாதை இயக்கத்தின் தீர்மானங்களும் நிறைவேறின. இதை

எல்லாவற்றையும் விட முக்கியமான காரியம் அவர் என்ன செய்தார் என்றால், "ஜஸ்டிஸ் கட்சி" என்றும் "தென் இந்திய நல உரிமைச் சங்கம்" என்றும் இருந்ததை, அது நமக்குப் பொருத்தமற்றப் பெயராக இருக்கிறது என்று சொல்லி, இன்று முதல் ஜஸ்டிஸ் கட்சிக்குப் பெயர் "திராவிடர் கழகம்" என்றானது. ஏன் எனில் தமிழில் தென்னிந்திய நல உரிமைச் சங்கம் என்று இருந்தது. தென் இந்தியர் என்றால் யார்? திராவிடர்கள் தானே. அதை ஏன் ஒளிமறைவாய் வைத்திருக்க வேண்டும்? அப்போதே ஆரம்ப காலத்தில் "திராவிடர் கழகம்" என்ற பெயர் வைப்பதற்குச் சிலபேர் ஆட்சேபணை செய்தார்கள். ஜஸ்டிஸ் கட்சி ஏற்படுத்தின அன்னைக்கு 1916லே "திராவிடர் கழகம்" என்பதாக வைப்பதாகத்தான் ஆரம்பித்தார்கள். பலர் நாங்கள் "திராவிடர்கள்" அல்ல என்று பூணூல் போட்டிருந்த (பார்ப்பனரல்லாதார்) ஆட்கள் எல்லாம். அதிலேயும் ஆந்திராக்கார ஜெமிந்தார்கள்.தங்களை 'சத்திரியர்' என்று எண்ணிக் கொண்டிருந்ததினாலே, திராவிடர் என்றால் சத்திரியர்களாக ஆகமாட்டார்கள். நாலாவதுஜாதிதான்.

அதனாலே எங்களுடைய உரிமைகள் எல்லாம் போய்விடும். அந்த பெயர் இருக்கக் கூடாது என்று, ஆந்திராக்காரர்கள் சத்தம் போட்டார்கள். அதனாலே "தென் இந்தியர்" என்கிற பெயரை வைத்தார்கள். (1916ல்) அந்தக் கட்சியின் பத்திரிக்கை "ஜஸ்டிஸ்" என்பதாகும். அது ரொம்பவும் பிரபலமாயிற்று. இதை நாம் அக்கட்சியின் தலைமை ஏற்ற பிறகு, அந்த ஜஸ்டிஸ் கட்சி ஓரளவுக்கு பலம் குறைந்து போனபிறகு, மறுபடியும் ஏன் அதன் பெயரைச் சொல்லிக் கொண்டிருக்க வேண்டும் என்று, தைரியமாக அந்த சேலம் மாநாட்டிலே தான் (1944ல்) ஜஸ்டிஸ் கட்சி என்பது இனிமேல் "திராவிடர் கழகம்" என்ற பெயரால் குறிப்பிடத்தக்கது. அழைக்கத்தக்கது என்று தீர்மானமும் நிறைவேற்றப்பட்டது. எதிர்ப்பே இல்லாமல் நிறைவேறிவிட்டது. அந்த மாநாட்டிலே. அப்புறம் பதவியை ராஜினாமா பண்ணவேணும், எலக்ஷனில் எதிலும் நிற்கக்கூடாது. சர்க்கார் சம்மந்தமான எந்தப் பதவியையும் ஏற்றுக்க கூடாது என்கிற தீர்மானம் நிறைவேற்றப்பட்ட உடனே, அந்த உணர்ச்சி உள்ளவர்கள் எல்லாம் 2 வது நாள், 3வது நாள், 4வது நாள், யோசனை பண்ணி, நாங்கள் எல்லாம் விலகிக் கொண்டோம் என்று சொல்லி விட்டார்கள். விலகி விட்டதில் நமக்கு அக்கறை இல்லை என்று வைத்துக் கொண்டோம். அப்புறம் அவர்கள் எல்லாம் சேர்ந்து, சேலம் மாநாடு எங்களுக்குச் சம்மந்தப்பட்டதல்ல. நாங்கள் வேறு தனியாகக்

கட்சியை ஆரம்பித்துக் கொள்ளுகிறோம் என்று சொல்லி பெரிய ஆளுக எல்லாம் சர் சு.மு.சண்முகம்செட்டியார் முதல், இப்போதும் இருக்கிறார். சர் பி.டி.ராஜன் முதல், இன்னும் மற்ற பெரிய பதவிகளிலேயே லட்சியமாக இருந்த ஆட்கள் எல்லோரும், விலகிக் கொண்டார்கள்.வேறு கட்சி ஆரம்பித்தார்கள் என்றாலும் அந்தக் கட்சி ஒன்றும் உருப்படலே. ஆனாலும் விலகிக் கொண்டார்கள் அனேகம் பேர். அவ்வளவுதானே ஒழிய "ஜஸ்டிஸ் கட்சி " "திராவிடர் கழகம்" என்று ஆகிவிட்டது என்பது முடிஞ்சி போச்சி.

இதை ஒரு மாதத்திற்கு முன்னே சென்னையிலே "ஜஸ்டிஸ் கட்சி 50வது ஆண்டு விழா என்று நடத்தின, அந்தக் கூட்டத்திலே வாசித்த அந்த தலைமைப் பிரசங்கத்திலே, இதை எழுதியிருக்கிறார்கள். "ஜஸ்டிஸ் கட்சி" (1944ல்) "திராவிடர் கழகம்" என்று சேலம் மாநாட்டிலே மாற்றம் அடைந்தது.அதை ஏற்றுக் கொள்ளாத சிலர், அக்கட்சியை ஆரம்பித்தார்கள். அதன் தலைமைக்கு யாரும் முன்னே வராததினாலே நான் துணிந்து ஏற்றுக் கொண்டேன் என்று டாக்டர் பி.டி.ராஜன் அவர்கள் தன்னுடைய தலைமைச் சொற்பொழிவிலே எழுதியிருக்கிறார். அது தான். மற்றதைப் பற்றி நான் இங்கு சொல்ல வரவில்லை.

இந்தத் "திராவிடர் கழகம்" என்பது என்ன என்றால், ஜஸ்டிஸ் கட்சிதான் என்பதற்காகத் தான் இதைச் சொன்னேன். இது சட்டப்படி ஆதாரப்படி இது "தென்னிந்திய நல உரிமைச் சங்கம் தான்". இந்த பெயரில் வந்த உடனே, "சுயமரியாதை இயக்கமும் திராவிடர் கழகமும் இணைந்து தொண்டாற்றுவது என்று சுயமரியாதை இயக்கக் கொள்கைகளையே நடத்திக் கொண்டு வந்தோம்". அது பெரிய செல்வாக்காகி விட்டது. ஜனங்களிடையே நல்லா வந்தது வளர்ந்தது. அதிலிருந்து பல காரணம் இப்போது இங்கே சொல்ல வேண்டியதில்லை.

சுருக்கமாகவே சொல்லுகிறேன், திராவிடர் கழகத்திலிருந்து பிரியவேண்டுமென்று சிலர் நினைத்தார்கள். மற்ற வாய்ப்பும் அவர்களுக்கு அனுகூலமாக இருந்தது, பிரிந்தார்கள். பிரிந்தாலும், நாங்கள் பிரிந்து வந்தவர்கள் அல்ல, நாங்கள் வேறு கட்சியாகப் போயிட்டவர்கள் அல்ல. நாங்கள் அந்த திராவிடர் கழகத்தார் தான். அதிலே நாங்கள் சில முன்னேற்றமான கருத்துக்களைக் கொண்டவர்கள், நாங்கள். திராவிடர்

கழகத்திலே சில பின்னேற்றமான கருத்துக்கள் இருக்கின்றன. ஆனதினாலே நாங்கள் தீவிரவாதிகள். கம்யூனிஸ்டுகளிலே தீவிரவாதக் கருத்துடையவர்கள் எல்லாம் இருக்கிறார்கள். இன்னொரு கட்சின்னா அதிலே இருக்கிறார்கள், தீவிரவாதிகள். அதுபோலவே, ஜஸ்டிஸ் கட்சியான திராவிடர் கழகத்துக்கு, தீவிரவாதிகள், என்கிற பேராலே, "திராவிட முன்னேற்றக் கழகம்" என்று ஆரம்பித்தார்கள். அப்போதும் கூட ஜஸ்டிஸ் கட்சிக் கொள்கைத் தான் எங்கள் கொள்கை. அதாவது திராவிடர் கழகக்கொள்கை தான் எங்கள் கொள்கை, அதில் எந்த மாறுதலும், இல்லை. ஆனால் நாங்கள் சில தீவிரமான காரியங்கள் செய்ய வேண்டியதிருக்கிறது, என்று சொல்லி “திராவிட முன்னேற்றக் கழகத்தை' (1949ல்) ஆரம்பித்தார்கள். அதனாலேயே அந்த திராவிட முன்னேற்றக் கழகமென்பதும், ஜஸ்டிஸ் கட்சிதான். திராவிடர் கழகம் என்பதும் ஜஸ்டிஸ் கட்சிதான். வேண்டுமானால் அவர்கள் கொஞ்சம் தீவிர ஜஸ்டிஸ் கட்சி என்று சொல்லிக் கொள்ளலாம்.

அது என்னா கட்சி? எப்படி வந்தது? ஏது என்று சொன்னால், அதைத் தெரிந்து கொள்ளவேணும். அமைப்புப் படி ஆதாரங்களின் படி ஜஸ்டிஸ்கட்சிதான் அது."தென்இந்தியர்நலஉரிமை" பார்ப்பனரல்லாதார் மக்களுடைய நன்மைக்காக" உண்டானது என்று அது திராவிடர் கழகமாக இருக்கிறவரையிலும், இன்று வரையிலும், அதிலே பார்ப்பனருக்கு இடமில்லை. பார்ப்பனரல்லாதார் அதில் (திராவிடர் கழகத்தில்) இருக்க வேண்டும். அதே கொள்கையில் ஆரம்பித்த திராவிட முன்னேற்றக் கழகம் என்று ஆரம்பித்தவர்களும் பார்ப்பனர்களுக்கு அதில் இடமில்லை. அதுவும் திராவிடர் கழகக் கொள்கையின்படியேதான். முன்னேற்றக் கழகத்துக்கு என்ன கொள்கை? திராவிடர் கழகத்தினுடைய கொள்கைகள் தான். அது நாளாக நாளாகத் தனியாக இயங்குகிற தன்மையிலேயே வந்து, சற்றேறக் குறைய சொல்லலாம். ஒன்றுக்கொன்று பொருத்தமில்லாமல், ஒற்றுமை இல்லாமல், தனிப்படவே நடந்து கொண்டு வந்தது. அவர்கள் நாங்கள் பதவிக்குப் போவதே இல்லையென்றே நெடுகிலும் சொல்லிக் கொண்டே வந்தார்கள். மறுபடியும் மக்களின் ஆதரவு கிடைத்த பிறகு, பதவிக்குப் போகாமல், வெளியிலிருந்தே பேசிக் கொண்டிருந்தால், காரியங்கள், செய்வதற்கு வசதி ஏது? ஆனதினாலே பதவிக்குப் போனோமானால் நம்முடைய லட்சியங்களைக் காரியங்களிலே செய்யலாம்

என்கிற காரணத்தின் பேரிலே, பதவிக்குப் போகலாம் என்று ஆரம்பித்தார்கள்.

என்னுடைய என்னமெல்லாம், பதவிக்குப் போகிறது என்று ஆரம்பித்தால், கட்சியே கொஞ்சம் ஆட்டம் கண்டுவிடும், ஜஸ்டிஸ் கட்சியே ஒழிஞ்சதுக்குக் காரணம் அந்தப் பதவிப் போராட்டத்தின் காரணமாகத்தான், தலைவர்கள், ஒருவருக்கொருவர் போராடி, தேர்தல் வரும்போது ஒருத்தருக்கொருவர் ஒழிக்க வேலை செய்ய ஆரம்பித்து, எதிரிகளும் உள்ளே புகுந்து வேலை செய்ய ஆரம்பிக்க போயிட்டுது. (அக்கட்சி) அடியோடு போயிட்டுது. அந்தநிலை வந்துவிடுமோ, என்கிற பயம்தான் எனக்கு பதவிக்குப் போகக்கூடாது என்பதற்குக் காரணம். பதவிக்குப் போவதானால் ஓட்டர்களிடம் பொய்ச் சொல்ல வேண்டும். சமயம் போலத்தான் நடக்க வேண்டும். உண்மையான நம் கொள்கைகளை எடுத்துச் சொன்னால் ஆதரவு நமக்கு இருக்காது. நாம் தீவிர கொள்கைக்காரராக இருக்கிறோம். "கடவுள் இல்லை, மதம் இல்லை, சாமியில்லை, சாஸ்திர சம்பிரதாயமில்லே, இராமாயணத்தைக் கொளுத்துகிறோம். கீதையைக் கொளுத்துகிறோம். கடவுளை எல்லாம் உடைக்கிறோம்". இந்த மாதிரி உணர்ச்சி உடையவர்களுக்கு பாமரமக்களிடம் போய் ஓட்டுப் போடுன்னா எந்த முகத்தைக் கொண்டப்பா என்னிடத்திலே வந்தே என்று தான் கேட்பான். ஆனதினாலே போகாமலிருப்பதே மேல் என்று கருதினேன். அவர் நினைத்தார் போகமலிருப்பதே மேல் என்று சொல்லிக் கொண்டே வந்தால், வாய்ப்பு இருக்கிறது என்று தெரிந்த உடனே அண்ணா அவர்கள் போனால் நடத்தலாம் என்று அவர் ஆரம்பித்துவிட்டார். அவர்களால் பதவிக்கு முடியாது என்று தான் நான் சொல்லிக் கொண்டே இருந்தேன். மக்களுடைய ஆதரவு இருந்தது. வெற்றி பெற்றுவிட்டார்கள். நல்ல அளவுக்கு ஜெயித்தார்கள்.

"ஏகபோகமாக. இருந்த காங்கிரசை நல்ல அளவுக்குத் தோற்கடித்தார்கள். (அண்ணா) ஜெயித்து விட்டார்கள். ஜெயித்த உடனே, எந்த லட்சியம்கொண்டு பிரிந்து எந்தக்காரியம் செய்யலாமென்று கருதினார் களோ, அவர்கள் மாற்றமில்லாமல், ஜெயித்ததும், என்னைப் பார்த்தார்கள். ஜெயித்திட்டோம் நாங்கள். நீங்கள் நினைக்கிறீங்க, நாங்கள் ஒண்ணும்

நடத்த முடியாதுன்னு அப்படி நினைக்க வேண்டியதில்லை. "நாங்கள் எப்படி நடக்க வேண்டுமென்கிறதை நீங்கள் சொல்லுங்கள். நாங்கள் நடத்துகின்றோம்'. அப்படியே வந்து என்னிடம் (திருச்சியில்) என் மாளிகையில் சொன்னார்கள். நான் எதிர்த்ததும் மறுத்ததும் தவறு என்ற அளவிலே நமக்கே வெட்கம் உண்டாகும்படியாய் ஆயிட்டுது நிலைமை. என்னடா நாம முன்னே அப்படிச் சொன்னோம். இப்போ இப்படி சொல்லுகிறோம் என்று. நிஜமாகச் செய்வாங்களோ, என்னமோ என்று சந்தேகம் கூட எனக்கு இருந்தது. அவர்கள் உறுதியாகவே சொன்னார்கள். "நீங்கள் திட்டங்களைத் தீட்டி கொடுங்கள் நாங்கள் காரியத்தை நடத்துகிறோம்" என்றார்கள். எப்படி நடந்து கொள்ள வேண்டுமென்பதைச் சொல்லுங்கள். அவர்கள் சொன்னதற்கு அப்புறம், ஒரே அடியாக உடனே, ஆதரிக்க வேண்டியது நம்முடைய கடமை என்று கருதி, துணிந்து (அண்ணாவை) ஆதரித்தேன். அண்ணாவும் பதவிக்கு வந்தவர், கொஞ்சம்கூட இடம் மீதியில்லாமல் ஒரேஅடியாக திராவிடர் கழகக் கொள்கை தான் நம்முடைய கொள்கை என்று (அண்ணாவும்) வெளிப்படுத்திவிட்டார். எப்படி (அண்ணா) வெளிப்படுத்தினார்? திராவிட முன்னேற்றக் கழகம் இன்றைய தினம், ஆட்சியில் இருப்பதை இன்றையதினம் மந்திரி சபை அமைத்து இருப்பதை அப்படியே, பெரியாருக்குக் காணிக்கையாக வைக்கிறேன். என்கிற அளவுக்கு அந்தக் கொள்கைதான் நம்முடைய கொள்கை என்று சட்டசபையிலே சொல்லும்படியான அளவுக்கு அவ்வளவு துணிந்து (அண்ணா) சொல்லிவிட்டார். மற்றவர்களால் முடியாது இது. ஏனெனில் மக்களுடைய எண்ணம் எப்படி இருக்குமோ, பலம் எப்படியிருக்குமோ என்று பயப்படுவார்கள். அவர் அதைப் பற்றி லட்சியமில்லாமல், துணிந்து சொல்லிவிட்டார். சொல்லி விட்டு காரியங்களிலும் எந்த அளவுக்கு திராவிடர் கழகக் கொள்கைகளை, அமுலுக்குக் கொண்டு வர முடியுமோ, அந்த அளவுக்கு மற்றபடி வேறு மூடநம்பிக்கையான காரியமும், திராவிடர் கழகத்துக்கு எதிர்ப்பான காரியமும் அவர் செய்யாமல் மூடநம்பிக்கைக்கு செல்வாக்குக் கொடுக்காமல் இந்த நம் கொள்கைகளையே நடத்திக் கொண்டே வந்தார். இது சாதாரணமாக வேறு ஒருத்தருக்கு முடியாது. இப்பக் கூடசொல்றேன். எதனாலே நான் பதவி ஆகாது என்று சொன்னேன்? பதவியினாலே மற்ற பொதுமக்கள் ஆதரவு இருக்குதோ இல்லையோ அது

ஒரு பக்கம். பதவி வந்தால் நமக்குள்ளேயே உதைச்சிக்க வேண்டுமே என்கிற பயம்தான். அது அண்ணா காலத்திலே, இல்லாமல், எப்படியோ தப்பிச்சிகிட்டோம். மற்றவர்கள் காலத்தில் நம் கதி என்ன ஆகுமோ என்று நாம பயப்பட வேண்டியதாகத் தான் இருக்கிறது. மற்றவர்கள் அவ்வளவு துணிவாக இருந்து, எந்த விதத்திலும், நம்மை யாரும் அசைக்க முடியாது. நமக்குள் எந்தவிதமான பிளவும் இல்லே, என்கிறது துணிச்சலோடு இருந்தால் தான் முதலாவது கட்சி நிலைக்கும். அப்புறம் காரியம் செய்ய முடியும் நான் இயற்கையைக் கொண்டாக்கும் பயந்தேன். நான் ஒருகட்சி என்று நினைக்கலே, அடே, எல்லாம் பதவிக்கு போட்டி ஏற்பட்டு கலைஞ்சி போயிட்டுது, பதவி இல்லாதவரைக்கும் கட்டுப்பாடாக இருப்பாங்க. அப்புறம் பதவி வந்திட்டால், இரண்டு மூணுபிரிவாகவே போய் விடும் என்று கருதினேன். இப்பொழுது. காங்கிரசு கூட தனியாக தமிழ்நாடு காங்கிரஸ் என்று இருந்திருந்தால் எல்லாரும் அவர்களுக்குள்ளேயும் உதையே போட்டிருப்பாங்க. சிண்டு அங்கே டெல்லியிலே இருக்கிறதினாலே இங்கே இருக்கிறவங்க காங்கிரசாருக்குள்ளே, ஒருத்தருக்கு ஒருத்தர் வைத்து கொள்ளத்தான் முடிகிறதே தவிர, அவர்கள் உதை போட்டுகிற அளவுக்கு இல்லை. அது பதவியினுடைய லட்சியம் அதுதான்.

மற்ற நாட்டிலே அரசியல் அப்படி அமைதியாய் இருக்குதுன்னா, அந்த நாட்டிலே மக்கள் பக்குவப்பட்ட ஆளுக. நம்ம நாட்டிலே இன்னும் கொஞ்ச நாள் போய்ப் பக்குவப்படவேண்டும்.என்றாலும், இப்பொழுது நம் கடமை என்னவென்றால், அப்படிப்பட்ட ஒரு நெருக்கடியான நிலைமை வரக்கூடாது. என்பதும் எங்கே வந்துவிடுமோ என்கிற எண்ணத்தை மனதிலே வைத்து, நாம எந்த அளவுக்குக் கட்டுப்பாடாக ஒற்றுமையாக இருந்து அந்த ஸ்தாபனத்தை பலப்படுத்த வேண்டுமென்பதும், நம்ம ஒவ்வொருவருக்கும் கவலை இருக்க வேண்டும்? பெயருக்காக திராவிட முன்னேற்றக் கழகம் என்றாலும், அதனுடைய நடத்தைகள், அதனுடைய பலன்கள், திராவிட முன்னேற்றக் கழகத்துக்கு மாத்திரம் அல்ல. காங்கிரசிலே இருக்கிற தமிழனுக்கும் கம்யூனிஸ்டிலே இருக்கிற தமிழனுக்கும், இன்னும் யார் யார் எந்தெந்த கட்சியைச் சொல்லிகிட்டு அதிலேயெல்லாம் தமிழர்கள் கலந்து இருக்கும்படியான ஸ்தானங்கள் அதிலே இருக்கிற அத்தனைபேருக்கும் தான் திராவிட முன்னேற்றக்

கழகம் தொண்டு செய்யும். ஒருவருக்கு மாத்திரம் அல்ல. திராவிட முன்னேற்றக் கழகத்தாருக்கு மாத்திரமேயல்ல. இப்பொழுது காங்கிரஸ் செய்கிற தொண்டு பெரும்பாலும், ஏதோ காமராஜ் பதவியிலிருந்ததினாலே பொது மக்களிடையே பரவிற்று. இல்லாட்டால் பெரும்பாலும் காங்கிரஸ் காரருக்குத்தான். லாபமாக இருக்கும். ஏனெனில் அதிலே எல்லோரும் இருக்கிறார்கள். இதிலே (தி.மு.க .விலே) தமிழனைத் தவிர வேறு யாரும் இல்லை. இதனுடைய பலன், திராவிட முன்னேற்றக் கழகத்திலே சேராத தமிழனுக்கும், முன்னேற்ற கழகத்துக்கு எதிரியாக இருக்கிற தமிழனுக்கும், எல்லோருக்குமாகத்தான் இந்த காரியங்கள். அதனாலே அது நல்ல வண்ணம், நடக்குது, காங்கிரஸ் என்பது, முக்கியமாச் சொல்ல வேண்டுமானால், ஆரம்பித்து பார்ப்பனராலே. அது நடந்து வந்தது பார்ப்பனர்களுடைய நன்மைக்காகவே. அதனாலே பலன் அடைந்து கொண்டவர்கள் எல்லாம் பார்ப்பனர்களாவே இருந்தார்கள். பங்கு கேட்க ஆரம்பிச்சா பார்ப்பானுக்கு அடிமையாய் இருக்கிறவனுக்குத்தான் கிடைக்கும். மற்றவர்களும் தங்களுடைய இனத்தை மறந்து, இன நன்மையை மறந்து, எப்படி நடந்தால் அவர்களுடைய (பார்ப்பானாருடைய)ஆதரவு நமக்குக் கிடைக்கும் என்கிற முறையிலே, அவர்கள் அந்த மாதிரி நடப்பவர்கள். ஆனால் திராவிட முன்னேற்றக் கழகத்துக்கு யார் எப்படி நடந்தாலும், ஏற்படுகிற எந்தக் காரியமும், அதில் சம்மந்தப்படாத எல்லா பார்ப்பனரல்லாத மக்களுக்கும், பயன்படும் படியாகத்தான். இருக்கும். ஆனதினாலே, அது எல்லாருக்குமா உள்ள ஸ்தாபனம், ஆனதால் எல்லாரும் தமிழர் என்று இருக்கிறவர்கள் தங்களைத் தமிழன் என்று கருதிக் கொண்டிருக்கிறவர்கள் எல்லாரும் தங்களுடைய சமுதாயத்தின் நன்மைக்காக, கட்டுப்பாடாக ஆதரவு அளிக்கவேண்டும். அதைப் பலப்படுத்த வேண்டும் அது நிலைக்கிறதுக்குச் செய்ய வேண்டும். நிரந்தரமாய் அதுவே ஆட்சியிலிருக்க எல்லாத் தமிழனும் பாடுபடணும்.

இதை வகுப்புவாதம் என்றுநினைக்கிற தமிழன் கூட வேறு கட்சியிலே இருப்பானேயானால், அவர் கொஞ்சமாவது அந்தக் கட்சியில் மதிக்கப்பட வேண்டுமானால், "தான் தமிழன்" என்று நினைச்சிகிட்டு இங்கே ஒரு கை வைத்திருந்தால்தான் அவனும் பயப்படுவான். இல்லையானால் வெகு சுலபத்தில் ஒழித்துக் கட்டி விடுவார்கள். நமக்கு ஆதரவு இல்லை. இந்த தமிழ்நாட்டில் நாம் சத்தம் போடலாம். இந்த நாட்டின் எல்லைக்கு அப்பால்

போய் விட்டால் நாதியே கிடையாது. அங்கே எல்லாம் எதிரிகளுடைய ஆதரவுதான். அங்கே அவர்கள் இஷ்டம் போல் இருப்பவனுக்குதான் காரியம் நடக்கும். ஆனதினாலே இந்த முன்னேற்றக்கழகம் என்று சொல்லுவது,

தமிழனுடைய நலனுக்காக, அவர்களுடைய முன்னேற்றத்திற்காக, உள்ளது. இந்த ஸ்தாபனங்களினாலே என்ன பலன் ஏற்பட்டிருக்கிறது என்று நினைத்தீர்களானால், நினைத்துப் பாருங்கள். 1920க்கு முன்னே நம் மக்களின் நிலைமை என்னா? இப்ப 1960, 65,66,69 லே இருக்கிற மக்களின் நிலைமை என்னா? அன்றைக்குச் சராசரி நம்ம மக்களுக்கு இருந்த யோக்கியதை என்னா? இன்றைக்கு என்னா? இதை எல்லாம் நீங்கள் சிந்தித்துப் பார்த்தால், இந்த ஜஸ்டிஸ் கட்சி ஏற்பட்ட பிறகு, அவர்கள் ஊட்டின உணர்ச்சி காரணமாக ஒன்றுக்குப் பத்தாக நாம் அமைஞ்சிருக்கிறோம் ஒன்றுக்குப் பத்து எந்தத் துறையை நீங்கள் எடுத்துக் கொண்டாலும் மனுஷனுக்கு வேண்டியதெல்லாம் நம்முடைய இனம் வளரணும். நம்முடைய இனமக்களுக்கு கல்வி வேண்டும்.

நம்ம இன மக்களுக்குப் பதவி வேண்டும். நம் இன மக்களுக்கு இருந்து வருகிற இழிவு நீங்கணும். மற்ற நாட்டு மக்களைப் போல, மற்ற இனத்தாரைப் போல, நாம வளரணும், இது தானே நமக்கு வேண்டியது? பணமா வேண்டியது? நம்ம இந்த இழிவுக்கும் பணத்துக்கும் என்னசம்பந்தம்? அவன் பாட்டுக்கு அவனிருந்துவிட்டுப் போகிறான் வேஷக்காரனுக்கு இருக்கிற மரியாதை. ஆனதினாலே இப்பொழுது நமக்கு வேண்டிதெல்லாம், நம்முடைய இனம்வளரணும்.நம் இனத்துக்கு இருக்கின்ற குறையெல்லாம் நீங்கணும். எந்தெந்தத் துறையில் எந்த அளவுக்கு பின்னுக்கு இருக்கிறோமோ, இந்த நிலையெல்லாம் மாறனும். நீங்கள் சொல்லுங்களேன். 1920க்கு முன்னேயெல்லாம் இருந்த நம்மவர்களுடைய படிப்பு அளவு நம்மவர்களுக்கு இருந்த உத்தியோகத்தன்மை, உத்தியோகத்தினுடைய அளவு, அரசியலிலே, மற்றகாரியங்களிலே, நமக்கு இருக்கிற மரியாதை என்னமா முடியும்? காங்கிரசிலே கூட இப்ப நம்மவர்களுக்கு கொஞ்சம் மரியாதை கொடுக்கிறார்கள் காரணம்? நமக்கு எதிர்ப்பு ஏற்பட்டுப்போச்சே. தவறினால் அங்கே போயிடுவாங்களே? யாரையாவது நாலு பேரை இழுத்து

வைக்கலாமே என்று யாரையோ இரண்டுபேரை இழுத்து, நம்ம ஆளுகளுக்கு பூச்சூட்டுகிறான். ஒண்ணுமில்லேன்னா? பார்ப்பன ஸ்தாபனாமாக (காங்கிரஸ்) ஆகி விடுமே என்று காங்கிரஸ்காரன் இப்போது பயப்படுகிறான். அந்த அளவுக்கு சாதாரணமாக உங்களுக்கு சொல்லுவேன்.

ஹைகோர்ட்டு ஜட்ஜ் என்றால் நமக்கு நினைக்க கூட யோக்கியதையில்லை. ஆம், நினைக்கக் கூட யோக்கியதை இல்லை. அந்தமாதிரி அது (நீதித்துறை) இருந்தது? வெள்ளைக்காரன் இல்லாட்டா பாப்பான். இல்லே வேறு யாராவது வரணும். மலையாளத்துக்காரனைப் பிடிப்பான். சாயபுவை பிடிப்பான். கிருஸ்தவனைக் கொண்டு வருவான். மற்ற நாட்டுக்காரனை (வடநாட்டானை) பாப்பான் அல்லாதவன் என்று கொண்டு வருவான்.

இந்த நாட்டில் தமிழன் என்றால் எவ்வளவு பந்தோபஸ்தாக ஒதுக்கி வைப்பான். இவர்களாலே ஆகா விட்டாலும், டெல்லியில் நடக்கிற மாதிரி இருந்தால், டெல்லிக்கும் அம்மாதிரிதான் திட்டம். இந்த நீதித்துறை கிட்டேயே தமிழன்,போகவே முடியாது. இன்றைய தினம் அண்ணா ஆட்சிக்கு வந்தபிறகு, இப்போ ஏற்பட்ட நிலைமையைக் கணக்குப் பார்த்தீங்கன்னா 16 'ஹைகோர்ட் ஜட்ஜ்கள் இருக்கிறார்கள் என்றால், 10 ஹைகோர்ட்டு ஜட்ஜ்கள் நம்பளவங்க தமிழர்கள் பார்ப்பனரல்லாதார்கள்.

இப்போது ஆறே ஆறு பேர்கள்தான் பார்ப்பனர்கள். அண்ணா இருந்திருப்பார்களேயானால், மே மாதத்திலே, இரண்டு பாப்பான் குறைஞ்சிருப்பான். இன்னும் இரண்டு தமிழர்கள் உயர்ந்திருப்பார்கள். நாலு பேர்தான் பாப்பான் ஜட்ஜ் இருப்பான். நம்ம ஆட்கள் 12 பேர் ஆகியிருப்பான். இது ஹைகோர்ட்டு தோன்றின நாள் முதல் இன்றைய வரைக்கும் ஏற்பட்டிருக்காத ஒரு காரியம். "ஹைகோர்ட் ஜட்ஜாக வந்தால் என்ன பலன் என்று கேட்பீர்கள்? நம்ம ஆளு ஜட்ஜ் வந்தால் நம்ம வக்கில் நாலு பேர் பிழைப்பான். கீழே இருக்கிற நம்ம அதிகாரிகள் சுதந்திரமாக இருக்க முடியும். அவனுங்க (பாப்பான்) ஜட்ஜாக இருந்தால், பூணூல் மாட்டி கிட்டாதான் வாழமுடியும். இல்லாட்டா அடிமையாகத்தான் இருக்கணும். வளர்ச்சியே இருக்காது.

மற்றும் பதவிகளிலேயும் ஜாக்கிரதையாக நம்முடைய மக்களுக்கு, என்னென்னா செய்யணுமோ அதெல்லாம் (அண்ணா) செய்தார்".

இவ்வளவுக்கும் காரணம், ஆதாரம் இன உணர்ச்சிதான். நம்முடைய இயக்கம் வெட்கப்படக் கூடாது. இன உணர்ச்சி இயக்கம் என்னா இயக்கம்? சமுதாயத்திலே கீழ் சாதி ஆக்கப்பட்டு, இழிமகனாக ஆக்கப்பட்டு, சகல துறைகளிலும் ஒதுக்கப்பட்டிருக்கிற தமிழர் சமுதாயம் மனிதத்தன்மையை அடைய வேணும். மற்ற மக்களைப்போல சமத்துவம் அடையவேணும் என்கிறதுக்காக, ஏற்பட்ட இயக்கம் என்று தெளிவாக சொல்லணும்". ஒருத்தன் சொல்லுவான்.என்னடா உங்க இயக்கம் பார்ப்பனது துவேஷ இயக்கம்பான்? நீங்க என்னடா திருட்டுப் பசங்க எங்களை தேவடியாள் மகன்னு தானே சொல்கிறவனுங்க நீங்க. உங்களை துவேசித்தால் என்னடா தப்புன்னு சொல்லும்படியான் அறிவு நம் மக்களுக்கு அண்ணாதான் உற்பத்தி பண்ணினார். மற்றவன் எல்லாம் பயந்துக்குவான். அவன் (பாப்பான்) தயவு வேணுமேன்னு. “வகுப்பு உணர்ச்சி காட்டுகிறவர்கள் மேல் சாதிக்காரர்கள். அதாவது தாங்கள் மேல் வகுப்பு மேல் சாதி. மற்றவனெல்லாம் கீழ் வகுப்பு கீழ் சாதி என்கிறவன். கீழ் சாதிக்காரன் நான் ஏன்டாப்பா கீழ் சாதியாய்க் கீழ் வகுப்பாய் இருக்கணும்? நானும் நீயும் சமமாகக் கூடாதான்னா? நீ வகுப்பு வாதம் பேசறேங்கிறான். பயந்துகிறான் இவன். நான் இனிமேல் பேசலிங்க என்கிறான்”.

ஆனதினாலே நமக்கு ஏற்பட்டிருக்கிற ஆட்சி தமிழருடைய ஆட்சி.அது பலப்படவேண்டுமானால் எல்லாத் தமிழனும் ஆதரவளிக்கணும். நிபந்தனையில்லாத ஆதரவளிக்கணும். ஒவ்வொருத்தனும் எனக்கு ஒரு மந்திரி கொடுத்தால் தான் ஆதரவு காட்டுவேன். இல்லாட்டா ஒழிச்சிக் கட்டுவேன்னா? என் பிள்ளைக்கு ஒரு உத்தியோகம் கொடுத்தால் தான் ஆதரிப்பேன் இல்லாவிட்டால் உன்னை ஒழிச்சிக் கட்டுவேன்னா? இல்லே எனக்கு எம்.எல்.ஏ ஆக செலக்ஷன் வேண்டும் என்றும் இப்படி எல்லாம் ரகளை ஆரம்பிச்சா தானே தேய்ந்து போகுது. கட்டுப்பாடாக யாருக்குக் கொடுத்தாலும் எவனுக்குக் கொடுத்தாலும் "நம்மவனுக்குக் கொடுத்தானா" அப்படீன்னு சந்தோஷப்பட வேணும். அந்த முறையிலே கொஞ்ச நாளைக்குப் பாடுபட்டால் தான் நாம் மற்ற மக்களைப் போல வாழக்கூடிய நிலைமை அடைவோம். இல்லாட்டா அவ்வளவு தான். அப்புறம் கீழேயே (ஆட்சி) இறங்க வேண்டியது தான் நாளுக்கு நாள். இப்பவே நமக்குப் பெரிய தொல்லை எல்லாம் இருக்கு. அரசியலிலே அதற்குச் சட்டம் சம்பிரதாயம்

ஏதோதோ பேரு வைச்சி நம்மை உச்சரிக்கணும். இங்கே நம்மை நாம் பாதுகாத்துக் கிட்டாதான். அங்கே மேலே (டில்லி ஆட்சியில்) இருக்கிறவனோடு எதிர்த்து, ஏதாவது சில உரிமைகள் பெற நமக்கு வாய்ப்பு இருக்கும். இங்கே நாம நமக்குள் சண்டை போட்டுகிட்டோமானா அங்கே (டில்லியில்) நம்மை பற்றி நினைக்கவே யோக்கியதை இருக்காது. ஆகவே தோழர்களே, "இந்த (திராவிட முன்னேற்றக் கழக) ஸ்தாபனம் நம்ம ஸ்தாபனம். நம்ம இனம், நம்ம மக்கள், முன்னேற்றத்துக்காக, பாடுபடுகிற ஸ்தாபனம். இப்போது நாம் ரொம்ப நல்லா வளர்ந்துகிட்டு போறோம். பூர்ண அளவுக்குப் போகலே இப்பநாம. அந்தப்பக்கம் திரும்பிட்டோம்.அது தடைப் படக்கூடாது இனிமேல். எல்லாத் தமிழர்களும் அந்த உணர்ச்சி இருக்கணும்''. நமக்கு என்னாசெய்தான் என்று தனிப்பட்டமுறையில் சிந்தித்தால் எந்த ஸ்தாபனமும் உருப்படியாகாது.

அதுதான் அண்ணாவினுடைய பெரிய தொண்டு. அதன் மூலமாகத்தான் நமக்கு இன்றைக்கு இந்த விதமான பெரிய உணர்ச்சியும் இவ்வளவு வளர்ச்சியும் நமக்கு ஏற்பட்டிருக்கிறது.

இரண்டாவது,நான்சொல்லுகிறேன் அண்ணாவின் தன்மையைப் பற்றி சொல்ல வேண்டுமானால், அண்ணாவைப் பற்றிச் சில பேர் சொல்லுறாங்க "முன்னேற்றக் கழகத்துக்காரர்கள் கூட சொல்லுறாங்க.எனக்கு அதை எல்லாம் சொல்லுவதற்குக் கூட கொஞ்சம் வெட்கமாகத்தான் இருக்கு. என்னா சொல்றாங்கன்னா, "அண்ணா காந்தியார்'' என்று சொல்லுகிறாங்க. அந்தப் பேச்சைக் கேட்கும்போது, மகா வெட்சுமாக இருக்கிறது. நம்ம மக்களுக்கு இவ்வளவு புத்திகோளாறாகப் போச்சேன்னு (சிரிப்பு) "காந்தியார்?"சாதி காப்பாற்றப்படனும்,மதம் காப்பாற்றப் படணும், கடவுள் காப்பாற்றப்படணும், வர்ணாச்சிரம தர்மம் காப்பாற்றப் படனும், ராமன் எப்படி ஆண்டானோ அப்படித்தான் (ராம) ராஜ்யம் ஆளப்படவேணும்" என்று சொல்லுகிறவர். அந்த மாதிரியான நிலைமை வந்தால் தமிழனுக்கு என்னா மிச்சமாகும்? ராமன் ஆண்டது மாதிரி ஆண்டா (சிரிப்புடன்) தமிழ்ப் பொம்பளைங்க மூக்கு முலையெல்லாம் அறுபட வேண்டியதுதான். (சிரிப்பு). தமிழன் எல்லாம் சாமி கும்பிடுவதற்காகக் கொல்லப்பட வேண்டியதுதான். இன்னும் பல சங்கதி சொல்ல முடியாது. அந்த இழிவு தான் நமக்கு வரும். நினைக்காலாமோ நாம் காந்தியை? இதுவெல்லாம் நம்மக்களுக்குப்

புரியாது. பகுத்தறிவுமில்லை. சுயமரியாதை உணர்ச்சியுமில்லே ஏதோ அந்த ஆளுக்கு ஒரு பெருமை இருப்பதினாலே, அண்ணாதுரையைக் காந்தின்னா நமக்குப் பெருமை என்று நினைக்கிறான்? யாரு காந்தியை நினைப்பா? புத்தி இல்லாதவன் தான் நினைப்பான். விஷயம் தெரிஞ்சவன் தலையிலே அடிச்சிக்குவான். அட சனியனே இப்படியா நமக்குன்னு? (சிரிப்பு) கிரமமாக அண்ணாதுரையைப் பற்றி ஏதாவது பெருமையாகச் சொல்ல வேண்டுமானால் “அண்ணாதுரை ஒரு புத்தர்" இருபதாவது நூற்றாண்டு புத்தர் என்று அப்படி கூடச் சொல்லலாம். தராசில் ஆயிரம் காந்தியைப் போட்டு ஒரு தட்டிலேயும், புத்தரை ஒரு தட்டிலேயும் வைச்சாக்க புத்தர்தான் கணமாயிருப்பார். மற்றதெல்லாம் பொக்கையாய் இருக்கும், பகுத்தறிவை நீங்கள் எடுத்துகிட்டிங்கன்னா. அதனாலே அண்ணாதுரை யாருன்னா? அவர் 20வது நூற்றாண்டு புத்தர். என்ன காரணம் கொண்டு அண்ணாவைப் புத்தர் என்கிறேன் நான்? புத்தருக்கு என்ன பெருமை? அவர் பிறவியினாலே பெருமையா? இல்லே? உடம்பினாலே பெருமையா? புத்தருக்குள்ள பெருமை

அவர் பகுத்தறிவாதிங்கிறதினாலே தான் எந்தக் காரியத்தையும் அறிவைக் கொண்டு ஆராயி, கடவுளா, மதமா, வெங்காயமா ஒத்துக்கமாட்டேன். என் அறிவு என்ன சொல்லுதோ, அதைத்தான் ஒத்துக்குவேன். அப்படீன்னு சொன்னவர் அவர்தான் புத்தர். இந்தக் காலத்திலே அப்படிச் சொல்றதுக்கு, ஆள் இல்லே. அண்ணாதுரை தான் சொல்லி வந்தார் நம்மப் போலவே. எங்கள் இயக்கம் (திராவிடர் கழகம் சுயமரியாதை இயக்கம்) தான். அது சொல்லுவது அவற்றையே. ஆனதினாலே அண்ணாதுரையை அவர் ஒரு புத்தர் என்று சொல்லி நாம பாராட்டுகிறோம். அண்ணாவை அப்படிச் சொல்லி அவ்வளவு அரும்பெரும் காரியமெல்லாம் நாம் செய்யலாம்.

சாதாரணமாக நினைப்பாங்க ஜனங்க. சுயமரியாதைத் திருமணம் செல்லும்படிக்குச் சட்டம் கொண்டு வந்தார் அண்ணாதுரை என்று சொன்னால் சும்மா இருக்கிறவன் என்னா இது? பிரமாதமா அப்படிம்பான். சுயமரியாதை கல்யாணம் பண்ணிகிட்டவங்க கல்யாணம் செல்லுபடியாக வேணும்கிறது அல்ல அதிலே. அத்திருமணம் பண்ணிகிட்டவங்க சுய மரியாதை திருமணம் என்றால் "அதுக்குக் கடவுள் தேவையில்லை. மதம்

தேவையில்லை, சாஸ்திர சம்பிரதாயங்கள் தேவையில்லை முன்னாள் பழக்க வழக்கம் வெங்காயம் (சிரிப்பு) எதுவும் தேவையில்லை. அவுக இஷ்டம் தான்''. அதிலே எவ்வளவு அடிபடுது பாருங்க. பகுத்தறிவுவாதின்னு சொல்றதுக்கு எவ்வளவு தத்துவம் அதிலே அடங்கி இருக்குது. அதேதான். அதனாலே என்ன லாபம்? முட்டாள் எல்லாம் அறிவாளியாவான். எந்தக் காரணத்தாலே படிப்படியாக முட்டாளாகிக்கிட்டு வர்ரானோ பாரம்பரியம் அதெல்லாம் நிற்கும். அவ்வளவு சுருக்கமா சொல்லிட்டார். ஒரே காரியத்தாலே சுயமரியாதைத் இவ்வளவு காரியம் திருமணம் செல்லுபடி சட்டம் கொண்டுவந்தாலே. பாப்பானுக்கு ஆத்திரம் தான். வெளுத்துக் கட்டிட்டாரு அண்ணா. வெளிநாட்டுக்காரனெல்லாம் சொல்றான். அதை ஜனங்கள் ஒப்புகிட்டாங்களான்னு கேட்கிறான்? கல்யாணமா பாப்பான் இல்லாமல்? பாப்பான் இல்லாமல்? நெருப்பு இல்லாமல் வெங்காய மில்லாமல் நடக்குது? இது என்னா? என்று அவன் ஆச்சரியப் படறான். யார் ஆச்சரியப்படுறா? "கம்யூனிஸ்ட் ஆச்சரியப்படுறான். வங்காளத்திலே இருக்கிற ஒரு கம்யூனிஸ்ட் E.V.K. சம்பத்துகிட்டே சொன்னாராம்''. என்னா அதிசயமா இருக்குதே? உங்க சங்கதின்னாராம். என்ன நீ அதிசயம்கிறே? பத்தாயிரம் இருபதாயிரம் திருமணங்கள் ஆயிப்போச்சி. இதென்னா பிரமாதமாகப் பேசுறீங்கன்னாராம் சம்பத்.

அந்த கம்யூனிஸ்ட் தலைவரே சொன்னாராம் திரும்ப என் மகனுக்கே அப்படி பாப்பான் இல்லாமல் பண்ணமுடியலே? நீங்கள் எப்படி இவ்வளவெல்லாம் சாதிக்கிறீங்க''ன்னு? ஆச்சரியப்படுகிறார். மற்றும் இந்தியா பூராவுக்குமே இது ஆச்சரியமான காரியம். அண்ணா அவர்களால் தான் அதைச் சட்டமாக்க முடிஞ்சிது. எதிர்ப்பில்லாமல் அதை நிறைவேற்றினார் சட்ட சபையிலே. இப்ப சிலர் நினைக்கிறாங்க நாம் கொஞ்சம் எதிர்த்திருந்தால் ரகளை பண்ணியிருந்தால் அது சட்டமாகாது போயிருக்குமே? அப்படி இப்படின்னு சொல்றாங்க. அந்த சமயத்திலே எல்லாருக்குமே பைத்தியம் பிடிச்சிடுச்சி. இவர் (அண்ணா) கொண்டு வந்தார். அவ்வளவு பேரும் வாயை மூடிகிட்டாங்க. (சிரிப்பு கைதட்டல்) "அது அண்ணாவினுடைய பர்சனாலிட்டி என்பாங்க! அந்த முக உணர்ச்சியால் பேசாமயே எல்லாருமிருந்தாங்க"!

மற்றும் "தான் பகுத்தறிவுவாதி''ங்கிறதுக்கு எவ்வளவு தைரியமான

காரியம் செய்திருக்கிறார். துருக்கியிலே கமால்பாட்சா அரசாங்கக் கட்டிடத்திலே இருக்கிற குரான் வாக்கியத்தை எல்லாம் அழிடான்னான். இங்கே என்னடா குரானுக்கு வேலை? குரானுக்கு வேலை அவுங்க வீட்டிலே இருக்கட்டும். மசூதியிலே இருக்கட்டும். இங்கென்னா வேலை அழிடான்னான். "அதே மாதிரி அண்ணாதுரை இங்கே என்னா சாமி படத்துக்கு ('அரசு அலுவலகத்தில்') வேலை எடுத்தெறி? சாமிபடம் வேணுமானா கோயிலிலே வைச்சிக்கிட்டும்.

அவனவன் வீட்டிலே வேணுமானா வைச்சிக்கிட்டும். இங்கே அரசாங்கத்துக்கும் சாமிக்கும் என்னா சம்பந்தம்? எடுத்து எறின்னாரு? அதுக்கு அண்ணா உத்திரவு போட்டிருக்கிறார். நடக்குது. அதையெல்லாம் சரியா எடுக்கிறதுக்குள்ளே அண்ணாவுக்கு உடம்பு சௌகரியமில்லாமே போச்சி. ஆனாலும் அது நடைபெறுது. இவரு யாரையும் ஏமாற்றலியே"? எந்தக் கொள்கையைச் சொன்னாரோ அந்தக் கொள்கையை அமுலாக்கினார். இன்னும் அனேகக் கொள்கைகளைச் செய்வதற்கு அவர் தயாராக இருந்தார். இக்கொள்கைகளை எல்லாம் நிறைவேற்றினால் தான் 'நாம சமுதாயத்திலே கீழ் மக்களாக, இழிமக்களாக இருக்கிற இழிவு நீங்கும். இதிலே எது மிச்சமானாலும் உங்கள் தலை மேலேயே உட்காரும் அந்த இழிவு". இதை எல்லாம் அண்ணா நன்கு உணர்ந்தவர், ஆனதினாலே இதிலே அவருடைய முயற்சி தனக்காக அல்ல. தம் கழகத்துக்குக்காக மாத்திரம் அல்ல. நாட்டிலே, உலகத்திலே, இருக்கிற எல்லாத் தமிழர்களுக்கும் எல்லா பார்ப்பனரல்லாதாருக்கும் பயன்படும் படியான ஒரு தீவிரமான உணர்ச்சி அதை நம் மக்கள் பாராட்டவேண்டும்.

மற்றும் அதிசயமான ஒரு காரியம் என்பதோடு மாத்திரமல்ல, அந்தக் காரியம் நீண்டு நிலைத்திருக்கும்படியும், ஆட்சியும் பலப்படும் படியாகவும், நமக்குள் ஒற்றுமையும் ஆதரிப்பும் அதிகமாக இருக்க வேணும். நம்ம ஆளுக காரியத்தினாலேயேதான் ஏதாவது இந்த திராவிட முன்னேற்றக் கழகத்துக்கு பலஹீனம் ஏற்பட்டால் ஏற்படலாமே தவிர, அந்நியனாலே ஒரு நாளும் ஏற்படாது. நல்லா நீங்க நினைச்சிக்கலாம். திராவிட முன்னேற்றக் கழகம் நல்லபடி வேர் விட்டுட்டுது. அதற்கு நல்லா ஆதரவு இருக்குது. அதனாலே எல்லா மக்களும் பயன் அனுபவிக்கிறாங்க. எவ்வளவு தான் அந்த இயக்கத்திலே யாரு என்னா பழி சொன்னாலும் அது

ஒவ்வொரு தேர்தலிலேயும் இதே மாதிரியாகவே வெற்றி பெறும். இதற்கு எதிர்ப்பான எந்த ஸ்தாபனமும் மக்களுடைய, இது போன்ற ஆதரவு பெற்றதாக சொல்றதுக்கு முடியவேயில்லை.

இப்ப எவ்வளவு, பாடுபடறாங்க நாலு அஞ்சி எலெக்சன் நடந்தது கல்கத்தாவிலே, பீகாரிலே, உத்திர பிரதேசத்திலே, பஞ்சாபிலே, மற்ற இடங்களிலே நடந்தது. எல்லாத்திலேயுமே (காங்கிரஸ்) தோல்வி. தொட்டுக்கோ துடைச்சிக்கோன்னு ஒண்ணு அரை ஏன்? இங்கே தான் நாம வகுப்பு உணர்ச்சியினாலே (காங்கிரசு) கெட்டுப் போச்சி.அப்படின்னு சொல்லுவான். அங்கே எல்லாம் (காங்கிரசு) தோத்து கிட்டே வர்ராங்களே. ஜனங்களுக்கு இப்போது புரியுது விஷயம்.

அந்த மாதிரி உணர்ச்சி நமக்குத் தானாகக் கிடைத்திருக்கிறதை, நாமெல்லாம் கட்டுப்பாடாக அதைப் பாதுக்காக்கணும். நானு சொல்றேன். “திராவிட முன்னேற்றக் கழகத்துக்காரருன்னா அவுக ஒவ்வொருத்தரும் "பகுத்தறிவாதிகள்' தங்களுக்குள்ளாகவே நினைக்கணும். சும்மா பதவிக்குத் தான் நான் திராவிட முன்னேற்றக் கழகக்காரன் மற்ற காரியத்திலேயெல்லாம் "நானு சாமி கும்பிடறவன்” “நாமம் போடறவன்” “சாம்பலடிச்சிக்கிறவன்” என்று சொன்னா அவன் மக்களை ஏமாத்துகிறான்னு தான் அர்த்தம்? அண்ணா எப்படி இருந்தாரோ, மற்றக் கட்சித் தலைவர்கள் எப்படி இருக்கிறார்களோ,

அதுபோல இருக்க வேண்டும் கட்சியிலே இருக்கிற மற்றவர்களும் அங்கத்தினர்களும் ஆதரவாளர்களும். முன்னேற்றகழகத்துக்காரர்கள்ன்னு சொல்லிக்கிறவங்களும் எல்லாரும் அதே அண்ணா துரை கொள்கையே நம்முடையது என்று சொல்லும்படியான அளவுக்கு அவுக உணரவேணும்”. மாறும்படியான ஓர் வாய்ப்பு ஏற்பட்டுவிட்டால் நம்ம நிலைமை மேலே ஏறின குண்டை உருட்டிவிடராப்பிலே தான். தள்ளாமேயே தானாகவே கீழே விழும். ரொம்ப கஷ்டத்திலே ஏத்தினோம். குண்டை ஆளுக்காள் ஆளுக்காள் தாங்கிக் கொண்டு போனால்தான் முடியும். உச்சியிலே அதை கொண்டுபோய்வைக்க முடியும்.

அதை வைக்கிறதுக்கு முன்னே நாம ஒருத்தனுக்கு ஒருத்தன் போட்டி போட்டால் கொஞ்சம் கை விலகினால் கீழே தான் தள்ளும். அப்புறம்

தூக்கிறது ரொம்ப கஷ்டம். ஆனதினாலே நம்முடைய மக்களுக்கு பிடிவாதமான குணம் வேண்டும். என்ன ஆனாலும் இந்த (தி.மு.க) ஆட்சியை ஆதரிக்கிற வேலை.

இதனால் தான் நம்முடைய வாழ்வு நடைபெறும் என்னும்படியான துணிச்சல் நம்மளவங்களுக்கு வேணும். மற்றும் இப்போ சாதாரணமாக இந்த 'அண்ணாவுக்குப் பிறகு ஏற்பாடு செய்த மந்திரி சபை அமைப்பைப் பற்றி வெகுபேரு யார் யார் மந்திரி கிடைக்குமென எதிர்ப்பார்த்து ஏமாந்தாங்களோ அவுங்க எல்லாம் இப்போ எதிரி மாதிரியே நடக்கிறாங்க. சில பேரு எதிரியாகவே இருக்கிறாங்க. நான் அந்தக் கட்சியை விட்டு விலகிக்கிட்டேங்கிறாங்க. நான் அந்தக்கட்சியோடு சம்மந்தமில்லேங்கிறாங்க இந்த மாதிரி எல்லாம். இது தமிழர் இயக்கத்துக்கு வருவது பெரிய பொல்லாத வாய்ப்புதான். எப்படியாவது யார் இருந்தாலும் சரி, காரியம் நடக்கட்டும், என்னாலானதைச் செய்கிறேன் என்கிற எண்ணம் தான் உங்களுக்கு இருக்க வேணுமே தவிர, எனக்கு (மந்திரி) இல்லே. நான் அக்கட்சியில் (தி.மு.க வில்) இருக்க மாட்டேன்னா நம்ம ஸ்தாபனத்துக்கு சங்கடமாகும்.

காங்கிரசு இப்போ அந்தக் கதியிலேதான் இருக்குது. வெளிமாநில சபைகள் எட்டு நாளைக்கு ஒரு தடவை மாறுது. ஆள்கள் மாறுகிறாங்க. காரணம் மந்திரி வேலை இல்லேங்கிறதினாலே, அதற்காக தேவை யில்லாமல் 30 மந்திரி 40 மந்திரி கொடுத்து ஆட்களை சேர்க்கிறாங்க. மறுபடியும் அந்த ஆளுக மாறுகிறாங்க. அந்த மாதிரி நிலை நமக்கும் வருகிறதுன்னு சொன்னா தீர்ந்தது ஆட்சி. மக்களின் நலத்துக்காக அல்லவா, மந்திரி பதவிக்குத்தான் கட்சியில் இருக்கிறோம் என்கிற எண்ணம் தான் இப்பதான் தெரியும் கொஞ்சம் பேருக்கு. ஏன் பதவிக்குப் போகக் கூடாதுன்னு திராவிடர் கழகம் தீர்மானம் பண்ணுச்சிங்கிறது? இன்னும் கொஞ்சம் நாள் போனா நல்லாவே தெரியும்.

எனவே தோழர்களே! நாம் உண்மையான தன்மையோடு அண்ணா வினுடைய மறைவுக்காக அனுதாபம் காட்டுகிறோம். "அண்ணாவுக்காகத் துக்கப்படுகிறோம் என்று இருந்தால் அண்ணாவினுடைய கொள்கைகளை எல்லாம் நல்லவண்ணம் நிறைவேற நாம் ஆதரவளிக்கணும். அண்ணா வின் ஸ்தாபனமாகிய (திராவிட) முன்னேற்றக் கழகத்துக்கு நல்ல பலம்

ஏற்படும். ஏனென்றால் அது செய்ய வேண்டிய காரியங்கள் ரொம்ப இருக்கின்றன.

ரொம்பஇருக்குது. தமிழன் நாளைக்கு மனுஷனாக வேணுமானால் அவனுக்கு இருக்கிற இழிவு சூத்திரத் தன்மை நாலாவது ஜாதி தாசிமகன் என்கிற இழிவான நிலைமையெல்லாம் மாற வேணுமானா எவ்வளவு காரியம் செய்யணும்? "கோயில்களை எல்லாம் இடிச்சாகணும். அங்கே இருக்கிற குழவிக்கல்லையெல்லாம் இடிச்சாகணும். (கைதட்டல்) நான் தொட்டால் செத்துப் போகும்கிற சாமி எல்லாம் ஒழிச்சிக் கட்ட வேணும். அந்த மாதிரி எல்லாம் செய்தால் தானே நம்முடைய இழிவு நீங்கும்".

சும்மா இப்படி வாயிலே சொல்லிப் போட்டுட்டு நீ கோயிலுக்குள்ளே போகிறபோது "டே அப்பா, நீ சூத்திரன் வெளியிலே நில்லுடான்னா உள்ளே இருக்கிற ஒரு பாப்பான் சொல்லுவான். என்னா மாறுதல் ஏற்பட்டுப் போச்சி அதிலே? ஆகவே எவ்வளவு பெரியகாரியம் செய்ய வேண்டியிருக்குது? அங்கேயெல்லாம் நாம எதிர்ப்பில்லாமே தடையில்லாமே போகும்படியான சாதுர்யம் கிடைக்கணும். இல்லாவிட்டால் அவனங்க எல்லாம் ஒழிஞ்சாகணும். அந்த முயற்சி எல்லாம் நாம் எடுக்கிறாப்பிலே இருந்தா "நமக்குள்ளே எவ்வளவு கட்டுப்பாடு இருக்கணும்.இந்தக்காரியங்களை எல்லாம் அரசாங்கம் செய்ய வேணும்ன்னு விரும்பினோமானா அரசாங்கத்துக்கு நாம எவ்வளவு பலம் கொடுத்தாகணும்? நல்லாகவே நினைச்சிப்பாருங்கோ. ஆகவே இன்றைய தினம். நம்முடைய வாழ்வு நம்முடைய ஒற்றுமையின்பேரிலேதான் இருக்குது. நம்முடைய கட்டுப்பாட்டின் பேரிலே தான் இருக்குது".

அண்ணா சொன்னார் "கடமை, கண்ணியம், கட்டுப்பாடு என்று". நான் சொல்லுகிறேன் "கடமையைக் குப்பைத் தொட்டியிலே போடுங்க. "கன்னியத்துக்கு"க் குப்பை மேட்டிலே போடுங்க". "நீங்க கட்டுப்பாடாய் இருங்க. அவ்வளவுதான். கட்டுப்பாடு இருந்தால் அதெல்லாம் விளையும் அப்பதான் அதற்கெல்லாம் தனித்தனியாக அர்த்தமிருக்கும் பொருள் இருக்கும். "கட்டுப்பாட்டுக்கு உழைப்பு இருக்கணும். ஒற்றுமை இருக்கணும். ஒரே கருத்தாக ஒரு காரியத்தை எல்லாரும் செய்ய வேணும். அந்த அளவு வேணும் நமக்கு துணிவு". எனவே தோழர்களே! அண்ணாவைப் பற்றி முதலிலேயே சொன்னேன். பெரிய காரியம்

அவருக்கு நடந்த அவருக்கு மக்கள் காட்டிய எண்ணிக்கை யாருக்குமே வரலே. "30 லட்சம் மக்கள் வந்ததுன்னு பார்ப்பான ஆதிக்கத்திலே உள்ள "ரேடியோவிலேயே" சொன்னாங்க. 30 லட்சம்னு' இன்னமும் அண்ணாவினுடைய ஞாபகத்தை வைத்தே, அனேக காரியங்கள் செய்ய வேண்டியிருக்கிறது. அதற்கெல்லாம் நாம் துணிவோடு இருக்க வேண்டும். வேறு ஏதும் சொல்லுவதற்கில்லை.

நம்முடைய காரியங்களாலே, நம்ம நாட்டிலே மாநிலத்திலே "வெற்றி ஏற்பட்டு நம் மக்களுக்கு இருக்கிற இழிவெல்லாம் நீங்கி, இது வெளி மாகாணங்களுக்கெல்லாம் போகணும். இந்தியா பூராவிலுமுள்ள பார்ப்பனரல்லாத மக்களுக்கு இருக்கிற இழிவெல்லாம் நீங்கணும். முதல் முதல் தோன்றி முதன் முதல் ஏதோ காரியம் செய்து வருகின்ற வசதியை இப்ப நாம பெற்றுக்கிட்டோம்". இது அடுத்தாப்பிலே இப்பதான் பாண்டிச்சேரியிலே கொஞ்சம் பலம் ஏற்பட்டிருக்கு. (திராவிட) முன்னேற்றக் கழகம் காங்கிரசைப் போட்டி போட்டு ஜெயிக்கும்படியான ஒரு நிலை வந்திருக்குது. ஜெயிக்குதோ, இல்லையோ எப்படி இருந்தாலும் வெளி மாகாணத்திலே நம்முடைய கழகம் (தி.மு.க) சட்டசபைக்கு போட்டி போடும்படியான அளவுக்கு வெற்றி பெற்றிருக்குது. பாண்டிச்சேரியிலே எப்படியோ "மலையாளம்" நம்மோடு சேரும். அங்கிருக்கிற மக்களுக்கு நம்ம சங்கதியெல்லாம் தெரியும்,

சமுதாயத் துறையிலே கொடுமைப் படுத்தியிருக்கிறதை நல்லாவே அவர்கள் உணர்ந்திருக்கிறார்கள். அங்கே பல கோயில்களை எல்லாம் இடிச்சி போட்டாங்க. பெரிய பெரிய கோயிலை எல்லாம் இடிச்சி போட்டாங்க. பெரிய பெரிய கோயிலை எல்லாம் தரை மட்டமாக்கிப் போட்டாங்க. பல சாமிகளை எல்லாம் எடுத்துட்டுப் போயி உடைச்சிப் போட்டாங்க.இன்னும் பலகாரியங்கள் எல்லாம் பத்திரிக்கையிலே வருது. இத்தனைக்கும் அங்கே தலைவராக 'இருக்கிறவர் பார்ப்பனர் தான் "நம்பூதிரிபாடு" என்கிறவர். ஆனாலும் அங்கே கதை நடக்குது. பெரிய போராட்டமாகவே. மற்றும் இப்பதான் கொஞ்சம் வேர் பிடிச்சிருக்குது கன்னட(கர்நாடக) நாட்டிலே. போகணும், வரணும். இங்கே கலகமில்லாமே ஜனங்கள் ஒற்றுமையாக இருக்கிறாங்கன்னு நினைச்சா காரியங்கள் "கன்னட" நாட்டிலே நடக்கும். அங்கே இருக்கிற தமிழர்களுடைய

நிலைமைஎனக்கும்தெரியும்.நான் அடிக்கடி அங்கே போயிட்டு வருகிறேன்.

இந்த நம்ம உணர்ச்சிக்காரர்கள் அங்கே உறுதியாக இருக்கிறாங்கோ. அப்படியே வளரணும். அப்புறம் ஆந்திராவுக்கும் வந்திடும். அங்கேயும் இந்த உணர்ச்சி இருக்கு. எதற்குச் சொல்லுகிறேனென்றால், "இந்தத் தமிழ்நாட்டில் ஏற்பட்ட ஓர் விழிப்பு தமிழ்நாட்டில் துணிந்து செய்யப்பட்ட சில காரியங்கள் மற்ற நாட்டுக்காரர்கள் எல்லாம் ஆதரிக்கும்படியாகவும், பின்பற்ற முயற்சிக்கும்படியாகவும் ஆன நிலைமை உண்டாகிவிடும். அப்புறம் போகணும், "வங்காளத்துக்கும், பீகாருக்கும், ஒரிசாவுக்கும் அப்படியே போகும் மளமளன்னு போகும், பிடிக்கும், சுலபமாய் பிடிக்கும்". இங்கே காரியம் கலவரமில்லாமல் ஆச்சிது, "நல்ல அளவுக்கு பெரிய புரட்சிகரமான காரியங்கள் எல்லாம் நடக்குது, என்கிற நிலைமை வந்த உடனே ஒவ்வொருத்தனும் ஒவ்வொரு நாட்டானும் ஆரம்பிச்சிக்குவான்".

அந்த அளவுக்குப் போனால் தான் நிரந்தரமாக நம்முடைய தமிழ் மக்களுக்கு ஒரு முன்னேற்றமுண்டு மற்ற நாட்டுக்காரன் எங்கெங்கேயோ ஆகாசத்துக்குப் போறான். சந்திரனை சுத்தறான். ஒரு மணிக்கு 20 ஆயிரம் மைல், 25 ஆயிரம் மைல் பிரயாணம் பண்றான். இங்கே அதுகளைப் பற்றிய கவலையே இல்லாமல் அதைச் செய்யலே, இதைத் செய்யலே, அப்படிப் பண்ணினான், இப்படிப் பண்ணினான்,என்ற ரகளை பண்ணிக்கிட்டே இருந்தால் உனக்கு எங்கே வாய்க்கும் அந்த அளவுக்கு எல்லாம்? கண்டிப்பாய் நான் சொல்லுவேன் "இந்த இயக்கம் இல்லாமே இந்த திராவிட முன்னேற்ற கழகம் என்பது இல்லாமே வேறு எந்த இயக்கம் பதவிக்கு வந்தாலும் சமுதாயத்துறையில் ஒரு சிறு காரியம் கூட செய்யாது. மற்ற காரியம் செய்யப்பட்டிருக்கிறது காமராசர் காலத்தில் "கல்வி கொடுத்தது" அவ்வளவுதான்.

சமுதாயத்துறையிலே ஒண்ணும் ஆகலே. அதிலே (சமுதாயத் துறையிலே) பெரிய மாற்றம் ஏற்பட்டால் தான் மனிதத்தன்மை வரும். ஆனதினாலே தான் நான் திருப்பித் திருப்பிச் சொல்லுகிறேன். "இந்த ஸ்தாபனத்தை (திராவிட முன்னேற்றக் கழக) ஆட்சியை பாதுகாக்க வேண்டியது தமிழர்களுடைய முக்கியமான கடமை. உயிருக்குச் சமமான கடமை. அது வெற்றி பெற்று" உலகமெல்லாம் "பரவுகிற வரைக்கும்

தூங்கக்கூடாது". எனவே, தோழர்களே! இந்த சந்தர்ப்பத்திலே என்னா சொல்ல வேணும், எதைப் பற்றி மக்கள் உணர வேணும் என்கிறதைப் பற்றி ஏதோ எனக்குத் தெரிந்த அளவிலே சொன்னேன்.

இந்த சமயத்திலே நான் ஒண்ணும் ஏதோ விரோதமாகவோ, வேறு எந்த வகுப்புக்காவது மாறாகவோ, சொல்றதாகவோ கருதக் கூடாது. "நம்முடைய இனம் வளர வேணும். நம்முடைய வகுப்பு உரிமையை பெறவேணும். நாம் இன்னமும் நம்முடைய எண்ணிக்கைக்குத் தகுந்தபடி பதவி பெறலே. அதை அண்ணா தன் லட்சியமாக வைச்சிருந்தார்.

எண்ணிக்கைக்கு தகுந்தாப்பிலே பதவி கிடைக்கிறாப்பிலே நிலைமைச் சரிப்படுத்த வேணும். ஆட்சியை அமைக்கணும் என்று ஏற்கனவேயே அவர் நினைச்சிகிட்டு இருந்தார்". அதெல்லாம் பின்னாலே ஆகணும். இப்ப நாமெல்லாம் எந்த அளவுக்கு வந்துட்டோம்? "நம்ம பிள்ளைங்களை கோவணம் கட்டுகிற போதே படிக்க வைக்க வேணும்கிறோம். அதுக்குப் படிப்பு வேணும். படிச்சிப் போட்டு சும்மா மாடு மேய்க்கிறதா? படிச்ச உடனே அதற்கு வேலை வாய்ப்பு வரவேணும். வேலை வாய்ப்புக்கு வேலை பார்க்கிறவன்,

வேலை கொடுக்கிறவன் பெரிய பதவியிலே இருக்கிறவன் வேற ஜாதியான் அங்கே இருந்தா இந்த பிள்ளைக்கு எங்கேவேலை கிடைக்கும்? ஆனதினாலே வேலை வாய்ப்புக்கு சர்க்காரிலே வரையறை ஏற்படுத்த வேணும். அந்த வாய்ப்பு நமக்குக் கிடைக்கும்படியான அளவுக்கு சர்க்காரிலே நம்மவர்களுடைய ஆதிகத்தை உண்டாக்க வேணும்". அவர்கள் எல்லாம் துணிஞ்சி செய்வதற்கு ஆதரவு பலமாகக் கொடுக்கணும். இதெல்லாம் கொடுக்காமல், சும்மா என்னமோ விளைஞ்சா என்ன பிரயோஜனம்.

ஆகையினால் நீங்கள் எல்லாம் தயவு செய்து இன்றைய தினமே உறுதி எடுத்துக் கொள்ள வேணும்.

"நான் அண்ணாவின் கொள்கையிலிருந்து மாறுவதில்லை.நாம எல்லோரும் பகுத்தறிவுவாதிகள்தான்" என்று அண்ணா எற்பாடு செய்த அமைப்புக்கு அரசியல் ஸ்தாபனத்துக்கு எந்தவிதமான நிபந்தனையும் இல்லாமல் நம்மாளான ஆதரவை அளிக்க வேண்டியது. அதற்காக எந்த

அளவு வேணுமானாலும் நம்முடைய நன்மைகளை விட்டுக் கொடுக்க, தியாகம் செய்ய, தயாராய் இருக்கிறோம் என்று உறுதி கொள்ள வேணும். மேலும் அண்ணாவைப் போலவே நெற்றியிலே சாம்பலடிச்சிக்கிறதோ செம்மண்ணு,

கருமண்ணு பூசிக்கிறதோ அதை எல்லாம் விட்டிடவேணும். அப்பதான் உங்களுக்கு பலம் அதிகமா வரும். இந்த விஷயங்களை எல்லாம் மிக்க வணக்கத்தோடும் உங்களை எல்லாம் மன்னிப்புக் கேட்டுக் கொண்டும் ஏதோ எனக்குத் தோணியதைச் சொன்னேன். உங்களுக்கு இஷ்டமில்லாட்டாலும் கோவிச்சிக்காதீங்க. நல்லா ஆராய்ந்து பார்த்து சரியாகச் செய்யுங்கள் என்று கேட்டுக் கொண்டு என் பேச்சை இத்தோடு முடிச்சிக்கிறேன். வணக்கம்.

நேரு சொன்ன 'நான்சென்ஸ்'

இந்தி எதிர்ப்பு நிலை, திராவிடநாடு கோரிக்கை இவற்றால் அண்ணா மீது கோபத்தில் இருந்தார் அன்றைய பிரதமர் ஜவஹர்லால் நேரு. அவர் சென்னை வந்தபோது தி. மு. கவினர் அவருக்கு கறுப்புக் கொடி காட்டியதற்காக 'நான்சென்ஸ்' என தி. மு. க தலைவர்களை கடுமையாக விமர்சித்தார் நேரு.

மாநிலங்களவைக்கு அண்ணா தேர்வாகி சென்ற போது அவரது கன்னிப்பேச்சை ஆங்கிலத்தில் கேட்டு அயர்ந்து போனார் அதே நேரு.

நேரம் கடந்ததை மாநிலங்களவைத் தலைவர் சுட்டிக்காட்டியபோது உணர்ச்சி வசப்பட்ட நேரு குறுக்கிட்டு, "அவரைத் தொந்தரவு செய்யாதீர்கள் பேச விடுங்கள்"

எனக் கேட்டுக் கொண்ட அதிசயம் நடந்தது. அண்ணாவின் உரை அந்த அளவுக்கு நேருவைக் கட்டிப் போட்டது.

அண்ணாவின் பேச்சுக்கு யாரும் அவ்வளவு எளிதில் மறுத்துப் பேசிவிட முடியாது. வலுவான வாதங்களை வைப்பதில் சமர்த்தர் அவர். ஒருமுறை பெரியாரைக் காண வந்த கிருபாளினி, 'ரிவோல்ட்' இதழில் கதர் கட்டுவது மூடநம்பிக்கை எனப் பொருள்படும் ஒரு கட்டுரையை எழுதியிருந்தார் பெரியார். இதைக் குறிப்பிட்ட கிருபாளினி 'நீங்கள் ஒரு காங்கிரஸ்காரராக இருந்து தெருத்தெருவாக கதரைச்சுமந்து விற்று கட்சியை வளர்த்திருக்கிறீர்கள். ஆனால் இப்போது இப்படி எழுதுவது தவறு' என்றார். அதற்குப் பதில் கூற முயன்ற பெரியாரின் பேச்சை மறுதலித்து தொடர்ந்து கிருபாளினி ஆவேசத்துடன் பேசவே, குறுக்கே புகுந்த அண்ணா, 'விபூதி அணிந்தவன் சிவபக்தன் நாமம் போட்டவன் தான் வைணவன்' என்று சொல்லும் நம்பிக்கை போன்றதுதான் கதர் கட்டுபவன்தான் தேசபக்தன் என்பது' என்று ஒரே போடாக போட அமைதியானார் கிருபாளினி.

திராவிட நாடு கொள்கையை அண்ணா முன்வைத்த போது பெரும் சர்ச்சையானது. தி. மு. கவைத் தடை செய்ய வசதியாக, மத்திய அரசு பிரிவினைத் தடை சட்டம் கொண்டு வரும் அளவுக்கு போனது. 1962ம் ஆண்டு சீனப் படையெடுப்பின்போது உருவான கொந்தளிப்பான அரசியல் சூழலில் திராவிட நாடு கோரிக்கையை அண்ணா கைவிடுவதாக அறிவித்தார்.

திராவிட நாடு ஆதரவாளர்கள் மத்தியில் இது கொந்தளிப்பை ஏற்படுத்தியது. மத்திய அரசுக்குப் பயந்து அண்ணா பின்வாங்கிவிட்டதாக அவர்கள் விமர்சித்தனர்.

'வீடு இருந்தால்தான் ஓடு மாற்றலாம். நாடு இருந்தால்தான் கட்சி நடத்தலாம். நாட்டுக்கே ஆபத்து என்று வந்திருக்கின்ற நிலையில் நாம் பிரிவினை பேசுவது அயலானுக்கு இடம் கொடுத்து விடுவதாகும். நாம் அப்படி நடந்து கொண்டால் வருங்காலத் தலைமுறை நம்மை சபிக்கும்' என்று 1962 அக்டோபர் மாதம் வேலூர் சிறையில் இருந்து விடுதலையடைந்ததும், திராவிட நாடு கொள்கையை கைவிட்டதற்கான காரணத்தை தெரிவித்தார் அண்ணா. இதன்மூலம் தான் ஒரு பக்குவப்பட்ட அரசியல் தலைவர் என்பதை நிரூபித்தார் அவர்.

அதே சமயத்தில் கழகத்தை அழிக்க சட்டம் கொணர்ந்தனர். சட்டத்தைத் திருத்தி கழகத்தை காத்தோம் சூட்சுமம் புரிகிறது தம்பி என்று தி. மு. க தொண்டர்களுக்கும் தன் நிலைப்பாட்டை புரியவைத்தார் அண்ணா.

1967ம் ஆண்டு தேர்தலில் அறுதிப் பெரும்பான்மையோடு ஆட்சிக்கு வந்தது தி. மு. க. பதவியேற்புக்கு தலைவர்கள் கோட்சூட்டுடன் தயாராகிக் கொண்டிருந்தபோது, தனது நுங்கம்பாக்கம் வீட்டில் கவலையோடு இருந்தார் அண்ணா.

'தவறு நடந்து விட்டது. இவ்வளவு சீக்கிரம் நாம் பொறுப்புக்கு வந்திருக்கக் கூடாது. இன்னும் சில காலம் நாம் பொறுத்திருந்திருக்க வேண்டும்.

நாட்டுக்கு சுதந்திரம் வாங்கித் தந்த காங்கிரசை தூர எறிந்து விட்டு, நம்மை தேர்ந்தெடுத்துள்ளனர் மக்கள். நம்மீது பெரும் பொறுப்பு சுமத்தப்பட்டிருக்கிறது. மிகக் கவனமாக இருக்க வேண்டும் என தனக்கு நெருங்கிய நண்பர்களிடம் சொன்னார்.

அரசியல் கட்சிகள் அநாகரீகமாக ஒருவரையொருவர் தாக்கிக் கொள்ளும் நிலைதான் இன்றைய அரசியல். ஆனால் 1967 தேர்தலில் காமராஜர் தோற்ற தகவல் வந்தபோது எதிர்முகாமில் இருந்த அண்ணா கலக்கமுற்றார்.

'காமராஜர் போன்ற அனுபவசாலிகள் தோற்றது நமக்கும் தோல்வி போன்றதே சட்டமன்றத்தில் அவர் இருந்திருந்தால் நாம் இன்னும் சிறப்பாக செயல்பட அது உதவியிருக்கும்' என்று மனம் திறந்து சொன்னார் அண்ணா.

'வெற்றியைக் கொண்டாடுகிறேன் பேர்வழி' என தோற்றுப் போயிருக்கும் காங்கிரஸ் கட்சியை சங்கடப்படுத்தக்கூடாது. கொஞ்சநாள் கொண்டாட்டங்களைத் தள்ளிப் போடுங்கள்' என கண்ணியத்தோடு தன் தம்பிகளுக்கு கட்டளையிட்டார்.

1957 தேர்தலில் அண்ணாவின் வீட்டு முன் அவரை அருவருப்புடன் விமர்சித்து எழுதி வைக்கப்பட்டது. 'இரவில் படிக்கச் சிரமமாக இருக்கும்.

ஒரு லாந்தர் விளக்கை வையுங்கள். இதை எழுதியவரின் தகுதியை ஊர் தெரிந்து கொள்ளட்டும்' என்றார் தம்பிகளிடம்.

அறிஞர் அண்ணா 1963ம் ஆண்டில் நாடாளுமன்ற மாநிலங்களவை உறுப்பினர். நாடாளுமன்றத்தில் சென்னை மாகாணம் என்பதை தமிழ்நாடு எனப் பெயர் மாற்றம் செய்யக் கோரும் தீர்மானம் ஒன்றை அவர் கொண்டு வந்தார். காங்கிரஸ் பலத்த எதிர்ப்பு தெரிவித்தது. எம். என். லிங்கம் என்ற உறுப்பினர், 'தமிழ்நாடு' எனப் பெயர் மாறினால் நீங்கள் என்ன லாபம் அடைந்துவிடப் போகிறீர்கள்? என்று கேட்டார்.

'நாடாளுமன்றத்தின் மாநிலங்களவைக்கு ராஜ்ய சபா என்றும் மக்களவைக்கு லோக் சபா என்றும் ஜனாதிபதிக்கு ராஷ்ட்டிரபதி என்றும் பெயர் மாற்றம் செய்திருக்கிறீர்களே இதனால் நீங்கள் கண்ட லாபம் என்ன? என்று அண்ணா கேட்டதும் காங்கிரஸ் உறுப்பினரிடமிருந்து பதிலேதுமில்லை.

திராவிட இயக்க சித்தாந்த போராட்டங்கள்

தென்னிந்திய நலவுரிமைச்சங்கம் என்ற அரசியல் கட்சி 1916ம் ஆண்டு துவங்கப்பட்டது. பிராமணர்களுக்கு எதிராகவும், அவர்களின் பொருளாதார மற்றும் அரசியல் ஆதிக்கத்துக்கு எதிராகவும் துவக்கப்பட்டது.

இக்கட்சியே பின்னாளில் நீதிக்கட்சி எனப் பெயர் மாற்றம் பெற்றது. பிராமணர் அல்லாதவர்களின் சமூக நீதி காத்திடவும், அவர்களின் கல்வி, அரசு அதிகாரத்தில் பங்கெடுப்பு போன்றவற்றை வலியுறுத்துவ தற்காகவும் உருவாக்கப்பட்டது.

அக்கட்சி பிராமணரல்லாதாரை ஒடுக்க பிராமணர்கள் பின்பற்றி வந்த வர்ணாசிரம தத்துவத்தை முற்றிலும் எதிர்த்தது.

1937ல் இந்தி கட்டாயப் பாடமாக மதராஸ் மாகாணப் பள்ளிகளில் அரசால் திணிக்கப்பட்ட போது, தனது எதிர்ப்பை நீதிக்கட்சியின் மூலம் வெளிப்படுத்தினார். 1937ம் ஆண்டிற்குப் பிறகு இந்தி எதிர்ப்பு போராட்டத்தின் விளைவாக திராவிட இயக்கத்திற்கு கணிசமான மாணவர்களின் ஆதரவு கிட்டியது.

பின்னாட்களில் இந்தி எதிர்ப்பு தமிழக அரசியலில் பெரும் பங்கு வகித்தது. இந்தியை ஏற்றுக் கொள்வதால் தமிழர்கள் அடிமைப்படுவார்கள் என்ற காரணத்தால் முற்றிலும் எதிர்க்கப்பட்டது.

நீதிக்கட்சிக்கு மிகுதியான மக்கள் ஆதரவு இல்லாததினால் மிகவும் நலிவடைந்திருந்தது. 1939ல் இந்தி எதிர்ப்பு போராட்டத்தினால் சிறை வைக்கப்பட்டிருந்த பெரியார் விடுதலையானதும் அக்கட்சித் தலைவர் பொறுப்பை ஏற்றார்.

அவரின் தலைமையில் கட்சி சிறப்புடன் வளர்ச்சி கண்டது. இருப்பினும் கட்சியின் பெரும்பாலான பொதுக்குழு உறுப்பினர்கள் கல்வியறிவு பெற்றவர்களாகவும் செல்வந்தர்களாகவும் இருந்தமையால் பலர் பெரியாரின் தலைமையின் கீழ் ஈடுபட மனமில்லாமல் விலகினர்.

1944ல் நீதிக்கட்சித் தலைவராக பெரியார் முன்னின்று நடத்திய நீதிக்கட்சிப் பேரணியில் திராவிடர் கழகம் என பெரியாரால் பெயர் மாற்றப்பட்டு, அன்று முதல் திராவிடர் கழகம் என அழைக்கப்பட்டது.

இருப்பினும் பெரியார் நீதிக்கட்சியை திராவிடர் கழகம் எனப் பெயர் மாற்றியதற்கு சிலர் எதிர்ப்புத் தெரிவித்து மாற்று அணி, நீதிக்கட்சியின் நீண்ட அனுபவமுள்ளவரான பொ. தி. இராசன் தலைமையில் துவக்கப்பட்டு 1957 வரை அம்மாற்று அணி செயல்பட்டது.

திராவிடர் கழகத்தின் கொள்கை நகர மக்களிடமும் மாணவ சமுதாயத்தினரிடமும் வெகு விரைவாகப் பரவியது. இக்கட்சியின் கொள்கைகளும் இதன் சார்ந்த செய்திகளும் வெகு விரைவிலேயே கிராமத்தினரிடமும் பரவியது.

பார்ப்பன புரோகிதர்களின் அடையாளங்களான இந்தி மற்றும் சமயச் சடங்குகள் தமிழ் பண்பாட்டுக்கு விரோதமானவை என அடையாளம் காணப்பட்டு விலக்கி வைக்கப்பட்டன.

அவ்வடையாளங்களின் பாதுகாவலர்களாக விளங்கும் பார்ப்பனர்கள், இந்நிலையை எதிர்த்து வாய் மொழித் தாக்குதல்களை தொடுக்கலாயினர்.

1949 முதல் திராவிடர் கழகம் தங்களை மூடநம்பிக்கை எதிர்ப்பாளர்களாகவும் சமூக சீர்திருத்த வாதிகளாகவும் சமூகத்தில் அடையாளப்படுத்தும் வகையில் செயல்படலாயினர். திராவிடர் கழகம் தலித்துகளுக்கு எதிராகப் பயன்படுத்தப்படும் தீண்டாமையை மிகத்தீவிரமாக எதிர்ப்பதிலும் ஒழிப்பதிலும் முனைப்புடன் செயல்பட்டது.

பெண்கள் உரிமை, பெண் கல்வி, பெண்களின் விருப்பத் திருமணம், கைம்பெண் திருமணம், ஆதரவற்றோர் மற்றும் கருணை இல்லங்கள் இவற்றில் தனிக்கவனம் செலுத்தினர்.

1949ல் பெரியாரின் தலைமைத் தளபதியான அண்ணாத்துரை பெரியாரிடமிருந்து பிரிந்து திராவிட முன்னேற்றக் கழகம் என்ற தனிக்கட்சியை 17 செப்டம்பர் 1949 அன்று சென்னையில் துவக்கினார்.

இந்தப் பிரிவுக்கு பெரியார் மற்றும் அண்ணாதுரையிடம் நிலவிய இருவேறு கருத்துக்களே காரணம் எனக் கூறப்படுகின்றது.

பெரியார் திராவிட நாடு அல்லது தனித்தமிழ்நாடு கோரிக்கையை முன்வைத்தார். ஆனால் அண்ணாதுரை தில்லி அரசுடன் இணக்கமாக இருந்து கொண்டு கூடுதல் அதிகாரங்களைக் கொண்ட மாநில சுயாட்சி பெறுவதில் அக்கறை காட்டினார்.

அவர்கள் கட்சியினர் தேர்தலில் போட்டியிடுவதை விரும்பினர். பெரியார் தன்னுடைய கட்சியின் இலட்சியங்களாகவும், தனது லட்சியங்களாகவும் முன்னிறுத்திய சமுதாய மறுமலர்ச்சி, சமுதாய விழிப்புணர்வு, மூட நம்பிக்கை ஒழிப்பு, கடவுள் மறுப்பு போன்றவற்றை அரசியல் காரணங்களுக்காக சிறிதும் விலகி நிற்க அல்லது விட்டுக் கொடுக்க விரும்பவில்லை.

ஆகையால் பெரியார் தனது கட்சியை அரசியல் கட்சியாக மாற்ற விருப்பமில்லை என்பதை அவரின் கட்சியின் அதிருப்தியடைந்த தொண்டர்களிடமும் உறுப்பினர்களிடமும் தெரிவித்து அவர்களைச் சமாதானப்படுத்தினார்.

பெரியாரிடமிருந்து பிரிந்து போகும் தருணத்திற்கு காத்திருந்தவர்கள் ஜீலை 9, 1948 அன்று பெரியார் தன்னைவிட 40 வயது இளையவரான மணியம்மையாரை மறுமணம் புரிந்ததைக் காரணம் காட்டி கட்சியிலிருந்து அண்ணாதுரை தலைமையில் விலகினர்.

அண்ணாதுரை விலகும்போது தன்னை அரசியலில் வளர்த்து ஆளாக்கிய தலைவனை வணங்கி கண்ணீர்விட்டு பிரிகின்றோம் என்று கூறிப் பிரிந்து சென்று கட்சி ஆரம்பித்த காரணத்தினால், அண்ணாதுரையின் தி. மு. க கட்சியை கண்ணீர்துளி கட்சி என அதுமுதல் பெரியார் வர்ணிக்கலானார். அதன்பின் பெரியாருக்காக தி. மு. க தலைவர் பதவி காலியாக உள்ளது என அண்ணாதுரை அறிவித்தார்.

1956ல் சென்னை மெரினாவில் இந்துக் கடவுளான இராமரின் உருவப்படம் எரிப்பு போராட்டத்தை நடத்திய பெரியாருக்கு தமிழ்நாடு காங்கிரஸ் கட்சித் தலைவராக இருந்த பி. கக்கனால் கடும் எச்சரிக்கை விடுக்கப்பட்டது.

பெரியார் அந்த போராட்டத்தில் கைது செய்யப்பட்டு சிறையில் அடைக்கப்பட்டார்.

1958ல் பெரியார் மற்றும் அவரது செயல்வீரர்கள் பெங்களூரில் நடைபெற்ற அனைத்திந்திய அலுவல்மொழி மாநாட்டில் கலந்து கொண்டனர்.

அம்மாநாட்டில் பெரியார் ஆங்கிலத்தை இந்திக்கு மாற்றுதலான அலுவல்மொழியாக அரசாங்கத்திடம் வலியுறுத்திப் பெற்றுக் கொள்ள வலியுறுத்தினார்.

1962ல் பெரியார் தனது கட்சியான திராவிடர் கழகத்தின் புதிய பொதுச்செயலாளராக கி. வீரமணியை முழு நேரமும் கட்சிப் பொறுப்பைக் கவனிக்கும் விதத்தில் நியமித்தார்.

ஐந்தாண்டுக்குப் பிறகு பெரியார் வட இந்தியா சுற்றுப் பயணம் மூலம் சாதியங்களை ஒழிக்க பிரச்சாரம் மேற்கொண்டார்.

இவரின் சமுதாயப் பங்களிப்பைப் பாராட்டி 1970 ஜீன் 27 அன்று யுனஸ்கோ மன்றம் என்ற அமைப்பு 'புத்துலக நோக்காளர்,

தென்கிழக்காசியாவின் சாக்கிரடீஸ், சமூக சீர்த்திருத்த இயக்கத்தின் தந்தை என்று பாராட்டுச் சான்றிதழ் வழங்கியுள்ளது.

தந்தை பெரியார் தன்னுடைய கருத்துக்களை பரப்புவதற்காக பின்வரும் இதழ்களை வெளியிட்டு வந்தார்.

1. குடி அரசு(வாரஇதழ்) 1925 மே 2ம் நாள் தொடங்கப்பட்டது.

2. ரிவோல்ட் (Revolt) (ஆங்கில வார இதழ்) 1928 நவம்பர் 7ம் தேதி தொடங்கப்பட்டது. முதல் இதழ் கோவை இரத்தினசபாபதியார் தலைமையில் 6. 11. 1928ல் எசு. இராமநாதனும் ஆசிரியராக இருந்தனர். நாகம்மையார் வெளியீட்டாளர்.

3. Justice

4. புரட்சி (வாரஇதழ்) 1933 நவம்பர் 20ம் நாள் தொடங்கப்பட்டது. 17. 6. 1934ம் நாள் இறுதி இதழ் வெளிவந்தது.

5. பகுத்தறிவு (நாளிதழ்) 1934 ஏப்ரல் 15ம் நாள் தொடங்கப்பட்டு 1934 மே 27ம் நாளோடு நிறுத்தப்பட்டது.

6. விடுதலை (வாரம் இருமுறை)

7. உண்மை (மாத இதழ்)

8. தி மாடர்ன் ரேசனலிஸ்ட் (ஆங்கில மாத இதழ்) 1971ம் ஆண்டு செப்டம்பர் 1ம் நாள் துவங்கப்பட்டது.

உலகில் முதன்முதலில் ஆரிய சனாதனிகள்தான், பிராமணர்கள் மட்டுமே பூசாரிகளாகவும், ஆசிரியர்களாகவும், மத குருமார்களாகவும் இருக்க தகுதி உடையவர்கள் என்று கூறி வாதிட்டு இடஒதுக்கீட்டை செய்து கொண்டவர்கள்.

இராமானந்தா என்ற இந்து மதகுரு, ‘பிராமணர்கள் மட்டுமே குருவாக இருக்க தகுதி உடையவர்கள். ஏனைய சாதியினருக்கு பிராமணர்களைக் காட்டிலும் உயர்ந்த தகுதி, திறமை இருந்தாலும் சாதி அடிப்படையில் பார்க்கையில் அவர்களுக்கு குருவாக இருப்பதற்கு எவ்வித தகுதியும் இல்லை’ என்று இந்துமத சாஸ்திரம் கூறுவதாகக் கூறுகிறார்.

பிறவியின் அடிப்படையில் அதாவது சாதியின் அடிப்படையில் பிராமணர்களுக்கு இந்துமத பொறுப்புகள் வழங்கப்பட்டுள்ளது.

சங்கராச்சாரியார் பீடத்திற்கு வேறொரு சாதியை சார்ந்தவர் தகுதியானவராக கனவில் கூட கருத முடியாது. அதற்கு இந்து மத சாத்திரம் இடம் கொடுக்கவில்லை. இது போன்ற பதவிகளுக்கு பொருளாதார அடிப்படையில் நியமனங்கள் நடைபெறுவதில்லை. ஆரிய சனாதனிகள், ஒடுக்கப்பட்ட மக்கள் அதிகார கட்டமைப்பிலும் கல்வியிலும் வேலையிலும் உரிய பங்கைப் போராடிப் பெறப் போகும் போதெல்லாம் திறமை தகுதி என்ற மாய்மால வாதத்தை முன்வைத்து வருகின்றனர். இதைச் சற்று ஆழ்ந்து ஆய்வு செய்தால் அந்த வாதத்தில் உள்ள பொய்மையும் போலித்தனமும் வெள்ளிடை மலையாக விளங்கும்.

ஆரிய சனாதனிகள் எந்தக் கட்டத்திலும் வாய்ப்பு வரும்பொழுதெல்லாம் பொருளாதார அடிப்படையை புகுத்தி பிற்படுத்தப்பட்டோரின் ஒரு பிரிவினரை இடஒதுக்கீட்டிலிருந்து விலக்கி வைப்பதில் கங்கணம் கட்டி செயல்பட்டு வருகின்றனர்.

காங்கிரஸ் தலைவர்களான ஜவஹர்லால் நேரு, திருமதி இந்திராகாந்தி, இராஜிவ் காந்தி, பிவி. நரசிம்மராவ் ஆகியோர் அனைவருமே இடஒதுக்கீட்டிற்கு எதிராகவே செயல்பட்டு வந்துள்ளனர் என்பது வரலாறு.

நமது இந்திய அரசியல் சட்டம் 1950 ஜனவரி 6ம் நாள் நடைமுறைக்கு வந்தது. அரசியல் சட்டப் பிரிவு 16(4), வேலைகளிலும், பதவிகளிலும் பிற்படுத்தப்பட்ட எந்த குடிமகனுக்கும் இட ஒதுக்கீடு உண்டு என்று தெரிவிக்கிறது. ஒரு பிற்படுத்தப்பட்ட குடிமகன் என்பது தாழ்த்தப்பட்ட மற்றும் மலைசாதி மக்களையும் இதர பிற்படுத்தப்பட்ட மக்களையும் குறிக்கும் என்று அண்ணல் அம்பேத்கர் அரசியல் சட்டப் பிரிவு ஐ338(3)ல் விளக்குகிறார்.

1950 வரையில் அகில இந்திய ரீதியில் அனைத்து மாநிலங்களிலும் பிற்படுத்தப்பட்டோர் சாதிகளின் அட்டவணை இல்லை. ஆனால் தென்னிந்திய மாநிலங்கள் 1950க்கு முன்னர் பிற்படுத்தப்பட்ட சாதிகளின் அட்டவணையை தயாரித்திருந்தனர்.

இந்த குறையை நீக்க அதாவது அகில இந்திய ரீதியில் பிற்படுத்தப்பட்டோர் சாதி அட்டவணையை தயாரிக்கும்படி தந்தை பெரியார் வேண்டுகோள் விடுத்தார் இவரது கோரிக்கையை பண்டித ஜவஹர்லால் நேரு ஏற்றுக் கொண்டார். இதனடிப்படையில் அரசியல் சட்டம் பிரிவு 15யை திருத்தி கல்வியில் இடஒதுக்கீடு அளிக்கும் வகையில் மசோதா ஒன்றை 29. 5. 1951ல் நாடாளுமன்றத்தில் நிறைவேற்றினார். 2. 6. 1951ல் கல்வியில் இடஒதுக்கீடு என்பது அரசியல் சட்டத்தில் இடம்பெற்றுவிட்டது.

அண்ணல் அம்பேத்கர் பிற்படுத்தப்பட்டோரின் சமூக பொருளாதார கலாசார நிலைகளை ஆராய்ந்தறிய ஒரு விசாரணைக் குழுவை அமைப்பதற்கான வழிவகையைக் கண்டார். அதன்படி 1953ல் மைய அரசு தாழ்த்தப்பட்டோருக்கான முதல் விசாரணை குழுவை காகா கலேல்கர் தலைமையில் அமைத்தது. இந்த விசாரணைக்குழு 1955ல் அணணல் தலைமை அமைச்சர் பண்டித் ஜவஹர்லால் நேருவிடம் அறிக்கையை சமர்ப்பித்தது. காகா கலேல்கர் சமர்ப்பித்த அறிக்கையில் பிற்படுத்தப்பட் டோரின் அட்டவணையையும் கல்வியிலும் வேலையிலும் அவர் களுக்கான இடஒதுக்கீட்டின் அவசியத்தையும் வலியுறுத்தியிருந்தார்.

பிற்படுத்தப்பட்டோரின் இட ஒதுக்கீடு என்பது சமூக ரீதியிலும் அடிப்படையிலேயே அமைய வேண்டும் என்பது இக்குழுவின் முதன்மையான பரிந்துரையாகும். இக்குழு இடஒதுக்கீட்டிற்கான அடிப்படையாக பொருளாதாரத்தை அறவே குறிப்பிடவில்லை என்பது மிக முக்கியமாகும்.

ஜவஹர்லால் நேரு 1. 6. 1951ல் பிற்படுத்தப்பட்டோரின் நிலைமைகளை அடையாளம் கண்டு கொள்வதற்கு பொருளாதாரத்தில் பின்தங்கிய நிலையை அடிப்படையாக கொள்ள வேண்டும் என்ற வாதத்தை காகா கலேல்கர் குறிப்பிடவில்லை என்பதாலேயே இக்குழுவின் அறிக்கையை 1955ல் நிராகரித்து விட்டார். நேருவின் இச்செயல் அரசியல் சட்டத்திற்கு எதிரானது. 1955லிருந்தே நேரு சமூக ரீதியிலும் கல்வி ரீதியிலும் பிற்படுத்தப்பட்டோருக்கு இடஒதுக்கீடு வழங்க வேண்டும் என்பதில் விருப்பமில்லை.

1961 மே மாதத்தில் மத்திய அமைச்சரவை கூட்டத்தில் பிற்படுத்தப்பட்டோருக்கு மைய அரசு பணிகளில் இட ஒதுக்கீடு அளிக்கக் கூடாது என்ற தீர்மானத்தை நிறைவேற்றினார்.

சாதி அடிப்படையில் இட ஒதுக்கீடு அளிக்கக் கூடாது என்றார். அதனாலேயே 1978 வரையில் எந்த ஒரு வட மாநிலத்திலும் பிற்படுத்தப்பட்டோருக்கு இடஒதுக்கீடு வழங்கப்படவில்லை. அதன் பின்னர் பீகாரில் அன்றைய முதல்வர் கற்பூரிதாகூர் பிற்படுத்தப் பட்டோருக்கு 20 விழுக்காடு 10. 11. 1978ல் இடஒதுக்கீடு வழங்கி ஆணை யிட்டார். நேருவினுடைய எதிர்ப்பு ஆணையிட்டார் நேருவினுடைய எதிர்ப்பு 1978 நவம்பரில் பீகாரில் முறியடிக்கப்பட்டது.

இரண்டாவது பிற்படுத்தப்பட்டோர் விசாரணைக் குழு 1. 1. 1979ல் மண்டல் தலைமையில் அமைக்கப்பட்டது. அதனுடைய பரிந்துரைகள் 31. 12. 1980ல் சமர்ப்பிக்கப்பட்டது.

மண்டல் குழுவின் பரிந்துரைகள்படி மைய அரசு பணிகளிலும் கல்வியிலும் இடஒதுக்கீடு என்பது சமூக ரீதியிலும், கல்வி ரீதியிலும் பிற்படுத்தப்பட்டோருக்கு வழங்கப்பட வேண்டும் என்று தெளிவாக வரையறுக்கப்பட்டுள்ளது.

ஆரிய சனாதன பிரிவைச் சாராத வி. பி. சிங் அவர்கள் 13. 8. 1990ல் மைய அரசு பணிகளிலும் பொது நிறுவனங்களிலும் கல்வியிலும் சமூகத்திலும் பிற்படுத்தப்பட்டோருக்கு 27 விழுக்காடு இடஒதுக்கீட்டை வழங்கி ஆணையிட்டார்.

அதே நேரத்தில் பிற்படுத்தப்பட்டோருக்கு மைய அரசு கல்வி நிறுவனங்களில் இடஒதுக்கீடு பிற்படுத்தப்பட்டோருக்கு அமல்படுத்தப்பட வில்லை.

ராஜாஜியின் குலக்கல்வி திட்டத்தை காங்கிரசுக்குள் ஓமந்தூர் இராமசாமி ரெட்டியார், செங்கல்வராயன், பத்திரிகையாளர் டி. எஸ். சொக்கலிங்கம் மற்றும் ஜி. டி. நாயுடு, ஜெ. சி. குமரப்பா எதிர்த்தனர். கல்கி ஆசிரியர் கிருஷ்ணமூர்த்தியும் ம. பொசியும் ஆதரித்தனர்.

ராஜாஜியின் குலக்கல்வித்திட்டத்தை எதிர்த்து போராடி வெற்றி பெற்ற மண் தமிழ்நாடு. தந்தை பெரியார் நடத்திய கிளர்ச்சி, ராஜாஜி ஆட்சிபீடத்தை விட்டு வெளியேற வேண்டிய நிலையை உருவாக்கியது.

1952 ஜீன் 24ம் நாள் சென்னை மாநில முதலமைச்சர் ராஜாஜி சென்னை திருவான்மியூரில் நடந்த சலவைத் தொழிலாளர் மாநாட்டில் பங்கேற்றார். அதில் பேசும் போது 'அவனவன் சாதி தொழிலை அவனவன் செய்ய வேண்டும். வண்ணார் வீட்டு பிள்ளைகள் படிக்க வேண்டியது இல்லை. குலத்தொழிலைச் செய்தால் போதும் எல்லோரும் படித்தால் வேலை எங்கிருந்து கிடைக்கும்' என்று கூறினார்.

அப்போதைய கல்வி அமைச்சர் டாக்டர் எம். வி. கிருஷ்ணாராவ் 20. 3. 1953ல் சென்னை சட்டமன்றத்தில் 'தொடக்கப் பள்ளி மாணவர்கள் படிக்கும் கால அளவை நாளொன்றுக்கு மூன்று மணி நேரமாக குறைப்பது என்றும் அந்த நேரத்தில் குழந்தைகளின் பெற்றோர் செய்யும் தொழில்களை கற்றுக் கொள்ள வசதி செய்து கொடுக்கவும் சர்க்கார் தீவிரமாக ஆலோசனை செய்து வருகின்றது' என்று கூறினார்.

இன்னொன்றையும் கல்வி அமைச்சர் தெரிவித்தார்.

'பரம்பரைத் தொழில் செய்யாத குலத்தில் பிறந்த குழந்தைகள் வயல்களிலும் தொழிற்சாலைகளிலும் பிறர் செய்யும் தொழில்களைக் கவனிக்கச் செய்து கற்கச் செய்யவும் ஆலோசிக்கப்படுகிறது. விவசாயத் தொழில்கள், கொட்டகை போடுதல், செங்கல் அறுப்பு வேலைகள், கிணறுகள் வெட்டுதல் போன்ற பல வேலைகளில் பள்ளிச்சிறுவர் சிறுமியரை பழக்கப்படுத்துவது என்பதும் யோசிக்கப்பட்டு வருகிறது. '

பெரியாரின் போர் முரசு விடுதலை ஏட்டில் 31. 3. 1953ல் 'சிறுவர்கள் கல்வியைப் பாழாக்கும் புதிய திட்டம் உஷார்' என்று பெரியார் தலையங்கம் தீட்டினார்.

தந்தை பெரியார் எச்சரிக்கை செய்தபடி 1953-54 கல்வியாண்டில் புதிய கல்வித்திட்டம் வருகிறது என்று ராஜாஜி அரசு அறிவித்தது.

இதனிடையில் காஞ்சிபுரத்தில் நடந்த சென்னை மாகாண யாதவ மாணவர் மாநாட்டில் ராஜாஜி அமைச்சரவையின் முடிவை ஆதரித்து மத்திய விவசாயத்துறை அமைச்சர் சென்னகவுடா பேசும்போது 'யாதவ

சமூக இளைஞர்கள் நவீன பால் பண்ணை நடத்தி பால் உற்பத்தியைப் பெருக்க வேண்டும். ராஜாஜியின் குலக்கல்வி திட்டத்தை ஆதரிக்கிறேன்' என்று பேசினார்.

பம்பாயிலிருந்து வந்த பிளிட்ஸ் ஏடு, வருணாஸ்ரம முறைக்கு உயிர் ஊட்டும் குலக்கல்வித்திட்டம் என்று எழுதியது.

'டைம்ஸ் ஆஃப் இந்தியா' ஏடு, 'துப்புரவு தொழிலாளியின் பிள்ளைகள் ஆசிரியராகவோ மருத்துவராகவோ வருவதை ஏன் தடுக்க வேண்டும்?' என்று கேள்வி எழுப்பியது.

களத்தில் குதித்து விட்டார் தந்தை பெரியார்; திருச்சியில் திராவிடர் கழகத்தின் மத்திய நிர்வாகக் குழுக் கூட்டம் 1953 ஜீன் 3ம் தேதி கூடியது. அதில் குலக்கல்வித்திட்டத்தை எதிர்த்து போராட்டத்தை அறிவிக்க தந்தை பெரியாருக்கு பொறுப்பு அளித்து தீர்மானம் நிறைவேற்றப்பட்டது.

1953 ஜீலை 11,12 தேதிகளில் மன்னார்குடியில் தஞ்சை மாவட்ட திராவிடர் கழக மாநாடு தொடங்கியது. அந்த மாநாட்டில் ராஜகோபாலாச்சாரி ஆட்சியின் சூழ்ச்சியை அம்பலப்படுத்திய பெரியார் குலக்கல்வித் திட்டத்திற்கு எதிரானப் போராட்டத்தை அறிவித்தார்.

ஒரே நாள் இடைவெளியில் 1953 ஜீலை 14 தேதி சட்டமன்றம் முன்பாக நாடாளுமன்ற உறுப்பினர் வ. வீராசாமி தலைமையில் குலக்கல்வித் திட்டத்தைக் கண்டித்தும் திரும்பப் பெற வலியுறுத்தியும் மறியல் அறப்போராட்டம் நடைபெறும் என்று பிரகடனப்படுத்தப்பட்டது.

ஜீலை 20ம் தேதி கிராமங்களில் பள்ளிகள் முன்பு மறியல் நடக்கும் என்று தந்தை பெரியார் பிரகடனம் செய்தார்.

சென்னை சட்டமன்றம் முன்பு நடக்க இருந்த மறியலுக்கு ராஜாஜி அரசு உத்தரவு போட்டது கோட்டை முன்பாக மலபார் போலீஸ் ஆயிரக்கணக்கில் குவிக்கப்பட்டது. ஆனால் அதற்கெல்லாம் பயந்து ஓடுகிற படையா பெரியார் படை?

திட்டமிட்டவாறு ஜீலை 14ம் தேதி மூன்று மூன்று பேராக மறியல் அணி கோட்டை நோக்கி புறப்பட்டது. . நாடாளுமன்ற உறுப்பினர் வ. வீராசாமி தலைமையில் முதல் அணி புறப்பட்டது. அண்ணா சாலையில்

ஆயிரக்கணக்கான மக்கள் திரண்டுவிட்டனர். அடுத்தடுத்து திருவாரூர் தங்கராசு, எம். கே. டி சுப்பிரமணியம், டி. எம். சண்முகம், த. லோகநாதன், மனோரஞ்சிதம், லட்சுமிபாய் ஆகியோர் தலைமையில் மறியல் செய்ய அணிகள் சென்று கொண்டே இருந்தனர். சட்டமன்றத்துக்கு முன்பாக சென்ற இவர்களில் 80 தோழர்கள் கைது செய்யப்பட்டனர்.

மேலும் மேலும் மக்கள் கூட்டம் செயின்ட் ஜார்ஜ் கோட்டையை நோக்கி ஆயிரக்கணக்கில் திரண்டு வந்தவுடன் மலபார் போலீஸ் தடியடி நடத்தத் தொடங்கியது. குண்டாந்தடி தாக்குதலை தாங்கிக் கொண்டு மண்டை உடைந்து ரத்தம் வழிந்தோடிய நிலையிலும் ராஜாஜியின் குலக்கல்வித்திட்டத்திற்கு எதிராக முழக்கமிட்டவாறு தொண்டர்கள் முன்னேறிச் சென்றனர்.

ராஜாஜி அரசின் அடக்குமுறையைக் கண்டித்தும் குலக்கல்வியை எதிர்த்துப் போராடியவர்கள்மீது காவல்துறை நடத்திய தாக்குதலைக் கண்டித்தும் சட்டமன்றத்தில் கம்யூனிஸ்ட் கட்சி, உழைப்பாளர் கட்சி, ஐக்கிய முன்னணி உள்ளிட்ட கட்சிகள் ஒத்திவைப்பு தீர்மானம் கொடுத்தன.

ஆனால் அதற்கு அவைத்தலைவர் மறுத்துவிட்டார். அந்த கட்சியைச் சேர்ந்த 80 உறுப்பினர்கள் வெளிநடப்பு செய்தனர்.

இந்தச் சூழலில் பேரறிஞர் அண்ணா அவர்கள் திமுக சார்பில் மும்முனைப் போராட்டத்திற்கு அழைப்பு விடுத்திருந்தார். 1959 ஜீலை 14ம் தேதி குலக்கல்வியை எதிர்த்து ராஜாஜி வீட்டுமுன்பு மறியல். ஜீலை 15ம் தேதி தமிழர்களை நான்சென்ஸ் என்று கூறிய நேருவைக் கண்டித்து ரயில் மறியல். மேலும் அதே நாளில் திருச்சி மாவட்டத்தில் டால்மியாபுரம் ஊர்பெயரானது கல்லக்குடி என மாற்றம் செய்யக் கோரியும் மும்முனைப் போராட்டம் அறிவிப்பு. தமிழ்நாடு எங்கும் பரபரப்பை ஏற்படுத்தியது.

சென்னையில் பேரறிஞர் அண்ணா, ஈ. வே. கி. சம்பத், நாவலர், என். வி. நடராஜன், கே. ஏ. மதியழகன் ஆகியோர் கட்சி அலுவலகத்திலும் கைது செய்யப்பட்டனர். இதுகுறித்து செய்தி வெளியிட்ட ஏடுகள் திமுகவின் ஐம்பெரும் தலைவர்கள் கைது என்று செய்தி வெளியிட்டன. அதிலிருந்துதான் திமுகவின் ஐம்பெரும் தலைவர்கள் என்று இவர்கள் கழகத் தோழர்களால் அழைக்கப்பட்டனர்.

ராஜாஜி வீட்டின் முன்பு மறியல் செய்த தி. மு. க அணி சத்தியவாணி முத்து அம்மையார் தலைமையில் சென்ற போது 40 பேர் கைது செய்யப்பட்டனர்.

அதேநாளில் தூத்துக்குடியில் ரயில் மறியல் செய்த தி. மு. க தொண்டர்கள் மீது துப்பாக்கிச் சூடு நடத்தி 4 பேர் உயிரைப்பறித்தது ராஜாஜி சர்க்கார். 50 பேர் படுகாயம் அடைந்தனர். டால்மியாபுரம் பெயரை கல்லக்குடி என்று மாற்றக் கோரி கல்லக்குடியில் ரயில் மறியல் அந்தப் போராட்டம் நடத்திய கலைஞர் கைது செய்யப்பட்டார். அந்தப் போராட்டக்களத்தில் போலீஸ் துப்பாக்கிச் சூட்டில் இருவர் பலியானார்கள்.

தந்தை பெரியார் பிரகடனம் செய்தவாறு 20.7.1953 அன்று பள்ளிகள் முன்பு குலக்கல்வியை எதிர்த்து ஆயிரக்கணக்கான ஊர்களில் நடந்த மறியல் போராட்டம் பெருவெற்றி பெற்றது. பெரியாரின் போராட்டம் மக்கள் போராட்டமாக வெடித்தது.

நாடெங்கும் ராஜாஜிக்கு எதிர்ப்பு கிளம்பியது. காங்கிரஸ் கட்சிக்குள்ளும் இது எதிரொலித்தது. சென்னை மாநில முன்னாள் முதல்வர் ஓ.பி.இராமசாமி ரெட்டியார், சென்னை மேயர் செங்கல்வராயன், பத்திரிகையாளர் டி.எஸ்.சொக்கலிங்கம் போன்ற காங்கிரஸ் தலைவர்களும் ராஜாஜியின் குலக்கல்வியை திரும்பப்பெற வலியுறுத்தினார்கள்.

காந்திய அறிஞர் ஜே. சி. குமரப்பா, விஞ்ஞானி ஜி. டி. நாயுடு, டாக்டர் லட்சுமணசாமி முதலியார் போன்றோரும் எதிர்ப்பு தெரிவித்தனர்.

சட்டமன்றத்தில் குலக்கல்வித்திட்டத்தை நிறுத்தி வைத்து ஒரு நிபுணர் குழு அமைத்து பரிசீலனைக்கு அனுப்ப வேண்டுமென்று ஒரு தீர்மானம் கொண்டு வரப்பட்டது.

தீர்மானத்திற்கு ஆதரவாக 139 வாக்குகளும் எதிராக 137 வாக்குகளும் விழுந்தன. இரண்டு வாக்குகள் வித்தியாசத்தில் ராஜாஜி அரசு தோல்வி அடைந்தது. எனவே ராஜாஜி அரசு பதவி விலக வேண்டும் என்று சட்டமன்றத்தில் எதிர்க்கட்சிகள் குரல் கொடுத்தன.

அந்த நேரத்தில் சட்டமன்றத்தில் எதிர்கட்சியாக இருந்த கம்யூனிஸ்ட் கட்சி சார்பில், புதிய கல்வித் திட்டத்தை அதாவது குலக்கல்வித்திட்டத்தை

அரசு கைவிட வேண்டும் என்று பலரும் கம்யூனிஸ்ட் கட்சியை வலியுறுத்தினார்கள். ஆனால் கம்யூனிஸ்ட் கட்சி தனது தீர்மானத்தை கைவிட மறுத்துவிட்டது.

தீர்மானம் வாக்கெடுப்புக்கு விடப்பட்ட போது ஆதரவாக 138 வாக்குகளும் எதிராக 138 வாக்குகளும் விழுந்தன. இறுதியில் சட்டமன்ற தலைவர் தன்னுடைய வாக்கை அரசுக்கு ஆதரவாக அளித்து அரசை வெற்றிபெறச் செய்து கம்யூனிஸ்ட் தீர்மானத்தை தோற்கடித்தார்.

கம்யூனிஸ்ட் தீர்மானம் தோற்கடிக்கப்பட்டதால் ராஜாஜி அரசு பிழைத்து விட்டது. கம்யூனிஸ்ட் கட்சி தனது தீர்மானம் வெற்றி பெறுவதற்கு முயற்சி செய்யவில்லை.

கம்யூனிஸ்ட் கட்சி எம்.எல்.ஏக்கள் பலர் அன்று அவைக்கு வரவில்லை. சட்டமன்ற எதிர்கட்சித்தலைவரும் கம்யூனிஸ்ட் சட்டமன்ற கட்சித் தலைவருமான தோழர் பி.இராமமூர்த்தியும் சட்டமன்றம் செல்லவில்லை.

இந்த நிலையில்தான் கம்யூனிஸ்ட் கட்சி, ராஜாஜி அரசின் குலக்கல்வித் திட்டத்திற்கு எதிராகக் கொண்டு வந்த தீர்மானம் தோல்வி அடைந்தது. ராஜாஜி இதனால் உற்சாகம் அடைந்தார்.

கம்யூனிஸ்ட் கட்சியைக் கடுமையாக எதிர்த்து வந்த ஆச்சாரியார் அதன் பிறகு தனது எதிர்ப்பை குறைத்து விட்டார். வரலாற்றில் கம்யூனிஸ்ட் கட்சி அப்போது செய்த தவறு இது. தந்தை பெரியாரை சமாளிக்க வேண்டும் என்பதற்கு ராஜாஜி திட்டம் தீட்டினார்.

குலக்கல்வி எதிர்ப்புக் கிளர்ச்சி நடத்திய திராவிடர் கழக தோழர்கள் மீது காங்கிரஸ்காரர்கள் தாக்குதல்கள் நடத்தினார்கள். காங்கிரஸ்காரர்கள் கலகம் செய்தால் காவல் துறை தலையிடாது என்று வெளிப்படையாகவே ராஜாஜி அறிவித்தார்.

ராஜாஜியின் அரசு காலித்தனத்திற்கு பச்சை கொடி காட்டியதால், பார்ப்பனர்களும் ஆச்சாரியார் அடிவருடிகளும் துணிவு பெற்றார்கள். இதன் உச்ச கட்டமாக திருச்சி பெரியார் மாளிகைக்கு தீவைத்திட துணிந்து விட்டனர்.

அங்கிருந்து கழகத் தோழர்கள் அந்தக் காலிகளை பெட்ரோல் தீ பந்தத்துடன் கையும் களவுமாகப் பிடித்து வைத்தனர்.

சுற்றுப் பயணத்தில் இருந்த தந்தை பெரியார் உடனடியாகத் திரும்பினார். காவல் துறையில் கொடுக்கப்பட்ட புகார் குப்பைக் கூடைக்குள் போனது.

ராஜாஜி கொக்கரித்தார். இப்போது நடப்பது தேவர் அசுரர் போராட்டம் என்று குலக்கல்வி எதிர்ப்பு போராட்டத்தை ராஜகோபாலாச்சரியார் வர்ணித்தார்.

தந்தை பெரியார் பதிலடி கொடுத்தார். ஆம் இது ஆரிய திராவிடப் போராட்டம்தான் என்று விடுதலையில் எழுதினார்.

ராஜாஜி சர்கார் எல்லை மீறி போனபோதுதான் 1953 நவம்பர் மாதத்தில் சேலம் மாவட்டம் ஆத்தூரில் நடந்த சுயமரியாதை இயக்க திராவிடர் கழக மாநாட்டில் திராவிடர் கழகத்தினர் கத்தி வைத்துக் கொள்ள வேண்டும் என்று தீர்மானம் நிறைவேற்றப்பட்டது.

அக்கிரகாரத்தைக் கொளுத்துவோம். அதன்பிறகும் ராஜாஜி அரசு அடக்குமுறையை நிறுத்தவில்லை. அப்போதுதான் தந்தை பெரியார் ஒரு அறிவிப்பை வெளியிட்டார்.

இதுவரை சட்டத்திற்கு உட்பட்டு போராடி வந்த நான் இனி சட்டத்தை மீறியாவது குலக்கல்வி ஒழிக்க வேண்டிய கட்டாயத்தில் இருக்கிறேன்.

பெட்ரோலும் தீப்பந்தமும் கையில் வைத்துக்கொள்ளுங்கள். நான் அறிவிக்கும்போது அக்கிகாரத்தைக் கொளுத்துங்கள் என்று பெரியார் ஆணையிட்டார்.

இது மாதிரியெல்லாம் அறிவிக்கின்ற துணிச்சல் இந்திய வரலாற்றில் தந்தை பெரியாரைத் தவிர வேறு எந்தத் தலைவரையும் காண முடியாது.

பெரியாரின் அறிவிப்பில் பார்ப்பனர்கள் நடுங்குகிறார்கள். 'திருப்பித் தாக்குங்கள்' என்று கல்கி கிருஷ்ணமூர்த்தி எழுதி பார்ப்பனர்களை தூண்டிவிட்டார். இந்து பத்திரிக்கை துள்ளிக் குதித்தது. பெரியார் கூறியபடி ஆரிய திராவிடப் போர் உக்கிரமானது.

பெரியார் நடத்தியப் போராட்டங்களால் காங்கிரஸ் கட்சிக்கு உள்ளேயே ராஜாஜிக்கு எதிர்ப்பு தீவிரமானது. பெருந்தலைவர் காமராஜர் தந்தை பெரியாரின் போராட்டம் நியாயமானது என்பதை உணர்ந்தார்.

'குலக்கல்வித் திட்டம் உருப்படாது. பயனும் அளிக்காது' என்று பேசத் தொடங்கினார் காமராஜர். ஓமந்தூரார் 'தற்போதுள்ள படிப்பும் இல்லாமல் போய்விடும்' என்று கூறினார்.

உழைப்பாளர் கட்சித் தலைவரும், பின்னாளில் தி. மு. கவின் முக்கிய தளகர்த்தராக பேரறிஞர் அண்ணாவுக்கு துணையாக நின்றவருமான ஏ.கோவிந்தசாமி, சட்டமன்றத்தில் புதிய கல்வித் திட்டத்தை புகுத்திய ராஜாஜியை கடுமையாக எதிர்த்தார்.

ராஜாஜிக்கு எதிராக காங்கிரஸ் சட்டமன்ற உறுப்பினர்களும், டாக்டர் வரதராஜீலு நாயுடுவும் பிரதமர் பண்டித நேருவிடம் புகார் அளித்தனர்.

ராஜாஜி அரசுக்கு பெரும் நெருக்கடி ஏற்பட்டது. பிரதமர் நேரு ராஜாஜியை முதல்வராக தொடர அனுமதி அளித்தாலும் நிலைமை இங்கு சரியில்லை. குலக்கல்வித் திட்டத்தை அடியோடு ஒழித்துக்கட்ட தந்தை பெரியார் 'இறுதியாகப் போராட்டம் அறிவிக்க முடிவு செய்து போராட்டத்தில் கலந்து கொள்ள திராவிடர் கழகத் தோழர்கள் இரத்தத்தில் கையெழுத்திட்டு அனுப்புங்கள் என்று ஆணை பிறப்பித்தார். திராவிடர் கழகத்தின்ர் இரத்தக்கையெழுத்து போட்டு அனுப்பிய கடிதங்கள் குவிந்தன. '

இந்த நிலையில்தான் ஈரோட்டில் 1954 ஜனவரி 23,24 தேதிகளில் புத்தர் கொள்கை பிரச்சார மாநாடு குலக்கல்வி எதிர்ப்பு மாநாட்டை பெரியார் நடத்தினார்.அண்ணாமலைப் பல்கலைக்கழக முன்னாள் துணைவேந்தர் எஸ்.ஜி.மணவாளராமானுஜம் தலைமையில் நடந்த அந்த மாநாட்டில் மூன்று மாதத்திற்குள் புதிய கல்வித் திட்டத்தை ராஜாஜி அரசு திரும்பப் பெற வேண்டும் என்று கெடு விதித்து தீர்மானம் நிறைவேற்றப்பட்டது.

1954 மார்ச் 27, 28 தேதிகளில் நாகப்பட்டினம் அவுரி திடலில் சென்னை மாநில விவசாய மாநாடு நடந்தது. மாநாடு முடிந்து மறுநாள் பெரியார் அறிவித்தவாறு குலக்கல்வி எதிர்ப்புப் படை தஞ்சை மாவட்ட திராவிடர் கழகத் தலைவர் நீடாமங்கலம் ஆறுமுகம் தலைமையில் புறப்பட்டது.

நாகையிலிருந்து சென்னை வரை சென்ற குலக்கல்வி எதிர்ப்புப் படை செல்லும் வழியெல்லாம் ராஜாஜியின் குடிகெடுக்கும் குலக்கல்வித் திட்டத்தின் தீய நோக்கத்தை மக்களிடம் பரப்புரை மேற்கொண்டது.

ராஜாஜியின் குலக்கல்வித் திட்டத்திற்கு எதிராக பெரியார் மூட்டிய தீ பற்றி எரிந்தது. வேறு வழியில்லாமல் ராஜாஜி முதல்வர் பதவியிலிருந்து விலக வேண்டிய நிலை ஏற்பட்டுவிட்டது. குலக்கல்வித்திட்டத்தை வடித்துக் கொடுத்த கல்வி ஆலோசகர் இராமச்சந்திரன் பதவி விலகினார். காங்கிரஸ் சட்டமன்ற புதிய தலைவரைத் தேர்வு செய்ய காங்கிரஸ் எம்.எல்.ஏக்கள் கூட்டம் கூடியது. முதல்வர் பதவிக்கு போட்டியிட்ட பெருந்தலைவர் காமராஜர் 93 வாக்குகள் பெற்று வெற்றி பெற்றார்.

அவரை எதிர்த்து ராஜாஜி ஆதரவுடன் போட்டியிட்ட சி. சுப்பிரமணியம் 41 வாக்குகள் மட்டுமே பெற்று தோல்வி அடைந்தார்.

பெருந்தலைவர் காமராஜர் முதல்வர் பதவி ஏற்ற நிலையில் நாகப்பட்டினத்திலிருந்து புறப்பட்ட குலக்கல்வி திட்ட எதிர்ப்புப் படை 60000 மைல்கள் பிரச்சார பயணம் மேற்கொண்டு மக்களிடையே எழுச்சி ஏற்படுத்தி சென்னை வந்தடைந்தது.

முதல்வர் காமராஜர் அவர்களை சென்னை கோட்டையில் குலக்கல்வி எதிர்ப்புப் படையின் சார்பில் நீடாமங்கலம் அ. ஆறுமுகம், படைத்தளபதி டி. வி. டேவிஸ், க. ராஜாராம், எம். கே. டி. சுப்பிரமணியம். டி. எம். சண்முகம் ஆகியோர் சந்தித்தனர். அவர்களை அன்போடு வரவேற்ற முதல்வர் காமராஜர் உங்கள் கோரிக்கையை இந்த அரசு நிறைவேற்றும் என்று தந்தை பெரியாரிடம் கூறுங்கள் என்றார்.

தந்தை பெரியாரின் போராட்டத்திற்கு வெற்றி பெறும் சூழலும் கனிந்தது. 1954 மே 18ம் தேதி குலக்கல்வித் திட்டத்தை திரும்பப் பெறுவதாக முதலமைச்சர் காமராஜர் அறிவித்தார்.

ராஜாஜிக்கு ஆதரவாக ஓராண்டு காலமாக எந்த சி.சுப்பிரமணியம் குலக்கல்வித் திட்டத்தை ஆதரித்துப் பேசினாரோ அவரையே கல்வி அமைச்சராக்கி அவர் வாயாலேயே திரும்பப் பெறுகிறோம் என்று சட்டப்பேரவையில் அறிவிக்கச் செய்தார் காமராஜர்.

அண்ணாவின் சட்டமன்ற உரைகள்

நாங்கள் குறை கூறுவதைப் பற்றி ஆளுங்கட்சியில் உள்ள பலர் குறை கூறினார்கள். முடிவில் எங்களைக் குறை கூறினவர்களும் நிர்வாகத்திலுள்ள குறைகளையே எடுத்துச் சொன்னார்கள்.

இதை அவர்கள் எவ்வாறு நிறைவேற்றினார்கள் என்றால் 'பிச்சைக்காரனுக்கும் பிச்சையில்லைபோ' என்று சொல்லி விரட்டிய நாட்டுப்பெண்ணைப் பார்த்து, 'அப்படிச் சொல்ல உனக்கு என்ன அதிகாரம்' எனக் கேட்ட கொடுமைக்கார மாமியார், பிச்சைக்காரனைத் திரும்ப அழைத்து 'நான் சொல்லுகிறேன் பிச்சை இல்லை போ' என்று சொல்லித் துரத்தினதைப் போல இருந்தது.

பெரும்பாலும் ஆட்சியாளரின் கட்சியில் இருந்து பேசிய உறுப்பினர்கள் எல்லாம் எங்களைப் பார்த்து 'குறைகளையே அடுக்கிக் கொண்டிருக்கிறீர்களே, குறைசொல்ல நீங்கள் யார்? என்று கேட்டுவிட்டு 'அந்த உரிமை எங்களுக்குத்தான் உண்டு' என்பது போல கவர்னர் பெருமகனாரின் உரையில் குறைகளையே பொறுக்கினார்கள்.

அவர்களுடைய ஜனநாயகப் பண்பு உண்மையிலேயே வளரவேண்டும் என்று நான் பெரிதும் விரும்புகிறேன். அப்படி வளருமானால் எங்கள் வேலைகளும் தொல்லைகளும் பெரும்பாலும் குறைந்துவிடும் என்று கருதுகிறேன்.

(6.5.1957 அன்று சட்டமன்றத்தில் ஆளுநர் உரைமீதான விவாதத்தில் அண்ணாதுரை)

மன்றத்திற்கு கவனமூட்ட விரும்புகிறேன். சில நாட்களுக்கு முன்னால் பத்திரிக்கையில் பார்த்தோம் தேர்தலில் தோற்றுப் போன ஒருவர் கவர்னராக பதவி ஏற்று சட்டசபையில் வந்த ஆற்றிய உரையை எதிர்த்து பெரிய அமளி நடந்திருக்கிறது.

பேசுகின்ற உரிமை உங்களுக்குத் தந்ததாலே இப்படி எல்லாம் பேசுகின்றீர்கள் என்று எடுத்துச் சொன்னார்கள். அப்போது என் மனக்கண்முன் ஸ்ரீசத்தியமூர்த்தி தோன்றுகிறார். பிரிட்டிஷாரின் ஆட்சி நடந்த காலத்தில் தன்னந்தனியாக நின்று போராடிய நேரத்திலே இதே

கோட்டையில் இருந்துதான் 'உங்களுக்குப் பேச்சு சுதந்திரம் கொடுத்திருக்கிறோம் அப்படிப் பேசினீர்கள்' என்று அவர்கள் சொன்னார்கள். அதே கோட்டை இன்று ஆளுங்கட்சியாக இருக்கின்ற காங்கிரஸ்காரர்களுக்கு வந்திருக்கிறது.

'பேச்சு சுதந்திரம் கொடுத்தோம். நீங்கள் எங்கள் சுதந்திரத்தைப் பறித்து விட்டீர்கள்' என்று அன்றைக்கு சொன்ன பிரிட்டிஷ்காரர்கள் தேம்ஸ் நதிக்கரையில் நிற்கிறார்கள். இங்கு கூவம் நதிக்கரையில் நின்று கொண்டு அதே பழைய தத்துவத்தில் நீங்கள் உழன்று கொண்டிருக்க வேண்டாம் என்று சொல்லிக் கொண்டு முடித்துக் கொள்கிறேன்.

(6.5.1957 அண்ணாவின் சட்டமன்ற உரையிலிருந்து)

உணவு தானியங்கள் என்பதை உணவுப் பொருள்கள் என்று மாற்றி அவைகள்மீது விற்பனை வரியை நீக்கினால் அதனால் சில லட்சரூபாய் தான் வருமானம் குறையும். ஆனால் மக்கள் சாப்பிடுகின்ற பொழுது சர்க்காரை மனதார வாழ்த்துவார்கள். உணவு சாப்பிடுகின்ற நேரத்திலே' நல்ல சர்க்கார் நாட்டிலே 'நிர்வாகத் திறமையும், நல்ல நம்பிக்கையில் பெற்றவர்களையும், திறமை படைத்த அமைச்சர்களையும் பொது வாழ்விற்கென்று தன்னை ஒப்படைத்து விட்டு அதைத் தன் கட்சிதவிர வேறு எந்தக் கட்சியாலும் சாதிக்க முடியாது என்று நம்பிக் கொண்டிருக்கிற தங்கள் ஆட்சியை எதிர்க்கிறவர்கள் சிலரை அணைத்து அழித்தும் சிலரை ஒழித்துக் கட்டத் திட்டமிடும் திரு. காமராஜரின் தலைமையில் இன்றைய மந்திரி சபை இருக்கிறது.

அது மாத்திரமல்ல. இந்தியத் துணைக்கண்டம் முழுவதும் பார்த்துப் பாடம் பெறக் கூடிய வகையில் நல்ல திறமை வாய்ந்த அதிகார இயந்திரம் நமக்கு ஒப்படைக்கப்பட்டிருக்கிறது.

ஆனால் இவ்வளவு நல்ல சூழ்நிலைக்கு பிறகும் விலைவாசிகள் ஏறியிருக்கிறது. வேலையில்லாத் திண்டாட்டம் தலைவிரித்து ஆடுகிறது. நம் நாட்டில் பற்றாக்குறை நம் நாட்டில் எல்லாம் திக்கிலும் துரத்திக் கொண்டு இருக்கிறது.

சர்க்கார் அலுவலகங்களில் பணியாற்றுகிறவர்கள் அத்தனை பேரும் இன்றைய தினம், மனக்குறையோடு தான் இருக்கிறார்கள். அதைப் போக்க

நல்ல சூழ்நிலை நம்மிடம் உருவாக்கப்படுவதில்லை. எதிர்க்கட்சியில் உள்ளவர்கள் அத்தனை காரணங்களையும் காட்டி முறைப்படி குற்றம் சாட்டுகிறார்கள் காரணம் ஒரு கொள்கையை கடைப் பிடித்து அதன்படி நின்று தக்க ஆதாரங்களுடன், கட்டுப்பாட்டுடன், கண்ணியத்துடன் எடுத்துரைப்பதற்குள்ள தகுதி எதிர்க்கட்சிக்காரர்களிடம் குறிப்பாக திராவிட முன்னேற்றக் கழகத்தாரிடம் இருக்கிறது.

நல்ல மந்திரிசபை நாட்டிலே ஆள்கிறது. உணவுப் பொருள்கள்மீது வரியை எடுத்துவிட்டார்கள் என்று மனமாற வாழ்த்துவார்கள். சட்டசபையிலே பலபேர்கள் வந்து போகிறார்கள். ஜனநாயகத்தின் பரிசாக இதை மதிப்பார்கள். முதல் கவளத்தில் முதலமைச்சரை வாழ்த்துவார்கள். இரண்டாவது கவளத்தில் நிதி அமைச்சரை வாழ்த்துவார்கள்.

உயர்திரு. சி. சுப்பிரமணியம் மூன்றாவது கவளத்தில் இதை எடுத்துச் சொன்னவரை வாழ்த்துவார்கள் உயர்திரு. சி. என் அண்ணாதுரை. சாப்பிடுகின்ற நேரத்திலே சாப்பாட்டுப் பொருள்கள் மீது வரியில்லை என்று பொதுமக்கள் ஒருமுகமாக வாழ்த்துவார்கள். சாப்பிடும்போது வாழ்த்துவது நல்லது என்று வைதீகர்கள் கூறுவார்கள். மற்ற விசயத்தில் வைதீகத்தில் வேறுபட்ட கருத்தைக் கொண்ட நான் இநத் விசயத்தில் வேண்டுமானால் ஒத்துக்கொள்கிறேன்.

என் தொகுதியில் இருக்கும் ஒரு வறண்ட ஆற்றைப் பற்றி முதல் அமைச்சர் அவர்களின் ஈரமான நெஞ்சகத்திற்கு எடுத்துச் சொல்ல விரும்புகிறேன். நான் சிறுவனாக பள்ளியில் படித்த காலத்திலே படித்துக் கொண்டிருக்கும் போது அங்கே இருந்த ஒரு ஆசிரியர் மணியை அடித்து பிள்ளைகள் வீட்டிற்குப் போகலாம் பாலாற்றிலே தண்ணீர் வருகிறது என்றார். எங்கள் பகுதியில் பாலாற்றில் தண்ணீர் வந்ததென்றால் பள்ளிக் கூடத்திற்கு விடுமுறை விட்டுக் கொண்டாட வேண்டிய ஒரு காட்சியாகும்.

ஆனால் அது ஒரு நல்ல ஆறு. பெரிய ஆறு, ஆண்டுக்கொரு தடவை சபாநாயகருக்கு எடுத்து சொல்லிக் கொள்கிறேன். நாலுநாள் மூன்று நாள் பெய்கிற மழையில் தண்ணீர் வெள்ளமாக வருகிறது.

அந்தத் தண்ணீரை ஆங்காங்கு சிறு சிறு தேக்கங்களாக நிரப்பி செங்கல்பட்டில் நீர்ப்பாசனம் நடந்து வருகிறது. இரண்டு குறைபாடுகளை

நான் சொல்ல வேண்டியதிருக்கிறது. ஆற்று வெள்ளம் ஏரியில் தேக்கப்படுவதால் அந்த வெள்ளத்தில் அடித்து வரும் வண்டல்மண் அந்த ஏரியில் படிந்து ஆழம் குறைவது. அது நாளாவட்டத்தில் வடிகால்களை உடைத்துக் கொண்டு வெள்ளம் வந்தாலும் தண்ணீர் தங்காமல் கக்கிக்கொண்டு வெளியில் போகிறது.

எப்படி சில விசயங்களைப் படித்தாலும் உண்மைப் பொருளை தெரிந்து கொள்ள முடியாமல் தவறாமல் வெளியே கக்கி விடுகிறோமோ அதைப் போல பொங்கி வரும் நீரை வெளியே கக்கிவிடுகிறது.

பலதடவைகளில் சென்னை சர்க்காரும் மைசூர் சர்க்காரும் நடத்திய பல்வேறு மாதிரியான பேச்சுவார்த்தைகள் எந்த கட்டத்தில் இருக்கிறது என்று அறிய விரும்பினால் அது முடிந்து விட்டதென்று சொல்லுகிறார்கள்.

நம்முடைய ஊர்வாகப் பிரச்சினை எதனையும் முடிந்து விட்டது என்று கருதாமல் நமது மாநில முதலமைச்சர் அவர்கள் பாலாறைப்பற்றி மைசூர் ராஜ்ய முதலமைச்சரோடு மறுபடியும் கலந்து பேசி முன்னாலே நிபுணர்கள் எல்லாம் கலந்து பேசினார்கள். நமது முதலமைச்சர் காமராஜர் அவர்கள் நிபுணர் அல்ல. நிபுணர் அல்லாத ஒரு காரணத்தால் நாட்டு மக்கள் அவர்களிடத்தில் இன்றை தினம் நிறைந்த நம்பிக்கை வைத்திருக்கிறார்கள்.

நிபுணர்கள் புள்ளி விபரங்களை நம்புவார்கள். நிபுணர் அல்லாத இவர் நாட்டு மக்களுடைய பசித்த வயிற்றினையும் காய்ந்த தலையினையயும் கவலை படிந்த முகத்தினையும் பார்த்துத் தான் நாட்டின் நிலைமையைத் தெரிந்து கொள்கிறார்.

ஆகையால் பாலாற்றுக்கு தண்ணீர் வருவதற்கு மைசூர் சர்க்காரிடம் உடனடியாக மறுபடியும் பேச்சு வார்த்தைகளை துவக்க வேண்டும்.

அதுவும் இல்லை என்றால் இன்றைக்கு ரஷ்ய நாட்டிலே இது போன்ற நிலைமையில் ஆற்றிற்கு மேலே தண்ணீர் இல்லாமல் போனாலும் சப் சாயில் வாட்டர் அதாவது பூமிக்கு அடியிலே இருக்கும் தண்ணீரை மின்சாரத்திட்டம் மூலமாக ஆங்காங்கு வெளியேகொண்டு வந்து அதன்மூலம் நீர்ப்பாசனம் நடத்துகிறார்கள். இதை நமது எஞ்ஜினியரிங் டிபார்ட்மென்ட் எடுத்துச் சொல்லக் கூடும்.

அந்த முறையிலே பாலாற்றிற்கு தண்ணீர் கொண்டுவர வேண்டுமென்று எடுத்துச் சொல்ல விரும்புகிறேன். அப்படி பாலாற்றிற்கு தண்ணீர் கொண்டு வந்து விட்டு எங்கள் கழகத்தைப் பற்றி செங்கல்பட்டு மாவட்டத்திலே எந்த மூலை முடுக்கிலேபோய் திட்டினாலும் மாலை போடுவார்கள்.

எவ்வளவு வேண்டுமானாலும் திட்டட்டும். மன்னர் தண்ணீர் கொண்டுவந்தாரே என்று பாராட்டுவார்கள். அதிலே இரண்டு லாபம் இருக்கிறது. ஒன்று மக்களுடைய ஆதரவு இருக்கிறது. இரண்டு எங்களை அடக்குவதற்கு ஒரு வசதி கிடைக்கிறது. இன்றைக்கு பாலாற்றுக்கு தண்ணீர் கொண்டு வந்தால் போதும். அதற்கு ஆவண செய்ய வேண்டும்.

(24.7.1957 அண்ணாவின் சட்டமன்ற உரையிலிருந்து)

இன்றைய ஆட்சியாளர்களின் பெரிய செல்வத்தை நான் மதிக்கின்றேன். தேசிய விடுதலைப் போராட்டத்தில் மக்கள் அளித்த நல்லெண்ணத்தை ஆட்சியாளர்கள் தேசிய பாங்கில் போட்டு வைத்திருக்கிறார்கள். அந்த பாங்கில் அவர்கள் பத்து வருச காலத்தில் லட்சக் கணக்கான ரூபாய்களைப் பெற்று விட்டார்கள் இதுவும் அவர்கள் அவ்வளவு தொகையைப் பெற முடியாது. ஸ்ரீ நேருபண்டிதர் தேடித்தரும் புகாரும் கூட பாங்கில் பணத்தைச் சேர்க்காது. ஆகவே நல்ல திட்டங்களை வெற்றிகரமாக நிறைவேற்ற வேண்டிய நடவடிக்கைகளை ஆட்சியாளர்கள் எடுக்க வேண்டும்.

(26.7.1957ல் அண்ணாவின் சட்டமன்ற உரையிலிருந்து)

மக்கள் ஆளுகின்றவர்களிடம் நம்பிக்கையைத் தெரிவித்துக் கொள்வது ஐந்து ஆண்டு காலத்திற்கு ஒரு முறைதான். இடையே அவர்களுக்கு ஏற்படுகின்ற நம்க்கை இல்லாத மனக்கசப்பை, மனக்குறைவை ஆளுகின்றவர்களுக்கு எடுத்துக் காட்டுவது எதிர்க்கட்சியின் பொறுப்பு.

இப்போது கொண்டுவரப்பட்டிருக்கிற நம்பிக்கை இல்லாத தீர்மானமும் கூட உங்களைப் பதவியில் இருந்து இதன் மூலம் விலக்கி விடமுடியும் என்கிற நம்பிக்கையில் எதிர்க்கட்சியால் கொண்டு வரப்படவில்லை.

அப்படி எதுவும் நடந்துவிடாது என்கிற எண்ணம் உங்களுக்கும் இருக்கின்ற படியினால்தான் இங்கே உட்கார்ந்து சிறப்பான வாதங்களை எல்லாம் செய்துகொண்டிருக்கிறீர்கள். இல்லாவிடில் இங்கே உட்கார்ந்து வாதங்கள் புரிந்து கொண்டிருக்க மாட்டீர்கள். தனித்தனியாக தங்களுக்கு ஆள் சேர்க்க முயன்று கொண்டிருப்பீர்கள்.

ஆகையால் இந்த நம்பிக்கையில்லாத் தீர்மானத்தில் மகத்தான ஆபத்து அவர்களுக்கு வந்துவிடும் என்று நாங்கள் மனப்பால் குடிக்கவில்லை. அமைச்சர் அவையைத் தள்ளிவிட இந்தத் தீர்மானத்தால் முடியாது என்கிற ஒரு காரணமும் இருக்கலாம் நான் இந்த தீர்மானத்தை ஆதரிப்பதற்கு.

ஆளுகின்ற அமைச்சர் அவை பிரும்மாண்டமான வலுவில் இருக்கிறது. மிகச்சிறிய எண்ணிக்கையில் உள்ள எங்களால் அவர்களுக்கு பாடம் கற்பிக்க முடியும் என்று நாங்கள் நினைக்கவில்லை. காலம் ஒன்றுதான் அவர்களுக்கு படம் காட்ட முடியும் அவர்கள் ஆளும் கட்சி. நாங்கள் எதிர்க்கட்சிகள்.

எதிர்க்கட்சிகளில் இருக்கின்றவர்கள் ஒவ்வொரு கோணத்தில் இருந்து இந்த நம்பிக்கை இல்லாத் தீர்மானத்தை ஆதரிப்பதற்கு காரணம் எதிர்கால அமைதியாவது பாதுகாக்கப்படவேண்டும் என்கிற ஒரு எண்ணம்தான்.

திரு இமானுவேல் படுகொலை செய்யப்பட்டதைப் பற்றி இங்கு பேசினார்கள். உண்மையில் அவர் தாழ்த்தப்பட்ட ஆதிதிராவிட மக்களுக்கு மட்டுமல்ல, தமிழ்நாட்டிற்கே ஒரு பெரிய தியாகம் செய்திருக்கிறார்.

இமானுவேல் ராமநாதபுரத்து மண்ணிலே மறைந்த மாவீரன் மட்டுமே அல்ல. உலகமே புகழும் ஒரு வீரனாகவே அவரைக் கருதவேண்டும்.

நாட்டில் ஒற்றுமைக்காக பாடுபட்டு தன்னையே பலியாக்கிக் கொண்ட ஒரு தியாகியை இழந்தோம். அவர் பெயர் இந்நாட்டு சரித்திரத்திலே பொறிக்கப்படவேண்டியது. திரு. முத்துராமலிங்கத்தேவர் மறவர்களுக்கு தலைவராக இருந்தார். அதேபோல் தி.இமானுவேல் என்பதை அமைச்சரவை அறியும். இந்நாடும் அறியும்.

முதுகுளத்தூர் இமானுவேல் படுகொலை செய்யப்பட்ட பிறகு அங்குள்ள மக்கள் தங்கள் தலைவரை இழந்ததற்காக ஆத்திரம் கொள்வதும்

ஆத்திரத்தில் பழிக்குப்பழி வாங்க முயல்வதும் இயல்பு. அவர்களின் வீரிட்டெழும் உணர்ச்சியை ஆட்சியாளர் உணர்ந்திருப்பாரேயானால் அங்கே போலீஸ் படையை உடனே அனுப்பி இருப்பார்கள். அந்த வட்டாரம் பூராவுமே போலீஸ் பாதுகாப்பில் வைக்கப்பட்டிருக்கும் அல்லது போலீஸ் நிர்வாகத்தில் வைக்கப்பட்டிருக்கும்.

சம்பவம் நடந்த நான்கு நாட்களில் மேலும் கலவரம் வாராது தடுப்பதற்கான நடவடிக்கைகளை எடுக்காது அவசர அவசரமாக துப்பாக்கி பிரயோகம் நடத்தப்பட்ட பிறகு வெங்கடேஸ்வரனை வைத்து விசாரணை நடத்தினார்கள். அவர்களின் நிர்வாகத் திறமையைப் பற்றி கனம் அமைச்சர் அவர்களே சொன்னார்கள்.

அதிகாரிகளின் நிர்வாகத் திறமையை அறிந்து கொள்ளக்கூடிய அளவிற்கு எனக்கு அரசியல் அறிவும் இல்லை. அனுபவமும் இல்லை. 10ம் தேதியன்று இமானுவேல் படுகொலை செய்யப்பட்டிருக்கிறார். நான்கு நாட்கள் கழித்து போலீஸ் படைவந்து துப்பாக்கிப்பிரயோகம் நடத்தி இருக்கிறது.

தாழ்த்தப்பட்ட மக்களின் தலைவர் போய்விட்டாரே என்று அந்த மக்கள் கொதித்தெழுவதில் என்ன ஆச்சர்யம்? திரு. சிதம்பரபாரதி அவர்கள் சொன்னார்கள் யாராவது இந்த தென்பாண்டிய மண்டலத்தில் திரு.முத்துராமலிங்கத் தேவருக்கு எதிராக பேசுவார்களேயானால் அவர்கள் தலை உருளும் என்று சொல்லுவதாகச் சொன்னார்கள். என்னைவிட அவர் தைர்யசாலி இல்லாவிட்டால் இவ்வளவு தைர்யமாக பேசுவாரா?

கலகம் நடந்த இடத்தில் விசாரணை நடத்துவதற்கு திரு. வெங்கடேஸ்வரன் அவர்களை விசாரணை நடத்துவதற்கு அனுப்பியிருக் கிறார்கள். தேனி தியாகராஜன் கூட இவரை புகழ்ந்திருக்கிறார்.

அப்பொழுது இருந்த சூழ்நிலையில் சாட்சிகள் எப்படி வருவார்கள். ஒரு பக்கம் விசாரணை நடக்கிறது. மற்றொரு பக்கம் தீ வைத்துக் கொண்டே போகிறார்கள். கனம் போலீஸ் அமைச்சர் கூறுகிறார் அவர்களுக்கு வேண்டிய பாதுகாப்பு அளிக்கப்பட்டது என்று.

அங்கே இருக்கும் வீடுகள் ஏராளமாக தீக்கிரையாகிக் கொண்டிருக்கும் போது தீயை அணைப்பதற்கு தீ அணைப்பு படையை அனுப்பவில்லை.

தீ அணைப்புப் படை அரசாங்கத்திடம் இருந்தும் பயன்பட வேண்டிய சமயத்தில் உபயோகப்படுவதில்லை. அங்கு தீ பரவாமல் தடுப்பதற்கும் நடவடிக்கை எடுக்கப்படவில்லை. அங்குள்ள கட்சி தீ பரவாமல் தடுப்பதற்கும் தவறிவிட்டது.

இந்த 10 ஆண்டுகாலமாக நான் கேட்கிறேன். நீங்கள் இந்த துப்பாக்கி பிரயோகத்தை பயன்படுத்தும் அளவிற்கு எந்த ஜனநாயக சர்க்காராவது பயன்படுத்தி இருக்கிறதா? நீங்கள் வணங்கும் ஆண்டவன் பெயரில் கேட்கிறேன். நீங்கள் கடைப்பிடிக்கும் காந்திய நெறியின் பெயராலும் கேட்கிறேன். இத்தனை ஆண்டு காலமாக நம் நாட்டில் நடந்த துப்பாக்கி பிரயோகம் உலகத்திலே எந்த நாட்டிலாவது இந்த அளவுக்கு நடந்ததுண்டா?

நீங்கள் இந்தத் துப்பாக்கிப் பிரயோகம் நடத்துவதை நாங்கள் கண்டித்தால் உடனே போலீஸ் அமைச்சர், 'நாங்கள் இங்கு மட்டுமா துப்பாக்கி பிரயோகம் நடத்தினோம். இதற்கு முன்னேயே தூத்துக்குடியிலே நடத்தினோம். டால்மியாபுரத்தில் நடத்தினோம். வால்பாறையிலே நடத்தினோம். பைத்தியக்கார மக்களே இதுதானே எங்கள் வேலை இப்போது முதுகுளத்தூரிலே சுட்டதற்கு நீங்கள் இந்த நம்பிக்கையில்லாத் தீர்மானம் கொண்டு வந்தீர்களே' என்று சொல்லுவார்கள்.

ஆம். இன்னும் இந்த ஐந்தாண்டு ஆட்சிக்காலத்தில் இன்னும் எத்தனை முறை இந்தத் துப்பாக்கியின் தோட்டாக்களை பயன்படுத்தப் போகிறீர்களோ? யார் யார் பலியாக இருக்கிறார்களோ? என்று உங்கள்மீது எங்களுக்கு நம்பிக்கை இல்லை என்று சொல்கிறேன்.

(31.10.1957ல் சட்டமன்றத்தில் நம்பிக்கை இல்லா தீர்மான விவாதத்தின் போது அண்ணா பேசியது)

திராவிட நாடு முழக்கமும் மொழிப் போராட்டமும்

திராவிட இயக்கத்தின் மிக முக்கியமான பங்களிப்புகளில், தொடர் செயல்பாடுகளில் ஒன்று மொழியுரிமைக்கான அதன் போராட்டங்கள், தியாகங்கள், தமிழுக்காக உயிர்நீத்த, அடிவாங்கிய, ரத்தம் சிந்திய போராளிகள் உண்மையில் 'இந்தி - இந்து - இந்துஸ்தான்' ஒற்றைக் கலாச்சாரத்தில் இந்தியா சிக்காமல் இருக்கவும், இந்நாட்டில் இன்று ஆங்கிலம் நீடித்து நிற்கவும், உலகமயச் சூழலில் இந்தியா போட்டி யிட்டு நிற்கவும் உதவியிருக்கிறார்கள் என்பதே வரலாறு.

சென்னை மாகாணத்தில் 1937 தேர்தலில் ஆட்சியைப் பிடித்தது காங்கிரஸ். பள்ளிகளில் இந்தி கட்டாயமாக்கப்பட

உள்ளதாக அறிவித்தார் ராஜாஜி, 1938ல் அத்திட்டத்தை 6,7,8ம் வகுப்பு மாணவர்களை வைத்து வெள்ளோட்டம் பார்க்க முயன்ற போதே பெரியாரிடமிருந்து கடும் எதிர்ப்பு வந்தது.

மேலும் 125 உயர்நிலைப்பள்ளிகளில் இந்தியை கட்டாயப் பாடமாக்கும் அரசாணையை வெளியிட்டார் ராஜாஜி.

'டிசம்பர் 3 இந்தி எதிர்ப்பு நாள்' என்று அறிவிக்கப்பட்டது. தொடர் போராட்டத்தில் இறங்கினார்கள் மாணவர்கள். கொத்துக் கொத்தாக கைது செய்யப்பட்டார்கள். சித்ரவதைக்கு உள்ளாக்கப்பட்டார்கள். சென்னையைச் சேர்ந்த தலித் இளைஞர் நடராசன் இந்தச் சித்ரவதையில் 1938 ஜனவரி 15 அன்று உயிரிழந்தார்.

அடுத்து 11.3.38 அன்று தாழமுத்து சிறைக்கொடுமையால் உயிரிழந்தார். தொடர்ந்து மேலும் சில உயிர்த்தியாகங்கள்.

பெரியார் உட்பட ஆயிரக்கணக்கானோர் கைதுகள், பீறிட்டுப் பரவிய எதிர்ப்பின் விளைவாக இந்தித்திணிப்பு கைவிடப்பட்டது.

ஆனால் சுதந்திரத்தின்போது அரசியலமைப்புச் சட்ட உருவாக்கத்தின் போது மீண்டும் இந்தித்திணிப்பு வேறு ரூபத்தில் விஸ்வரூபம் எடுத்தது. நாட்டின் அலுவல்மொழியைத் தேர்ந்தெடுப்பதற்காக ஓட்டெடுப்பில் ஒரே ஒரு ஓட்டு வித்தியாசத்தில் வென்ற இந்தியை மட்டும் நாடு தழுவிய ஒரே அலுவல் மொழியாக கொண்டு வரத் திட்டமிட்டார்கள் இந்திவாலாக்கள். 'அது நடந்தால் இந்நாட்டின் இந்தி பேசாத மாநிலங்களைச் சேர்ந்த 60ரூ மக்கள் ஒரே நாளில் இரண்டாம் தரக்குடி மக்களாகி விடுவார்கள். அவர்கள் நலனுக்காக ஆங்கிலமும் அலுவல் மொழியாக நீட்டிக்கப்பட வேண்டும்' என்று போராடினார்கள் இந்தி பேசாத மாநிலங்களைச் சேர்ந்தவர்கள். இதிலும் அரசியலமைப்பு சட்ட நிர்ணய சபையில் தமிழர்களின் குரல் ஓங்கி ஒலித்தது. இதன் விளைவாக 'ஆட்சி மொழி இந்தி. ஆனால் 15 ஆண்டுகள் வரை ஆங்கிலமும் கூடுதலாகப் பயன்படுத்தலாம்' என்ற கெடுவோடு 1950ல் நடைமுறைக்கு வந்தது அரசியலமைப்புச்சட்டம். இந்தக் கெடுவின்படி ஆங்கிலத்தை அறவே நீக்கிவிட்டு 1965 ஜனவரி 26 முதல் இந்தியாவின் ஆட்சி மொழியாக்கும் நடவடிக்கைகள் தொடங்கியபோது 1964ல் கிளர்ந்தெழுந்தது தமிழகம்.

‘அய்யா தமிழைக் காப்பாற்றுங்கள். இந்தியை நுழைய விடாதீர்கள்’ என்று கெஞ்சிய இளைஞரைப் பார்த்து’ இந்த பைத்தியத்தைச் கைது செய்யுங்கள்’ என்று போலீசாருக்கு உத்தரவு போட்டார் காங்கிரஸ் முதல்வர் பக்தவச்சலம்.

ஜனவரி 25 விடியற் காலை 4.30 மணியளவில் தனக்குத் தானே தீவைத்துக் கொண்டு ‘ஏ தமிழே நீ உயிர்வாழ நான் துடிதுடித்துச் சாகிறேன்’ என்று முழக்கமிட்டபடி கருகிப்போனார் கீழப்பழூர் சின்னச்சாமி.

அடுத்து கோடம்பாக்கம் சிவலிங்கம் தீக்குளித்தார். போராட்டத்தில் ஈடுபட்ட சிதம்பரம் அண்ணாமலைப் பல்கலைக்கழக மாணவர்கள் ராஜேந்திரனும், சிவலிங்கமும் போலீஸ் துப்பாக்கிச் சூட்டிற்கு இரையானார்கள். மேலும் 8 பேர் தீக்குளித்தும் விஷம் அருந்தியும் தற்கொலை செய்து கொள்ள, தமிழகம் தகித்தது.

போலீஸ் துப்பாக்கிச்சூட்டில் கொல்லப்பட்டவர்கள் எண்ணிக்கை அரசுக் கணக்கின்படியே 70பேர். பல்லாயிரக்கணக்கானோர் கைதானார்கள். விளைவாக மத்தியில் சாஸ்திரி அரசு இறங்கி வந்தது. ஆங்கிலமே நீடிப்பதை உறுதி செய்தது. திராவிடக்கட்சிகளை ஆட்சிக்கு கொண்டு வந்ததும் முக்கியப் பங்கு வகித்தது இந்தப் போராட்டம்!

1962ல் 50 சட்டமன்றங்களை தி.மு.க பிடிக்க ‘திராவிட நாடு’ முழக்கம் மேலும் அதிகரித்தது. அடுத்த ஆண்டு பிரிவினை பேசும் கட்சிகளுக்குத் தடைபோடும் அரசியல் சட்டத்திருத்தத்தை கொண்டு வந்தது நேரு அரசு.

கட்சி முடக்கப்படுவதை தடுக்க அண்ணா ‘திராவிட நாடு கோரிக்கையை கைவிட்டார். ஆனால் அதற்கான காரணங்கள் அப்படியே இருக்கின்றன’ என்றார்.

தமிழகத்தின் நலன்களுக்காக இப்போது மாநில சுயாட்சி முழக்கத்தை அவர் கையில் எடுத்தார். 1965ல் இந்தி ஆட்சி மொழியாக இருந்த பேராபத்தை தடுக்கவும், 1967 தேர்தலுக்கான ஆயத்தத்துக்கும் தயாரானது தி.மு.க.

1963 ஜீலை 7ல், சென்னைக் கடற்கரை கூட்டத்தில் கருணாநிதியே, 1967 தேர்தலுக்கான வியூகத்தின் ஒரு பகுதியை வகுத்துத் தந்தார். 200

தொகுதிகளில் போட்டி. ஒரு தொகுதிக்கு ரூ.5000 செலவுத் தொகை. ஆக மொத்தம் ரூ.10 லட்சம். அவரே அந்தத் தொகையைத் திரட்டும் பணியையும் ஏற்றுக் கொண்டார்.

1963லிருந்து இந்தி எதிர்ப்புப்போர் கழகத்தை பம்பரமாக சுழலவைத்தது. 1965 ஜனவரி 26ஐ துக்க நாளாக கொண்டாட முடிவெடுத்தது. தி.மு.க. மாணவர்களைத் தூண்டி விடுவதாகக் குற்றம் சாட்டப்பட்டு 1965 பிப்ரவரி 16 அன்று தேசிய பாதுகாப்புச் சட்டத்தின் கீழ் கைது செய்யப்பட்டு பாளையங்கோட்டை சிறையில் அடைக்கப்பட்டார் கருணாநிதி. என் தம்பி கருணாநிதி தனிமைச் சிறையில் கிடக்கும் இந்த இடம்தான் யாத்திரை செய்ய வேண்டிய புண்ணிய பூமி என்றார் அண்ணா.

இந்தியா சுதந்திரம் அடைந்தது முதல் 20 ஆண்டு காலம் தமிழ்நாட்டில் ஆளும் கட்சியாக இருந்த காங்கிரஸ் 1967 தேர்தலில் தோல்வி அடைந்தது. ஆட்சியை தி.மு.கழகம் கைப்பற்றியது.

புதிய முதல் அமைச்சராக தி.மு.கழக பொதுச்செயலாளர் அண்ணா பதவி ஏற்றார். பதவி ஏற்பு விழா 1967 மார்ச் 6ம் தேதி சென்னை ராஜாஜி மண்டபத்தில் நடந்தது.

கிண்டியில் உள்ள கவர்னர் மாளிகையில்தான் பதவி ஏற்பு விழா நடைபெறுவது வழக்கம். முதல்முறையாக ராஜாஜி மண்டபத்தில் நடைபெற்றது.

பதவியேற்பு விழாவை முன்னிட்டு ராஜாஜி மண்டபத்தைச் சுற்றிலும் பலத்த போலீஸ் காவல் போடப்பட்டு இருந்தது. குதிரைப் படையினரும் சுற்றிலும் நின்று காவல் புரிந்தார்கள்.

முன் அனுமதி பெற்றவர்களைத் தவிர வேறு யாரும் மண்டபத்தின் உள்ளே அனுமதிக்கப்படவில்லை. இதனால் மண்டபத்துக்கு வெளியே ஆயிரக்கணக்கான தி.மு.கழக தொண்டர்கள் கொடிகளுடன் நின்று கொண்டு இருந்தார்கள்.

அமைச்சர்களாக நியமிக்கப்பட்டு இருந்த நெடுஞ்செழியன், கருணாநிதி, மதியழகன், சத்தியவாணிமுத்து, கோவிந்தசாமி, சாதிக் பாட்சா, மாதவன், முத்துசாமி ஆகியோர் 9.50 மணிக்கு மண்டபத்தின் உள்ளே

வந்தார்கள். அவர்களை தமிழ்நாடு அரசாங்க தலைமை செயலாளர் சி.ஏ.ராமகிருஷ்ணன் வரவேற்றார்.

அமைச்சர்கள் அனைவரும் அவர்களுக்காக மேடையில் அமைக்கப்பட்டு இருந்த இடங்களில் உட்கார்ந்தார்கள். சரியாக 9.56 மணிக்கு அண்ணா வந்தார். அவரை தலைமைச் செயலாளர் வரவேற்றார். பின்னர் தமிழ்நாடு கவர்னர் உஜ்ஜல் சிங் அவர் மனைவியுடன் வந்தார்.

கவர்னருக்கு அண்ணா வணக்கம் தெரிவித்தார். மற்ற அமைச்சர்களை கவர்னருக்கு அறிமுகம் செய்து வைத்தார்.

பிறகு மேடையின் மத்தியில் கவர்னர் உட்கார்ந்தார். அவருக்கு வலது புறத்தில் அண்ணா, நெடுஞ்செழியன், கருணாநிதி, மதியழகன் ஆகியோரும் இடது புறத்தில் கோவிந்தசாமி, சத்தியவாணிமுத்து, மாதவன், சாதிக்பாட்சா, முத்துசாமி ஆகியோரும் அமர்ந்தனர்.

பதவியேற்பு விழா 10 மணிக்கு தொடங்கியது. தலைமை செயலாளர் ராமகிருஷ்ணர் முதலில் அண்ணாவின் பெயரைச் சொல்லி அழைத்தார். உடனே அண்ணா பதவி ஏற்புக்காக இருந்த மேஜைக்கு வந்தார்.

பதவியேற்பு உறுதிமொழியை கவர்னர் ஆங்கிலத்தில் படித்தார். அதன்பின் அண்ணா அந்த உறுதிமொழியை தமிழில் வாசித்தார். பின் ரகசியக் காப்பு பிரமாணத்தை கவர்னர் ஆங்கிலத்தில் படிக்க அதன்பின் அண்ணா தமிழில் அதையும் படித்து கையெழுத்து போட்டார்.

அமைச்சர்கள் நெடுஞ்செழியன், கருணாநிதி, மதியழகன், கோவிந்தசாமி, சத்தியவாணிமுத்து, மாதவன், சாதிக் பாட்சா, முத்துசாமி ஆகியோர் ஒருவர்பின் ஒருவராக வந்து உறுதிமொழியைப் படித்து பதவி ஏற்றார்கள்.

பதவி ஏற்பு முடிந்ததும் அவர்கள் அனைவரும் கவர்னருடன் போட்டோ எடுத்துக் கொண்டார்கள். பதவி நிகழ்ச்சிக்கு வெளிநாட்டு பத்திரிகை நிருபர்களும் புகைப்படக்காரர்களும் வந்திருந்தார்கள்.

பதவியேற்பு நிகழ்ச்சியைக்காண சுதந்திரா கட்சித்தலைவர் ராஜாஜி, தமிழரசு கழகத் தலைவர் ம.பொ.சிவஞானம், பழைய மந்திரி வெங்கடராமன், பழைய சபாநாயகர் செல்லபாண்டியன், மாணிக்கவேலர்

ஆகியோர் வந்திருந்தனர். அண்ணாவின் மனைவி ராணிஅம்மாள், மகன்கள், மருமகள்கள் ஆகியோரும், நெடுஞ்செழியன் கருணாநிதி குடும்பத்தினரும் வந்திருந்தனர்.

பதவி ஏற்பு விழா முடிந்ததும் அண்ணாவும் மற்ற அமைச்சர்களும் ராஜாஜியிடம் சென்றார்கள். அவர்களை ராஜாஜி வாழ்த்தினார். பழைய மந்திரி வெங்கடராமன் கை குலுக்கினார். 10.35 மணிக்கு மண்டபத்தை விட்டு அண்ணா வெளியே வந்தார். வெளியே கூடியிருந்த பல்லாயிரக்கணக்கான ஆண்களும் பெண்களும் மகிழ்ச்சி ஆரவாரம் செய்தார்கள். அமைச்சர்களை நோக்கி மாலைகளையும் பூக்களையும் வீசினார்கள். கூடி இருந்தவர்களை நோக்கி அண்ணா கைகளை அசைத்தார்.

பிறகு அண்ணாவும் மற்ற அமைச்சர்களும் கார்களில் கோட்டைக்கு சென்றார்கள். அண்ணாவின் அம்பாசிடர் கார் கோட்டைக்குள் நுழைந்தது. அதைத் தொடர்ந்து மற்ற மந்திரிகள் அவரவர் காரில் வந்தனர்.

வாசலில் அண்ணாவின் செயலாளராக நியமிக்கப்பட்டுள்ள சொக்கலிங்கமும் மற்ற அதிகாரிகளும் அவரை வரவேற்றார்கள். மாடியில் உள்ள முதல் அமைச்சர் அறைக்கு அழைத்துச் சென்றார்கள்.

சரியாக 10.43 மணிக்கு முதல் அமைச்சரின் அறைக்குள் அண்ணா நுழைந்து நாற்காலியில் அமர்ந்தார்.

அமைச்சர்கள் நெடுஞ்செழியன், கருணாநிதி, மற்ற அமைச்சர்கள் அந்த அறைக்கு வந்து உட்கார்ந்தார்கள்.

சுதந்திரா கட்சியைச் சேர்ந்த தலைவர் சா.கணேசன், அண்ணாவுக்கும் மற்ற அமைச்சர்களுக்கும் ரோஜாப் பூ மாலை போட்டு வாழ்த்து தெரிவித்தார். பிறகு அண்ணா ஒவ்வொரு அமைச்சரையும் அவரவர் அறைக்கு அழைத்துச் சென்று விட்டு வந்தார். அண்ணாவின் மேஜையில் வைப்பதற்காக திருவள்ளுவர் படம் ஒன்றை அன்பில் தர்மலிங்கம் வழங்கினார். மற்ற அமைச்சர்களுக்கு அண்ணாவின் படத்தை கொடுத்தார்.

அண்ணாவுக்கும் மற்ற அமைச்சர்களுக்கும் வாழ்த்து தெரிவிப்பதற்காகவும் மாலைகள் போடுவதற்காகவும் ஏராளமான பேர் கூடி இருந்தனர். அவர்கள் சாரிசாரியாக வந்து மாலை அணிவித்தனர்.

இதனிடையே தமிழக சட்டசபை தேர்தல் நடந்த அதே நேரத்தில் இந்தியா முழுவதும் பாராளுமன்ற தேர்தலும் நடந்து முடிந்திருந்தது. பல மாநிலங்களில் காங்கிரஸ் தோற்றபோதிலும், குறைந்த மெஜாரிட்டியுடன் மத்தியில் ஆட்சியைப் பிடித்தது. இந்திரா காந்தி மீண்டும் பிரதமரானார்.

அண்ணா பதவி ஏற்றபின் அவருடன் டெல்லியில் இருந்து பிரதமர் இந்திரா காந்தி டெலிபோனில் பேசினார்.

'தமிழ்நாட்டில் புதிதாகப் பதவி ஏற்றுள்ள தி.மு.க அமைச்சரவைக்கு என் வாழ்த்துக்களை தெரிவித்துக் கொள்கிறேன்' என்று கூறினார்.

அவர் தொடர்ந்து பேசுகையில் திமுக அரசுக்கு மத்திய அரசு முழு ஒத்துழைப்பையும் அளிக்கும்' என்று தெரிவித்தார்.

இந்திராகாந்தியின் வாழ்த்துக்கு அண்ணா நன்றி கூறினார்.

1937ல் சக்கரவர்த்தி ராஜகோபாலாச்சாரியார் சென்னை மாகாணத்தின் முதலமைச்சரானார். அவரின் ஆட்சிக் காலத்தில் இந்தி காட்டாய மொழியாக பள்ளிகளில் அறிமுகப்படுத்தப்பட்டது. இது இந்தி எதிர்ப்பு போராட்டமாக வெடித்தது.

நீதிக்கட்சியைச்சார்ந்தவர்களான சர்.ஏ.டி.பன்னீர் செல்வம் மற்றும் இராமசாமி இப்போராட்டத்திற்கு ஆதரவு கொடுத்தனர். இப்போராட்டம் 1938ல் பலர் கைது செய்யப்பட்டு சிறையில் இராஜாஜி அரசால் அடைக்கப்பட்டவுடன் முடிவுற்றது.

அதே வருடம் 'தமிழ்நாடு தமிழருக்கே' என்ற முழக்கம் ஊரெங்கும் முழங்கியது. பெரியார் பள்ளிகளில் இந்தி திணிக்கப்படுவதை எதிர்த்து அவர் இவ்வாறு முழக்கமிட்டார். இது ஆரியர்கள் திராவிடர்களின் பண்பாடுகளை ஊடுருவிச் சிதைக்க திட்டமிடும் அபாயகரமான தந்திரச் செயல் என குறிப்பிட்டார்.

இந்தியை ஏற்றுக் கொள்வது இநதி பேசும் வட இந்தியர்களிடமிருந்து தமிழர்களை பிரித்து அவர்களை இரண்டாம் தர குடிமக்களாக வழிவகுத்து விடும். இந்தி தமிழர்களின் முன்னேற்றத்தைத் தடுத்து நிறுத்துவது மட்டுமல்லாமல் அவர்கள் நெடுங்காலமாக பாதுகாத்துவரும் பண்பாட்டையும் சிதைத்து விடும். தமிழை இனிமேல் பயன்படுத்தாத

நிலைக்கு தமிழர்கள் தள்ளப்பட்டு விடுவார்கள் என்று பெரியார் வலியுறுத்தினார். தொடர்ந்து இந்தி எதிர்ப்பு போராட்டங்கள் 1948,1952,1965 ஆண்டுகளில் நடந்தன.

தமிழக வரலாற்றில் காமராஜர் தலைமையில் காங்கிரஸ் ஆண்ட பத்து ஆண்டுகள் ஒரு பொற்காலமாகவே பலராலும் போற்றப்படுகிறது. தமிழக வரலாறு புவியியல் ரீதியாக வலுப்பெற்ற காலகட்டம் காமராஜர் ஆட்சியில்தான்.

காங்கிரஸின் பரம வைரியான திராவிட இயக்கங்கள், அரசியல் மேடைகளில் அவரை வரிந்து கட்டி தாக்கினாலும் தனிப்பட்ட முறையில் அவர்மீது நன்மதிப்பு கொண்டிருந்தனர்.

பெரியார், அண்ணா, கருணாநிதி, எம்ஜிஆர் என வரிசைத் தலைவர்கள் காமராஜரை நேசித்த விதம் அரசியல் கண்ணியத்திற்கு என்றும் அழியாத சாட்சிகள்.

காங்கிரசும், அண்ணா தலைமையிலான திமுகவும் அரசியல் களத்தில் அனல் கிளப்பிவந்த 60களில் எம்ஜிஆரை மையமாகக் கொண்டு திமுகவில் ஒரு புயல் கிளம்பியது.

அண்ணாவின் தலைமையிலான திமுகவில் முக்கிய தலைவர்கள் வரிசையில் கொண்டாடப்பட்ட முக்கிய தலைவர்கள் வரிசையில் கொண்டாடப்பட்ட எம்ஜிஆர், எதிர் கூடாரத்திலிருந்த காமராஜர் மீது கொண்ட காதலுக்கு அநத் சம்பவம் சாட்சியானது.

கருத்தியல் ரீதியாக எம்ஜிஆரை திமுகவிடமிருந்து தனிமைப்படுத்திய அந்த சம்பவம் ஒருவரலாற்று நிகழ்வும்கூட திமுகவில் ஒரு பெரிய புயலை கிளப்பிய அந்த சம்பவம் நிகழ்ந்தது. 1965ம் ஆண்டு காமராஜரின் 62வது பிறந்தநாள் விழாவின் போது.

சென்னை எழும்பூர் பெரியார் திடலில் நடந்த அந்த விழாவிற்கு சிறப்பு விருந்தாளியாக அழைக்கப்பட்டிருந்த எம்.ஜி.ஆர் மேடையில் சற்று உணர்ச்சி வசப்பட பின்னாளில் அதுபெரும் சலசலப்பை திமுகவில் உருவாக்கியது.

எம்ஜிஆரின் சர்ச்சைக்குரிய உரை இதுதான்..

“காமராஜரின் பிறந்த தினவிழாவில் நானும் கலந்து கொண்டு அவரை வாழ்த்தி, அவர் நீடுழி வாழ வேண்டும் என்று வாழ்த்தும் வாய்ப்பு எனக்கு கிடைத்தமைக்குப் பெருமைப்படுகிறேன்.”

தலைவர் காமராஜர், தோழர்காமராஜர், அய்யா காமராஜர் என்று பலர் அழைக்கும் நிலையை காமராஜர் அடைந்திருக்கிறார். எல்லோராலும் பாராட்டப்பட வேண்டியவர், பாராட்ட வேண்டும். நல்ல உள்ளம் வேண்டும். மனிதனை மனிதன் பாராட்ட வேண்டும். நல்லவனை நல்லவன் பாராட்ட வேண்டும்.

கொள்கைக்காக வாழ்கிறவனை கொள்கைக்காக வாழ்கிறவர்கள் பாராட்டியாக வேண்டும். யார் யாரை மதிக்கிறார்களோ அவர்களைப் பாராட்டியாக வேண்டும். இந்த நிலை மாறும்போது அருவருப்பான சூழ்நிலை ஏற்படுகிறது.

நண்பர் சிவாஜி கணேசன் ஒரு கட்சியில்(தி.மு.க) இருந்து விட்டுப் போனார். அவருடைய கட்டபொம்மன் நாடகத்திற்கு எங்கள் தலைவர் அண்ணா போய் எங்கிருந்தாலும் வாழ்க என்று வாழ்த்தினார். சிவாஜி நம்மை விட்டுப் போய் விட்டாரே என்ற எண்ணத்திற்கே அங்கு இடமில்லை. அதுதான் நல்ல பண்பு.

காமராஜர் என்னை விட்டுப் போகவில்லை. நான் அவரை விட்டு வந்தவன் (எம்.ஜி.ஆர் ஆரம்பத்தில் காங்கிரசில் இருந்தவர்) நான் காமராஜரைப் பாராட்டி பேச வந்ததற்கு வேறு உள்காரணங்கள் தேடினாலும் கிடைக்காது.

காமராஜர் வாழ்ந்தால் யாருக்கு லாபம்? வாழாமல் இருந்தால் யாருக்கு லாபம்? காமராஜர் ஒரு ஏழையாக வளர்ந்திருக்கிறார். யாரும் மேடையில் ஏறி அவர் சொத்து சேர்த்திருக்கிறார் என்று சொல்லமுடியுமா?

தன்னை ஈன்றெடுத்த தாய் நோய்வாய்ப்பட்டிருந்தாலும் அவரை 10 நிமிடங்கள் 5 நிமிடங்களுக்கு மேல் இருந்து பார்ப்பதில்லை. தன் தாயை ஈன்ற இந்த நாட்டின் கடமைகளை விடாமல் செய்து வருகிறார்.

காமராஜரைப் புகழ்வதால் யாருக்கு நஷ்டம்? நான் ஒரு கலைஞன். திமுக பொதுக்குழு உறுப்பினர். அண்ணா வழியில் நடப்பவன். அவர்

கொள்கை எனது உயிர். அப்படிப்பட்ட நான் காமராஜரையும் அய்யாவையும் (பெரியார்) பாராட்டாமல் வேறு யாரைப் பாராட்ட முடியும்?

இதே மேடையில்தான் பெரியாரைப் பாராட்டிப் பேசினேன். நமது தலைவர் காமராஜரைப் பாராட்டிப் பேசுகிறேன். நமது தலைவர் என்று நான் சொல்வது மக்கள் ஏற்ற தலைவர் அவர். அதனால் நமது தலைவர் என்று சொல்கிறேன். காமராஜர் இரவு பகல் பாராமல் பாடுபடுகிறார். அவரை ஏன் பாராட்டக் கூடாது? என் கொள்கையைக் கடைப்பிடிப்பதிலும் ஏன் இந்த இலக்கணத்தை பின்பற்றக்கூடாது? எங்கெங்கு நல்லது இருந்தாலும் அதனை சீர்தூக்கிப் பார்க்க வேண்டும்.

ஏழைகளுக்கும் பின் தங்கிய மக்களுக்கும் உயர்ந்த நிலையை உருவாக்கித் தந்தவர் காமராஜர் ஏழைகளை வாழவைக்க வேண்டும் என்று காமராஜர் சொல்கிறார். நானும் அதைத்தான் சொல்கிறேன். என் கட்சியும் அதைத்தான் சொல்கிறது. அதனால் அவருக்கு மாலையிடுகிறேன்.

பண்புள்ளவன் பகுத்தறிவுள்ளவன் அண்ணா வழியில் நடப்பவன் மாலை இடுகிறான். காமராஜர் நேரில் இருந்திருந்தால் மாலைகளைக் குவித்திருப்பேன். ஏழைகளின் நல்வாழ்வுக்காக காமராஜர் தன்னையே தியாகம் செய்து கொண்டவர்.

அவருடைய லட்சியத்தில் யாருக்கும் கருத்து வேறுபாடு இருக்க முடியாது. அவர் மேற்கொண்டுள்ள லட்சியம்தான் நம்முடைய வழி.

நான் நாடோடி மன்னன் படத்தில் சொன்ன கருத்துக்கள் போட்ட சட்டங்கள் அனைத்தையும் காமராஜர் அமல்படுத்தி வருகிறார். எல்லோருக்கும் இலவச கல்வி என்றேன். அது நடந்து வருகிறது.

உயர்ந்த குடும்பத்தைச் சேர்ந்தவர்களுக்குத்தான் எல்லா வசதியும் என்று இருந்த நிலைமையை மாற்றி தாழ்ந்த வகுப்பினரும் எல்லாவற்றிலும் எங்கும் முதலிடம் என்று அமைத்தவர் காமராஜர்.

இங்கு காமராஜரை சந்தனக் கட்டைக்கு ஒப்பிட்டுப் பேசினார்கள். நான் இதை ஏற்க விரும்பவில்லை. ஏனென்றால் சந்தனக் கட்டையை அரைக்க அரைக்க மணம் வீசுவது உண்மை. ஆனால் அது தேய்ந்து மறைந்து விடுகிறது.

ஆகவே சந்தனக்கட்டைக்கு ஒப்பிட்டுப் பேசுவது முறையல்ல சரியல்ல. என்னைப் பொறுத்தவரை காமராஜரை நான் உதய சூரியனுக்கு ஒப்பிடுகிறேன். சூரியன் கிழக்கிலிருந்து உதித்து மேற்கில் மறைவதுபோல் தோன்றுகிறது. உண்மையில் அது மறையவில்லை. இருந்த இடத்தில்தான் இருக்கிறது. அதுபோல காமராஜரின் புகழ், தொண்டு உதயசூரியனைப் போல பிரகாசித்துக்கொண்டு இருக்கிறது.

நான் இதுவரை எந்தத் தியாகமும் செய்யவில்லை. அப்படிப்பட்ட சந்தர்ப்பமும் ஏற்படவில்லை. ஆனால் தியாகிகளின் கூட்டத்தில் கலந்து கொண்டு தியாகிகளால் பாராட்டுவதை கேட்கும்போது எனக்கு பெருமையும் மகிழ்ச்சியும் ஏற்படுகிறது.

காமராஜர் அவர்கள் நூறு ஆண்டுகள் வாழ்ந்து நாட்டிற்கு சேவை செய்ய வேண்டும். மக்களின் கவலைகளைப் போக்கி நல்வாழ்வை கொடுக்க வேண்டும்.

கல்யாண வீடுபோல நாம் இங்கே சிரித்துப் பேசிக் கொண்டு இருக்கிறோம். அதோடு நாம் சிந்திக்க வேண்டும். அதற்கு நாம் காமராஜரை வணங்கித்தான் ஆக வேண்டும். மக்களை ஒற்றுமைப்படுத்தும் காமராஜர் நீடுழி வாழ வேண்டும். ஜனநாயக சோசலிசம் என்று காமராஜர் சொல்கிறார். இது சரியா என்று சிலர் கேட்கிறார்கள்.

சர்வாதிகாரம் ஆட்சி வேறு. பரம்பரையாக நாட்டை ஆள்வது வேறு ஜனநாயகத்தில் மக்கள் விருப்பத்துடன் அமல்படுத்துவது சோஷலிசம். பேதமற்ற சமுதாயம் காண்பதுதான் அதன் அடிப்படை.

ராஜாஜி இங்கே முதலமைச்சராக இருந்தபோது குலக்கல்வி திட்டத்தைக் கொண்டு வந்தார். அதனை தி.மு.க கழகம் எதிர்த்தது. காமராஜர் முதல் அமைச்சராக வந்தவுடனேயே அது மாற்றப்பட்டது. காங்கிரசின் திட்டத்தை அதே காங்கிரஸ்காரர் மாற்றினார். எப்படி மாறியது? ஒரு மனிதன் நல்லவனாக இருந்தால் கட்சிக் கொள்கையும் மாறுகிறது. அதற்கு எடுத்துக்காட்டு காமராஜர்.

இப்படிப்பட்டவரை போற்றாமல் தி.மு.க கழகத்தில் எனக்கு வேறு என்ன வேலை இருக்க முடியும்? திமுகவின் இலட்சியங்களை காமராஜர் நிறைவேற்ற விரும்புகிறார். அதற்கு காலதாமதம் ஆகலாம்.

காமராஜர் என் தலைவர். அண்ணா என் வழிகாட்டி. என்னைவிடச் சிறந்தவர்களை என் தலைவர்களாக ஏற்கிறேன்.

இங்கே பேசிய என்.வி. நடராஜன் காமராஜர் எதிர்க்கட்சித்தலைவராக இருக்க வேண்டும் என்று குறிப்பிட்டார். நல்ல ஒரு எதிர்க்கட்சி தேவைதான். காங்கிரசை திமுகழகம் எதிர்க்கிறது. திமுகவை காங்கிரஸ் எதிர்க்கிறது. இரண்டும் எதிர்க்கட்சிகள்தான். அதில் எது உயர்ந்தகட்சி என்பதை எதிர்காலம் தான் முடிவு செய்ய வேண்டும். மக்கள் மனமாற்றத்திற்கேற்ப மாறும் ஆட்சிதான் தேவை.

ஒரு சமயம் காமராஜரை நேரில் சந்தித்து எங்கள் குறைகளை அவரிடம் நான் ஒருமணி நேரம் விளக்கிப் பேசினேன். அப்போது அவரது நல்ல எண்ணத்தைக் கண்டேன். எண்ணி எண்ணிப் பூரித்தேன்.

என்னை அவர் தன் பக்கம் இழுக்கவோ அவமானப்படுத்தவோ இல்லை. மாநகராட்சித் தேர்தலின்போது அவர் 'வேட்டைக்காரன்' வருகிறான் ஏமாந்துவிடாதீர்கள் என்று ஏதேதோ பேசினார். நானும் பதிலுக்கு ஏதேதோ பேசினேன்.

அது அரசியல் தனிப்பட்ட முறையில் அவர் நல்லவர். பெரிய முதலமைச்சர் பதவியையே தூக்கி எறிந்தவர். தொண்டராய், தோழனாய் இருந்து மக்கள் சேவை செய்ய முடியும் என்று கருதி பதவியைத் துறந்தார்.

சாதாரணக் கட்சித் தலைவர்கள் ஒவ்வொவரும் இதைப் பின்பற்ற வேண்டும். எம்.ஜி.ஆர். சிகப்பு. நான் கறுப்பு என்று முகவை ராஜமாணிக்கம் குறிப்பிட்டார்.

மனிதனுக்கு இந்த இரண்டு ரத்தமும் தேவை. ஏதாவது ஒன்று அதிகமாகி விட்டால் வியாதிதான். கறுப்பு என்றால் களங்கம் அல்ல. இரண்டும் சேர்ந்தால்தான் ஜனநாயக சோஷலிசம் மலரும் என்று பேசினார் எம்.ஜி.ஆர்.

எம்.ஜி.ஆரின் இந்த பேச்சு திமுகவில் பெரும் சலசலப்பை ஏற்படுத்தியது. கட்சியின் முக்கியத் தலைவர் அந்தஸ்தில் இருப்பவர் எப்படி மாற்றுக் கட்சியின் தலைவரை இப்படி புகழலாம் என கட்சியில் கலகக்குரல் எழுந்தது. குறிப்பாக காமராஜரை தலைவர் எனக் குறிப்பட்டது

அண்ணாவை அவமதிக்கும் செயல் என்று பரபரப்பு கிளப்பினர் எம்ஜிஆருக்கு எதிரான கோஷ்டியினர்.

இருப்பினும் எம்.ஜி.ஆர். தன் நிலைப்பாட்டில் உறுதியாக நின்றார். அண்ணாவிடம் தன் நிலைப்பாட்டை அவர் ஒரு சந்தர்ப்பத்தில் எடுத்துரைத்தார். எம்.ஜி.ஆரை நன்கு புரிந்தவரான அண்ணா மற்றவர்களின் பேச்சை பொருட்படுத்தவில்லை. ஆனால் இந்த சந்தர்ப்பத்திற்கு பிறகு பொதுவாக அண்ணா பற்றாளர்களுக்கும் எம்.ஜி.ஆருக்கும் அண்ணா பற்றாளர்களுக்கும் எம்ஜிஆருக்கும் இடையே ஒரு இடைவெளி ஏற்பட்டது உண்மை.

1967 தேர்தல் நிலவரம் வெளியாகிக் கொண்டிருந்தது. விருதுநகர் தொகுதியில் கல்லூரி மாணவரான பெ.சீனிவாசனிடம் காமராஜர் தோல்வியுற்ற தகவலைக் கேட்டு எம்.ஜி.ஆர் கண்ணீர் வடித்ததாகக் கூறுவார்கள்.

தி.மு.க வெற்றியை மற்றவர்கள் கொண்டாடிக் கொண்டிருந்தபோது அண்ணா நுங்கம்பாக்கம் வீட்டில் சோகமாக இருந்தார்.

காமராஜர் தோற்றிருக்கக் கூடாது. எத்தனை அதிருப்தி இருந்திருந்தாலும் மக்கள் காமராஜரை தோற்கடித்திருக்கக் கூடாது என திரும்பத் திரும்ப சொல்லிக் கொண்டிருந்தார் அண்ணா.

'சட்டமன்றத்தில் நாம் ஒரு வலுவான தலைவரின் அனுபவத்தை இழந்துவிட்டோம்' என வேதனைப்பட்டார் அண்ணா. காமராஜரின் வெற்றியைப் பாதிக்கக் கூடாது என்பதற்காகவே அந்தத் தொகுதியில் முன் பின் அறிமுகமாயிராத ஒரு கல்லூரி மாணவனை நிறுத்தியிருந்தார் அண்ணா என்பார்கள். ஆனால் அதிருப்தி அலையில் காமராஜரும் தப்பவில்லை'.

தி.மு.க அரியணைக்கு வந்த சில மாதங்கள் கடந்த நிலையில் தி.மு.க ஆட்சி பற்றி அதுவரை காமராஜர் எந்த விமர்சனமும் வைக்காதது பற்றி சிலர் காமராஜரிடம் குறைப்பட்டுக் கொண்டனர்.

'அவங்க வந்தே 4 மாதங்கள்தான் ஆகிறது. கட்சி நிர்வாகம் வேற! ஆட்சி நிர்வாகம் வேற'. இப்போதான் புதுசா வந்திருக்காங்க. ஆட்சியின்

நிர்வாக விசயங்களை தெரிந்து கொள்வதற்கு இன்னும் பல மாதங்கள் ஆகும். அதுக்குள்ள விமர்சிக்கிறதுதான் ஜனநாயகமா? என குறைப்பட்டவரை கடிந்து கொண்டார் காமராஜர்.

அக்டோபர் 2 காமராஜர் மறைந்த அன்று சோகமே உருவாக அப்போதைய முதல்வர் கருணாநிதியும் அவர் அமைச்சரவை சகாக்களும் அவரது உடலை சூழ்ந்து அமர்ந்திருந்தனர்.

அப்போது காங்கிரஸ் கட்சியின் தலைவர்கள், தேனாம்பேட்டை காங்கிரஸ் அலுவலகத்திலேயே காமராஜர் உடலை பொதுமக்கள் பார்வைக்கு வைத்து மற்ற சம்பிரதாயங்களையும் அங்கேயே நடத்த திட்டமிட்டனர். முதல்வர் கருணாநிதியின் காதுகளுக்கு இந்தத் தகவல் போனது. கொதித்துவிட்டார் அவர். காமராஜர் ஒரு கட்சியின் தலைவர் மட்டுமல்ல. இந்த தேசத்தின் சொத்து அவரது உடலை ராஜாஜி ஹாலில் வைத்து அரசுமுறைப்படிதான் தகனம் செய்ய வேண்டும் என்றார்.

அப்போது குறுக்கிட்ட அதிகாரி ஒருவர், காமராஜர் அப்போது எந்த பொறுப்பிலும் இல்லாததை சுட்டிக்காட்டி, சில சட்ட சம்பிரதாயங்கள் தெரிவித்ததோடு, மத்திய அரசிடம் அனுமதி பெற வேண்டிய சட்ட விதியை எடுத்துச் சொன்னார்.

மீண்டும் கோபத்துடன் குறுக்கிட்ட கருணாநிதி, 'நான் சொன்னதைச் செய்யுங்கள். மேலும் காமராஜரின் உடலை கிண்டியில் உள்ள அரசுக்கு சொந்தமான ராஜாஜி நினைவகம் அருகில்தான் அடக்கம் செய்ய வேண்டும். காமராஜருக்கு இறுதி மரியாதை செய்வதற்கு நாம் யாரிடமும் போய் அனுமதி கேட்க வேண்டிய அவசியமில்லை' என கறாராகக் கூறிவிட்டார்.

'காங்கிரஸ் என்ற பேரியக்கத்தின் தூணாக விளங்கிய கர்மவீரர் இப்படி மாற்றுக்கட்சியினராலும் போற்றச் கூடிய வகையில் உயரிய வாழ்க்கை வாழ்ந்த உத்தமர் என்றால் அது உண்மைதானே!'.

அண்ணல் காந்தியடிகள் பிறந்தநாளில்தான் தென்னாட்டு காந்தியடிகளான பெருந்தலைவர் காமராஜர் மறைந்தார்.

அதுமட்டுமா அண்ணல் காந்தியடிகள் உயிரைக் குடித்த இந்துத்துவ வெறிக்கும்பல்தான் பெருந்தலைவர் காமராஜரையும் டெல்லியில்

உயிரோடு தீ வைத்து எரித்து படுகொலை செய்ய முயன்ற வரலாறு கூறுகிறது. 1966ம் ஆண்டு இந்தியாவில் பசுவதைத் தடைச்சட்டத்தை அமல்படுத்த வேண்டும் என்று சாமியார்கள் கோஷ்டி தீவிரமாக வலியுறுத்திய தருணம். இதற்காக டெல்லியில் பல்லாயிரக்கணக்கான சாமியார்கள் ஆதரவுடன் பூரி சங்கராச்சாரியார் உண்ணாவிரதம் என அறிவிக்கப்பட்டது.

நாடு கொந்தளித்துக் கொண்டிருந்தது. அப்போது பசுவதை தடைசட்டத்தை முன்வைத்து ஜனசங்கம் ஆர் எஸ் எஸ் இயக்கங்கள் மத அரசியல் செய்வதை வன்மையாக கண்டித்து பேசிக் கொண்டிருந்தார் காமராஜர்.

அதில் உச்சமாக காமராஜர் சொன்னது. நம்மை காட்டுமிராண்டி காலத்துக்கு இழுத்துட்டுப் போறாங்க என்பதுதான். இதனைக் காங்கிரஸ் காரியக் கமிட்டியில் பகிரங்கமாகவே பேசினார் காமராஜர்.

அவ்வளவுதான் காமராஜர் சொன்னதை செயலில் காட்டுகிறோம் என்பதைப் போல வன்முறைக் கூத்தடித்தது பசுவதை தடைசட்டம் கோரிய கும்பல் அந்த நாளும் வந்தது.

1966ம் ஆண்டு நவம்பர் மாதம் 7ம் தேதி டெல்லி வீதிகளில் பசுவதைத்தடை கோரிய கும்பல் வன்முறை வெறியாட்டம் போட்டது. டெல்லி இர்வின் மருத்துவமனையில் வன்முறையை துவங்கிய இந்தக் கும்பல் நாடாளுமன்றத்தைத் தாக்கும் நோக்கத்துடன் மெல்ல மெல்ல நகர்ந்து போனது.

அப்போது நாடாளுமன்றத்தை சுற்றி வளைத்து தாக்குதல் நடத்துங்கள் என அறைகூவல் விடுத்த, எம்பிக்களையும் பார்த்து நாடு அதிர்ச்சியில் உறைந்தது. இதுதான் இந்தியாவில் நாடாளுமன்றம் மீதான முதல் தாக்குதல் என்பது சரித்திரம்.

டெல்லி வீதிகளில் ஈட்டிகள், திரிசூலங்கள் சகிதமாக நிர்வாண சாதுக்கள் தலைமையில்தான் இந்த வன்முறை போராட்டம் நடந்தேறியது.

கண்ணில் பட்ட இடங்களை எல்லாம் தீயிட்டு எரித்தது இந்தக் கும்பல். வானொலி நிலையம், ஏகூஜ அலுவலகம் என எதுவும் தப்பவில்லை.

இப்போது அந்த கும்பல் பார்வை அகில இந்திய காங்கிரஸ் கமிட்டி

அலுவலகம், டெல்லியில் காமராஜர் இல்லம் ஆகியவற்றை இலக்கு வைத்தது. இந்த இரு இடங்களிலுமே திட்டமிட்டு ஏற்கனவே குண்டர் கும்பலை நிறுத்தி வைத்திருந்தது பசுவதை தடை கோரிய சாதுக்கள் கோஷ்டி.

டெல்லி இல்லத்தில் பகல் உணவை முடித்துவிட்டு ஓய்வெடுத்துக் கொண்டிருந்தார் காமராஜர். அப்போது பெரும் கூச்சலுடன் சாதுக்கள் கும்பல் ஒன்று காமராஜர் பங்களாவுக்குள் நுழைந்தது. பாதுகாவலர்கள் தடுத்தார்கள். துப்பாக்கியால் வானத்தை நோக்கிச் சுட்டனர்.

அடங்குமா அந்த கூட்டம்? காமராஜர் உள்ளே இருப்பதை உறுதி செய்து கொண்டு வெறிகொண்டு பாய்ந்தது. சரமாரி கற்களை வீசின. காமராஜரின் உதவியாளர் அம்பி எனும் வரதராஜன் தாக்கப்பட்டு குற்றுயிராக வீசப்படுகிறார்.

காமராஜரின் பங்களாவுக்கு தீ வைக்கிறது அந்தக் கும்பல். அவர்களது நோக்கம் காமராஜரை உயிரோடு தீ வைத்து எரித்துக் கொல்ல வேண்டும் என்பதுதான். ஆனால் காமராஜர் அங்கிருந்து தப்பிச் சென்று விடுகிறார்.

இதுதான் காமராஜரை உயிரோடு எரித்துக் கொல்ல முயன்ற வரலாறு. அன்று இந்தியாவை இச்சம்பவம் பதறவைத்தது.

தந்தை பெரியார் வெகுண்டு எழுந்து கடும் கண்டனங்களைத் தெரிவித்தார். அதே கால கட்டத்தில் காமராசர் கொலை முயற்சி சரித்திரம் என்ற நூலையும் பெரியார் வெளியிட்டு மக்களிடம் உண்மையை கொண்டு சேர்த்தார்.

மே 1956ல் திருச்சிராப்பள்ளியில் நடைபெற்ற தி.மு.க மாநில மாநாட்டில் நிறைவேற்றப்பட்ட தீர்மானத்தின்படி அண்ணாதுரை பொதுச்செயலாளர் பதவியில் இருந்து விலகி வி.ஆர்.நெடுஞ்செழியனை அப்பொறுப்பில் நியமித்தார்.

அம்மாநாட்டில் நிறைவேற்றப்பட்ட தீர்மானத்தின்படி இந்திய பொதுத் தேர்தலில் போட்டியிட முடிவெடுத்து தேர்தலில் பங்கு கொண்டது.

1957ல் நடைபெற்ற தேர்தலில் திமுக போட்டியிட்டு 15 சட்டமன்ற தொகுதிகளையும் இரண்டு நாடாளுமன்றத் தொகுதிகளையும் வென்றது.

அண்ணாதுரையும் காஞ்சிபுரத்தில் போட்டியிட்டு சட்டமன்ற எதிர்கட்சித் தலைவரானார். தி.மு.க முதல்முறையாக மதராஸ் மாநில சட்டமன்றத்துக்குள் நுழைந்தது.

1962ல் திமுக மிகப்பெரிய கட்சியாக காங்கிரசை அடுத்து உருவெடுத்திருந்தது. அப்பொழுது நடைபெற்ற தேர்தலில் தி.மு.க 50 சட்டமன்றத் தொகுதிகளில் வென்றது. அண்ணாதுரை அத்தேர்தலில் தோல்வியுற்றார்.

அதே வருடத்தில் மீண்டும் தி.மு.க பொதுச்செயலாளர் ஆனார். பிறகு மாநிலங்களவைக்கு தேர்ந்தெடுக்கப்பட்டு அண்ணா மாநிலங்களவை உறுப்பினராக பணியாற்றினார். 1967ல் நடைபெற்ற தேர்தலில் அமோக வெற்றி பெற்று மதராஸ் மாநிலத்தின் முதலமைச்சர் ஆனார்.

திராவிடர் கழகத்தில் அண்ணாத்துரை இடம் பெற்றிருந்த பொழுது பெரியாரின் திராவிட நாடுக் கொள்கைக்கு ஆதரவு நல்கினார்.

திமுகவின் ஆரம்ப காலகட்ட கொள்கையிலும் இது இடம் பெற்றிருந்தது குறிப்பிடத்தக்கது. பெரியாரின் வாரிசாக கருதப்பட்ட ஈ.வெ.கி.சம்பத் திராவிடநாடு கொள்கையை எதிர்த்து திராவிடநாடு கோரிக்கை நிச்சயமற்ற இலக்கை அடைய எடுக்கப்படும் வீண்முயற்சி என்று கருதி திமுகவில் இணைந்தவர் ஆவார்.

ஈ.வெ.கி. சம்பத்தின் கொள்கையை வலியுறுத்தும் விதமாக அண்ணாதுரை இவ்வாறு அறிவித்தார்.

நாம் அதிக தேர்தலை சந்திக்க சித்தமாயிருக்க வேண்டும். அதன் மூலம் அதிகத்தொகுதிகளை மக்களின் நம்பிக்கைகள் மூலம் வென்றிட எத்தனை தடைகள் வந்தாலும் மீண்டும் மீண்டும் அதை எதிர்த்து போராட எண்ணம் கொண்டு செயல்பட வேண்டும்.

தமிழ் திரைக்கலைஞர்களை முன்நிறுத்தி திராவிட முன்னேற்றக் கழகம் செயல்பட்டது. இது ஈ.வெ.கி சம்பத்திற்கு அக்கட்சியில் அதிருப்தியை உருவாக்கியது.

அதன் காரணமாக திமுகவிலிருந்து விலகி தமிழ் தேசிய கட்சி என்ற தனிக்கட்சியை 1961ல் துவங்கினார்.

1962ல் அண்ணா மாநிலங்களவையில் திராவிடர்கள் தங்கள் சுயமரியாதையை காத்துக் கொள்ள விரும்புகின்றனர். நாங்கள் கோருவது தென்னிந்தியா என்ற தனி நாடு என்று உரையாற்றினார்.

இந்தியா மொழிவாரி மாநிலமாக அந்தந்த மாநில மொழிகளுக்கு முக்கியத்துவம் தரும் வகையில் கன்னடம், தெலுங்கு மற்றும் மலையாளம் என சென்னை இராஜதானியிலிருந்து அந்தந்த மொழிவாரியான மாநிலங்கள் பிரிக்கப்பட்டு தமிழர்கள் வாழும் பகுதி மதராஸ் மாநிலமாக உருவாக்கப்பட்டது.

இதன் உள்ளார்ந்த உண்மையை அறிந்த பிறகு அண்ணாதுரை திராவிட நாடு திராவிடர்களுக்கே என்ற கோரிக்கையை கைவிட்டு தமிழ்நாடு தமிழர்களுக்கே என்று மாற்றினார்.

இந்திய சீனப்போர் இந்திய அரசியலமைப்பில் சில மாறுதல்களை உருவாக்கியது. இந்தியாவின் 16வது திருத்தசட்டமாக பிரிவினைவாதத்தை முற்றிலும் தடைசெய்யும் விதமாக கொண்டு வரப்பட்டது.

இந்த சட்டம் இந்திய நாடாளுமன்றத்தில் முன்வைக்கப்படும்பொழுது அண்ணாத்துரை நாடாளுமன்ற உறுப்பினராக இருந்தார்.

இச்சட்டத்தை அண்ணாத்துரை பலமாக ஆட்சேபித்தும் அச்சட்டம் நிறைவேற்றப்படுவதை அவரால் தடுக்க முடியவில்லை.

அதன் விளைவாக திமுக கட்சியினர் அக்கோரிக்கையை வலியுறுத்துவதிலிருந்து தங்களை விலக்கிக் கொண்டனர். தி.மு.கவின் தனித்தமிழ்நாடு கோரிக்கை கிடப்பில் போடப்பட்டது.

அதுமுதல் அண்ணாதுரை நடுவண் அரசின் இணக்கமான ஆதரவை தென்னிந்திய மாநிலங்கள் பெறும் விதமாக தன்னுடைய மாநில சுயாட்சிக் கொள்கையை வலியுறுத்த ஆரம்பித்தார்.

மாநில சுயாட்சி கொள்கையில் அவர் கட்சியின் நிலைப்பாட்டை இவ்வாறு தெளிவுபடுத்தினார்.

'திராவிட நாடு என்பது எங்களது தனிக்கொள்கை. அவற்றை பேசவோ எழுதவோ உகந்த சூழ்நிலை இப்போது இல்லை. நாங்களே நாட்டின் நிலைமையறிந்து அதனால் எழும் விளைவுகளை அறிந்து கைவிட்டோம்.

அக்கட்சியே அவற்றிலிருந்து விலக்கிக் கொண்டபோது அக்கொள்கை பரவவோ மீண்டும் எழவோ வாய்ப்பில்லை. இதை முன்னிறுத்தியே அக்கொள்கையை கைவிட்டோம்.

முஸ்லீம் லீக்குடனான திராவிட இயக்கத்தின் பிணைப்பு என்பது தொப்புள்கொடி உறவைப் போன்றதாகும்.

திராவிட இயக்கத்துக்கு முன்பிருந்தே தமிழகத்தில் திராவிடக் கலாச்சாரம் இருந்து வந்தது. இந்துக்களும் முஸ்லீம்களும் மாமன் மச்சான் என்ற உறவு முறை பூண்டு பழகும் கலாச்சாரத்தை கொண்டிருந்தார்கள். இந்தக் கலாச்சாரத்தை திராவிட இயக்கம் வளர்த்தெடுத்தது என்றே கூறவேண்டும்.

இந்தியா பாகிஸ்தான் பிரிவினையின்போது இந்தியாவே எங்கள் தாயகம் என்று இங்கேயே இருந்து விட்ட முஸ்லீம்கள் இந்திய யூனியன் முஸ்லீம் லீக்கைத் தொடங்கினார்கள் காயிதே மில்லத் அதன் தலைவரானார்.

திராவிட இயக்கத்தின் தாயான நீதிக்கட்சி சென்னை மாகாணத்தை ஆண்டபோதே இஸ்லாமியர் ஒருவரை அமைச்சராக்கியது. இஸ்லாமியர்களுக்கு வேலைவாய்ப்பில் ஒதுக்கீடு வழங்கியது.

தி.மு.கவைத் தொடங்கிய அண்ணா கடவுள் மறுப்பிலிருந்து மாறுபட்டு ‘ஒன்றே குலம் ஒருவனே தேவன்’ என்றபோது முஸ்லீம்கள் மேலும் நெருக்கமானார்கள்.

மாநில சுயாட்சி, சமூகநீதி, இந்தி எதிர்ப்பு, சுயமரியாதை, இடஒதுக்கீடு என்று தி.மு.கவின் கொள்கைக்கும், இந்திய யூனியன் முஸ்லீம் லீக்கின் கொள்கைகளுக்கும் நெருங்கிய தொடர்பு உண்டு.

ஆனால் திராவிட நாடு கோரிக்கையை காயிதே மில்லத் ஆதரிக்கவில்லை. ஏற்கனவே பாகிஸ்தான் பிரிவினை காரணமாக பிரிவினைவாதிகள் பழி சுமந்து கொண்டிருந்த முஸ்லீம்களை இது மேலும் மோசமாகப் பாதிக்கும் என்று அவர் எண்ணினார்.

சீனப் போரின்போது திராவிட நாட முழக்கத்தை கைவிடுவதாக அறிவித்தார் அண்ணா. இதன் தொடர்ச்சியாக 1967ல் முதல் முறையாக

தி.மு.கவுடன் கூட்டணி அமைத்தது இந்திய யூனியன் முஸ்லீம் லீக். மூன்று உறுப்பினர்கள் சட்டமன்றத்துக்குள் சென்றார்கள். ஆனால் வெளியே ஒட்டு மொத்த முஸ்லீம் மக்களும் மைய நீரோட்டத்தில் இணைய வழிவகுத்திருந்தது தி.மு.கவுடன் உறவு.

தமிழ்நாட்டைப் பொறுத்தமட்டில் கலைஞருக்கும் முஸ்லீம் களுக்குமான உறவில் வேறு எந்தத் தலைவரையும் ஒப்பிடவே முடியாது. இன்று எல்லோரும் போற்றும் காமராஜர் ஆட்சிக்காலத்தில் கூட முஸ்லீம்களை போலீஸ் வேலையில் எடுக்க யோசிக்கும் நிலை இருந்தது வரலாறு.

இந்த நிலையெல்லாம் தி.மு.க ஆட்சிக்கு வந்த பின்னர்தான் மாறியது. இதற்கெல்லாம் முக்கிய காரணம் கருணாநிதியே.

முஸ்லீம்களைப் புரிந்து கொள்வதில் முஸ்லீம் மனதுடன் இருப்பவர் அவர். மிலாடி நபி விழாவுக்கு அரசு விடுமுறை அளித்தது, உருது பேசும் முஸ்லீம்களையும் பிற்படுத்தப்பட்டோர் பட்டியலில் சேர்த்தது, முஸ்லீம்களுக்காக தனியாக 3.5ரூ இடஒதுக்கீடு அளித்தது, காயிதே மில்லத், உமறுப்புலவருக்கு மணி மண்டபம் கட்டியது, முஸ்லீம்களின் கல்வி, சமூக பொருளாதார மேம்பாட்டுக்காக சிறுபான்மையினர் நல இயக்குநரகம் தொடங்கியது என பட்டியலிடலாம்.

உருது அகாடெமி முஸ்லீம் மாணவர்களுக்கான கல்வி உதவித் தொகை, அரசு விடுதிகள், ஆதரவற்ற, கணவனால் கைவிடப்பட்ட முஸ்லீம் பெண்களுக்கு மகளிர் உதவும் சங்கம் வேலைவாய்ப்பு மற்றும் தொழில் பயிற்சி, உலமாக்கள் மற்றும் பணியாளர்கள் நலவாரியம், உலமா ஓய்வூதியம் அதிகரிப்பு, தமிழ்நாடு சிறுபான்மையினர் ஆணையத்துக்கு சட்டப்படியான அங்கீகாரம் சிறுபான்மையினர் பொருளாதார மேம்பாட்டுக் கழகம் தொடங்கி, சிறு வணிகர்களுக்கான கடன் ஏற்பாடு என்று ஏராளமான உதவிகள் கலைஞரால் அளிக்கப்பட்டவை.

முஸ்லீம்கள் நலனுக்கு எதிரான எந்த நடவடிக்கை இந்நாட்டில் எடுக்கப்பட்டாலும் அதற்கு எதிராக ஒலிக்கும் முதல் குரல்களில் ஒன்றாக கருணாநிதியின் குரல் இருந்தது.

நீதிக்கட்சியும் சமூக நீதிக் கொள்கையும்

அண்ணாதுரை அரசியலில் ஈடுபாடு கொண்டு நீதிக்கட்சியில் 1935ல் தன்னை ஈடுபடுத்திக் கொண்டார். நீதிக்கட்சி பிராமணாரல்லாதோருக்கான அமைப்பாக 1917ல் மதராஸ் ஒருங் கிணைப்பு இயக்கம் என்ற அமைப்பி லிருந்து உருவாக்கப்பட்டது.

ஆரம்பத்தில் பிராமணரல்லாதோர் மாணவர்களின் கல்விச் செலவை ஏற்கும் விதத்திலும் அவர்களின் கல்வி மேம்பாட்டிற்கு வழிவகை செய்யும் விதமாக பல உதவிகளை புரிந்து வந்தது.

பின்னாளில் இது அரசியல் கட்சியாக சர்.பி.டி தியாகராய செட்டி மற்றும் டி.எம். நாயர் தலைமையில் துவங்கப்பட்டது.

இக்கட்சி பின்னர் தென்னிந்தியர் நலவுரிமைச் சங்கம் எனப் பெயரிடப்பட்டு பின் நீதிக்கட்சியாக பெயர் மாற்றம் கண்டது.

இக்கட்சியே சென்னை இராசதானியில் சுயாட்சி முறையைப் பின்பற்றி 1937ல் இந்திய தேசிய காங்கிரசால் தோற்கடிக்கப்படும்வரை ஆட்சியில் இடம் பெற்றிருந்தது.

அந்த நேரத்தில் அண்ணாதுரை நீதிக்கட்சியில் பெரியாருடன் சேர்ந்தார். பெரியார் அப்பொழுது நீதிக்கட்சியின் தலைவராகப் பொறுப் பேற்றிருந்தார்.

அண்ணாதுரை நீதிக்கட்சி பத்திரிகையின் உதவி ஆசிரியராக பொறுப்பேற்றிருந்தார். பின்பு விடுதலை மற்றும் அதன் துணைப் பத்திரிகையான குடிஅரசு பத்திரிகைக்கு ஆசிரியர் ஆனார்.

பிறகு தனியாக திராவிடநாடு என்ற தனிநாளிதழை தொடங்கினார்.

1944ல் பெரியார் நீதிக்கட்சியை திராவிடர் கழகம் என்று பெயர் மாற்றினார். தேர்தலில் போட்டியிடுவதையும் கைவிட்டார்.

பிரித்தானிய காலனிய ஆதிக்கத்தை இந்திய தேசிய காங்கிரசு மிக வன்மையாக எதிர்த்து இந்தியாவின் சுதந்திரத்துக்கு வழி வகுத்தது.

இக்கட்சி பெரும்பாலும் பிராமணர்கள் மற்றும் வட இந்தியர்களின் ஆதிக்கம் மிகுந்த கட்சியாக தென்னிந்திய மக்களாலும் குறிப்பாக பெரியாராலும் தமிழர்களாலும் பெரிதும் விமர்சிக்கப்பட்டது.

இவர்களிடமிருந்து தென்னிந்தியாவை மீட்க பெரியார் பெரிதும் விரும்பினார். இக்காரணங்களை முன்வைத்தே பெரியார் இந்தியாவின் சுதந்திர தினமான ஆகஸ்டு 15, 1947 அந்த நாளை கருப்பு தினமாக எடுத்துக் கொள்ளுமாறு அவரின் தொண்டர்களுக்கு அழைப்பு விடுத்தார்.

அண்ணாதுரை இக்கருத்தில் முரண்பட்டார். இக்கருத்து பெரியாருக்கும் அவரின் ஆதரவாளர்க்கும் கருத்து வேறுபாட்டால் விரிசல் ஏற்படக் காரணமாயிற்று.

அண்ணாதுரை இந்தியாவின் சுதந்திரம் அனைவரின் தியாகத்தாலும் வியர்வையினாலும் விளைந்தது. அது வெறும் ஆரிய, வட இந்தியர்களால்

மட்டும் பெற்றது அல்ல என்று வலியுறுத்தினார். திராவிடர் கழகம் ஜனநாயகமான தேர்தலில் பங்கு கொள்ளாமல் விலகி நிற்கும் பெரியாரின் கொள்கையை எதிர்த்தும் அண்ணாதுரை முரண்பட்டார். இதன் வெளிப்பாடாக 1948ல் நடைபெற்ற கட்சிக் கூட்டத்திலிருந்தும் வெளிநடப்பு செய்தார்.

பெரியார் தேர்தலில் பங்கு பெறுவதால் தனது பகுத்தறிவு, சுயமரியாதை, தீண்டாமை ஒழிப்பு, மூடநம்பிக்கை ஒழிப்பு போன்ற அவரின் கொள்கைகளுக்கு சமாதானமாக போகக்கூடிய நிலையை அல்லது சற்று பின்வாங்கும் நிலைபாட்டை அவர் கட்சிக்கு ஏற்படுத்துவதில் பெரியார் விரும்பவில்லை.

அரசியலுக்கு அப்பாற்பட்டு இருந்தாலொழிய, சமுதாய சீர்திருத்தங்களை, சமுதாய விழிப்புணர்வு பிரச்சாரங்களைத் தடையின்றி அரசுக் கெதிராகவும் மேற்கொள்ள முடியும் என்பதை பெரியார் நம்பினார்.

இறுதி நிகழ்வாக பெரியார் தன்னைவிட 40 வயது இளையவரான மணியம்மையாரை மணம் புரிந்ததால் அண்ணாதுரை தனது ஆதரவாளர்களுடன் வெளியேறினார்.

அண்ணாதுரை மற்றும் பெரியாரின் அண்ணன் மகன் மற்றும் வாரிசு என கருதப்பட்டவரும் திராவிடர் கழகத்திலிருந்து பிரிந்தவருமான ஈ.வெ.கி.சம்பத் மற்றும் திராவிடர் கழகத்திலிருந்து பிரிந்தவர்களுடன் இணைந்து புதிய கட்சி துவங்க முடிவெடுக்கப்பட்டது.

அதன்படி 17 செப்டம்பர் 1949 அன்று திராவிட முன்னேற்ற கழகம் என்ற கட்சி கொட்டும் மழையில் ராபிசன் பூங்காவில் தொடங்கப்பட்டது.

அண்ணாத்துரை அதன் நிறுவன பொதுச்செயலாளர் ஆனார். அண்ணாத்துரை ஏழைகள் மற்றும் கீழ்தட்டு சாதி வகுப்பினரின் சமூக உரிமைகளுக்காக பாடுபட்டமையால் அம்மக்களின் அபரிமிதமான செல்வாக்கை வெகு விரைவிலேயே பெற்றார் என்று இந்தியாவின் தலித் கலைக்களஞ்சியம் கூறுகிறது.

அவர் தொடங்கிய தி.மு.கவும் செல்வாக்கு பெற்றது. தேர்தல் அரசியலில் ஆர்வம் கொண்ட தி.மு.க பங்கெடுத்த முதல் சட்டமன்ற

தேர்தலிலேயே 13 இடங்களை கைப்பற்றியது. சமூகநீதி என்றால் என்ன என பிற்படுத்தப்பட்ட மக்களுக்கு அறிமுகம் செய்து வைத்தவர் தந்தை பெரியார்.

அந்தச் சமூக நீதியை இளைஞர்களின் ஆயுதமாக மாற்றியவர் அறிஞர் அண்ணா. அண்ணா கொடுத்த ஆயுதத்தை ஒட்டுமொத்த தமிழினத்துக்கும் கொண்டு போய்ச் சேர்த்தவர் முத்தமிழறிஞர் கலைஞர்.

தற்போது அந்தச் சமூக நீதியை ஒட்டு மொத்த இந்தியாவிற்கும் கொடுக்க களத்தில் இறங்கியுள்ளார் முதலமைச்சர் மு.க.ஸ்டாலின்.

இந்திய வரலாற்றிலேயே முதல் முறையாக 2544 பிற்படுத்தப்பட்ட வகுப்பினர் மருத்துவ மேற்படிப்பை பயிலும் வாய்ப்பை பெற்றிருக் கிறார்கள்.

அந்த வாய்ப்பை ஏற்படுத்திக் கொடுத்த தலைவர் முதலமைச்சர் மு.க.ஸ்டாலின், காலம் காலமாக பிற்படுத்தப்பட்ட வகுப்பினருக்கு இழைக்கப்பட்டிருக்கும் இந்த அநீதியை எதிர்த்து சட்டப் போராட்டம் நடத்தியதோடு ஒட்டுமொத்த இந்தியாவுக்கும் சமூகநீதிப்பாடம் எடுத்திருக்கிறது தி.மு.க.

மருத்துவப் படிப்பில் அகில இந்திய இடஒதுக்கீட்டில் பிற்படுத்தப்பட்ட பிரிவினருக்கு 27ரூ இடஒதுக்கீட்டைப் பெற்றுத் தந்ததற்காக எல்லா மாநிலங்களில் இருந்தும் முதலமைச்சர் மு.க.ஸ்டாலினைப் பாராட்டுகிறார்கள்.

சமீபத்தில் சமூகநீதிக்கான போராட்டத்தை முன்னெடுத்துச் செல்லுதல் மற்றும் ஒருங்கிணைந்த தேசியத்திட்டம் என்கிற தலைப்பில் இணையக் கருத்தரங்கம் நடந்தது.

இந்தக் கூட்டத்தில் கலந்து கொண்ட பல மாநிலங்களைச் சேர்ந்த தலைவர்கள் இந்தியாவிற்கே தமிழ்நாடுதான் சமூகநீதி வெளிச்சத்தைப் பாய்ச்சுவதாக பேசியுள்ளனர்.

“இந்த நாட்டிலேயே சமூக நீதியை நிலை நிறுத்துவதற்கான ஆற்றலும் திறமையும் தலைவர் மு.க.ஸ்டாலினிடம்தான் உள்ளது” என வாழ்த்தினார் கேரள இந்திய முஸ்லீம் லீக் நாடாளுமன்றக் குழுத்தலைவர் திரு. முகம்மது பஷீர்.

“பிற்படுத்தப்பட்ட மக்களுக்காக தெற்கில் போராடி வருபவர் முதல்வர் மு.க.ஸ்டாலின். இதனை நாம் அடுத்தகட்டத்திற்கு எடுத்துச் செல்ல வேண்டும்”. என பீகார் சட்டமன்ற எதிர்க்கட்சி தலைவர் தேஜஸ்வி யாதவ் தெரிவித்துள்ளார்.

“முதல்வராகப் பொறுப்பேற்ற குறுகிய காலத்திலேயே அவர் மேற்கொண்டுள்ள பணிகள் சீர்திருத்தங்கள் மற்றும் முன்னெடுத்துள்ள திட்டங்களால் ஒடுக்கப்பட்ட மக்களின் நம்பிக்கை நாயகனாக முதலமைச்சர் மு.க.ஸ்டாலின் உயர்ந்துள்ளார்” என வியந்துள்ளார் ஆந்திர மாநிலக் கல்வியமைச்சர்.

‘இந்தியா முழுமையும் உள்ள பிற்படுத்தப்பட்டுள்ள மக்களுக்கு முதல்வர் மு.க.ஸ்டாலின்தான் நம்பிக்கை’ எனப் பேசியிருக்கிறார் மகாராஷ்டிர அமைச்சர் ஷகன் புஜ்பால்.

அனைவரின் கருத்துக்கும் நன்றி தெரிவித்துப் பேசிய முதலமைச்சர் சிறப்பாக ஒரு விசயத்தை அறிவித்திருக்கிறார்.

சமூக நீதிக்கான அகில இந்தியக் கூட்டமைப்பை உருவாக்குவதுதான் அந்த விஷயம் கல்வி, வேலைவாய்ப்பு மட்டுமல்லாது அனைத்து இடங்களிலும் சமூக நீதி தழைக்க வேண்டும் இரத்தபேதம் இல்லை. பால் பேதம் இல்லை என்கிற திராவிட முன்னேற்றக் கழகத்தின் சமூக நீதிக் கொள்கை இந்தியா முழுவதும் பரவிட வேண்டும் என்று பேசிய முதல்வர், சமூக நீதிக்கான அகில இந்தியக் கூட்டமைப்பை உருவாக்குவதே இலக்கு எனத் தன்னுடைய எண்ணத்தை வெளிப்படுத்தியுள்ளார்.

இந்தக் கூட்டமைப்பை உருவாக்குவதன் மூலம் எல்லாமும் எல்லாருக்கும் என்கிற எண்ணம் வலுப்பெறும். நாடு முழுவதும் பிற்படுத்தப்பட்ட மக்களின் எண்ணிக்கை வேண்டுமானால் வேறுபடலாம்.

ஆனால் அவர்கள் எல்லோருக்குமான சமூகநீதி ஒன்றுதான். ஆகவே இந்த அமைப்பு மூலமாக அனைத்து மாநிலங்களிலும் சமூக நீதியைப் பாய்ச்சி, பிற்படுத்தப்பட்ட மக்களை கைதூக்கி விடுவோம் என உறுதியளித்துள்ளார் முதலமைச்சர் மு.க.ஸ்டாலின்.

தன்னை மிஞ்ச யாருமில்லை என நினைத்துக் கொண்டிருந்த

பாஜகவை 2019 நாடாளுமன்றத் தேர்தலில் தமிழ்நாட்டிலிருந்து ஓட ஓட விரட்டியாகிவிட்டது. தற்போது முதலமைச்சர் மு.க.ஸ்டாலின் 2024 வரப்போகும் தேர்தலிலும் இநதியாவிலிருந்து பாஜகவை தூக்கி யெறிவதற்கான விதையைத் தூவியுள்ளார்.

சமூக நீதிக்கான இயக்கத்தை வெற்றிகரமான அரசியல் கட்சியாக மாற்றிய முதல் தலைமுறை அரசியல்வாதிகளில் முக்கியமானவர் கருணாநிதி.

கருணாநிதியின் நெடிய அரசியல் வாழ்வை சமீபத்திய வரலாற்றைப் பிரதிபலிக்கும் கண்ணாடிகளில் ஒன்றாகவே குறிப்பிடலாம்.

நாட்டின் பிறபகுதிகளுடன் ஒப்பிடுகையில் தமிழ்நாட்டில் சமூக நீதி இயக்கத்தின் சாதனைகளையும் இந்தியாவில் கூட்டரசைக் கட்டமைப்பதில் திராவிட இயக்கத்தின் பங்களிப்புகளையும் வெளிக்காட்டும் கண்ணாடி அவருடைய வாழ்க்கை!

மக்கள் தொகையில் மிகச்சிறிய எண்ணிக்கையை கொண்ட சாதிய அடுக்குகளில் கீழே இருக்கும் ஒரு சமூகத்திலிருந்து வந்து, இவ்வளவு உயர்ந்த இடத்தை கருணாநிதி தக்கவைத்திருப்பது சமூகப் புரட்சியே அன்றி வேறல்ல. அந்தப் புரட்சிக்கு அவரும் காரணமாக இருந்திருக்கிறார்.

தமிழ்நாட்டின் திராவிட இயக்கம் நாட்டின் பிற பகுதியில் உள்ள இயக்கங்களுக்கு ஒரு வழிகாட்டி அரை நூற்றாண்டாகத் தமிழ்நாட்டின் ஆட்சியதிகாரம் இரு திராவிடக் கட்சிகளையும் தாண்டிச் செல்லாமல் இருக்க சமூகநீதி இயக்கமே முக்கியமான காரணம்.

தமிழ்நாட்டில் சமூகநீதி இயக்கம் வலுவாக காலூன்றியதற்கான முக்கியமான காரணங்களில் ஒன்று அதன்பலன் பிற்படுத்தப்பட்ட வகுப்பைச் சேர்ந்த வசதி படைத்தவர்களுக்கு மட்டும் பலன் தந்ததோடு நிற்கவில்லை என்பதேயாகும்.

தமிழ்நாட்டின் இட ஒதுக்கீடு 50ஐக்கும் அதிகமாக உயர கருணாநிதி முக்கியமான காரணம். சமூக நீதி அரசியலை அரசுத்திட்டங்களாக உருமாற்றியது அவருடைய இன்னொரு முக்கியமான சாதனை. சமூக நலத்திட்டங்களை செயல்படுத்துவதில் திமுக அதிமுக இடையில்

ஆரோக்கியமான போட்டி எப்போதும் நிலவியது. இதனால்தான் சமூகநலத்திட்ட அமலாக்கத்திலும் வளர்ச்சியிலும் இந்திய அளவில் தமிழ்நாடு முன்னே நிற்கிறது.

இந்திய ஜனநாயகத்துக்கு திராவிட இயக்கத்தின் நிரந்தரமான பங்களிப்பு என்றால் அது 'இந்தி-இந்து-இந்துஸ்தான்' என்ற தேசியவாதத்தை ஏற்க மறுத்து அது உறுதியாக நிற்பதுதான்.

கருணாநிதியின் ஆட்சியில் மாநில அரசு ஒருபோதும் மத்திய அரசுக்கு கீழான அரசாக செயல்பட்டதேயில்லை.

மத்திய மாநில உறவு தொடர்பாக அவர் நியமித்த ராஜமன்னார் குழுவின் பரிந்துரைகளை மத்திய அரசு நிராகரித்தாலும் கூட்டாட்சியை வலுப்படுத்துவதற்கான கதவை அது திறந்தது. சுதந்திர தினத்தன்று தேசியக் கொடியை ஏற்றும் உரிமையைப் பெற்றுக் கொடுத்தவரும் அவரே தன்னுடைய ஆட்சியையே விலையாகக் கொடுத்து நெருக்கடி நிலை அமலாக்கத்தைத் துணிவோடு எதிர்த்த முதல்வர் என்று வரலாற்றில் என்றும் கருணாநிதி நினைவு கூறப்படுவார்.

கருணாநிதி அரசியலின் அடிநாதமே சுயமரியாதைதான் என்பதற்கான அடையாளங்கள், அவரது ஆரம்ப வாழ்க்கையிலிருந்தே பிரகாசிக்கத் தொடங்கிவிட்டன. கருணாநிதியை அவருடைய தந்தை முத்துவேலர் உள்ளூர் பள்ளிக்கூடத்தில் சேர்த்து 'வித்யாரம்பம்' நிகழ்ச்சியை விமர்சையாகக் கொண்டாடினார். இசையிலும் தன் மகன் சிறந்து விளங்க வேண்டுமென விரும்பினார்.

அந்த இசைப் பயிற்சிக்காலம்தான் கருணாநிதி சமூக இழிவுகள் எவை என்று அடையாளம் காட்டின.

சமூகத்தில் சாதி அடிப்படையில் வர்ணாசிரம அடுக்குகள் இருப்பதும் கருணாநிதிக்கு புரிந்தது. இசை வகுப்புகள் ஆலயங்களில் தான் நடக்கும். இடையில் துண்டு மட்டும் கட்டிக் கொள்ள வேண்டும். மேலுக்கு துண்டு அணியக் கூடாது என்று அவருக்கு அறிவுறுத்தப்பட்டது. தோளில் துண்டு போடக் கூடாது, காலுக்கு செருப்பு அணியக் கூடாது என்றும் கட்டுப்பாடுகள் விதிக்கப்பட்டன.

‘இசை வகுப்புகள்தான உண்மையில் எனக்கு அரசியல் வகுப்புகளாக இருந்தன. சாதிகளின் படிநிலைகளில் மேலே இருந்த சிலர், பெரும்பாலான மக்களைத் தாழ்ந்தவர்களாகவும், தங்களை உயர்ந்தவர்களாகவும் கருதிக் கொண்டு, குரூரமான மகிழ்ச்சியோடு மட்டம் தட்டுவதைப் பார்த்தேன். பெரும்பாலான மக்களைதாம் இழிவாக நடத்துகிறோம் என்ற உணர்வுகூட அவர்களுக்கு இல்லை’ என்று கருணாநிதி நினைவு கூறியுள்ளார்.

கண்ணியத்துடன் நடத்தப்படாத இடத்தில் அவரால் தொடர்ந்து இசைபடிக்க முடியவில்லை.

அங்கே கற்றுத்தரப்பட்ட பாடல்கள் முக்தியடைவது குறித்தும் இறுதியாகத் தெரிந்து கொள்ள வேண்டிய உண்மைகள் பற்றியும்தான் இருந்தன.

ஆனால் மக்களுடைய சமூகநிலையோ அவர்களுடைய சாதி வர்க்க அடிப்படையிலேயே தீர்மானிக்கப்படுவதாக இருந்தது.

யார் எங்கே அமர்வது என்னவிதமான பாடல்களைப் பாடுவது, எந்த இடத்தில் யார் பாட வேண்டும் என்பதெல்லாம் சாதி அடிப்படையிலேயே தீர்மானிக்கப்பட்டன.

“நான் பிறந்த இடத்தில் மேல்தட்டு மக்களில் நல்ல மனம் கொண்டவர்கள் இல்லாமல் இல்லை. ஆனால் அவர்களுடைய செயல்கள் சீழ்பிடித்த புண்ணுக்கு புனுகு தடவுவதைப் போலத்தான் இருந்தன.

சமூக புறக்கணிப்பு, அவமதிப்பு என்றால் என்ன என்று அவர்களுக்கு தெரியாது. அவமதிப்புக்கு உள்ளானவரால்தான் புரையோடிய இந்தப் புண்ணுக்கு அறுவைசிகிச்சைதான் தீர்வு என்ற சிந்திக்க முடியும். திருக்குவளையில் பயின்ற அந்த மூன்று ஆண்டுகளில் இந்தச் சிந்தனைதான் எனக்கு ஏற்பட்டது.’ என்று பதிவு செய்துள்ளார் கருணாநிதி.

மகனின் உணர்வுகளைப் புரிந்து கொண்ட முத்துவேலர், இசையில் அவர் பெற்ற பயிற்சியை முடித்துக் கொள்ள சம்மதித்தார். அதற்கு ஈடாக படுக்கச்செல்லும்போது ஏராளமான கதைகளையும் பாடல்களையும் சொல்லிக் கொடுத்தார். அப்பாவிடமிருந்து கேட்டுக் கொண்ட புராண தொன்மை கதைகளே பின்னாளில் முழுநேர அரசியல்வாதியாக

மாறும்போது கைகொடுத்தன. பிராமணர் அல்லாதார் இயக்கத்தின் விரிவான பரப்பெல்லையை ஊன்றிப் பின்பற்றினால்தான் கருணாநிதியின் வாழ்க்கையையும் போராட்டங்களையும் சாதனைகளையும் அவருக்கிருந்த வரம்புகளையும் தோல்விகளையும் புரிந்து கொள்ள முடியும்.

பிராமணர் அல்லாதார் இயக்கம், பிராமணர்களின் கல்வி, செல்வம், அந்தஸ்து ஆகியவற்றைப் பார்த்து பொறாமையால் உருவானது அல்ல மிகுந்த கவனத்தோடு உருவாக்கப்பட்ட அரசியல் இயக்கம்.

அண்ணா, இரா.நெடுஞ்செழியன், க.அன்பழகன், கே.ஏ.மதியழகன் போன்ற திமுகவின் முன்னணித் தலைவர்களைப்போல பல்கலைக்கழகத்தில் பயின்றவர் அல்ல கருணாநிதி. ஆனால் தான் பேச வேண்டிய பொருளையும் அதற்கான மொழியையும் நன்கு கையாண்டு புலமையைக் காட்ட வேண்டிய நிலையில் இருந்தவர்.

சுயமரியாதை என்ற உணர்வில் அவருக்கிருந்த உறுதி காரணமாகவே சொந்தமாக 'முரசொலி' பத்திரிகையை நடத்தினார்.

இதேபோல கருணாநிதியின் உயிர்மூச்சு போல அமைந்தது சமூக நீதி விவகாரம். சாதி அடிப்படையிலான இட ஒதுக்கீட்டுடன் நின்றுவிடாமல் சமூக நீதிக்காக செய்ய வேண்டிய பணிகளை அவர் தொடர்ந்து வலியுறுத்தி வந்தார்.

'மாநில உணர்வு என்பது மாநிலங்களுக்கு அதிக அதிகாரம் கோரும் உத்தி. அதைக் குறுகிய வாதம் என்று கருதுவது தவறு. நியாயமானதும் பறிக்கமுடியாததுமான உரிமைகளைக் கேட்பது தனி நாடு கோரிக்கையோ, பிரிவினை கோரிக்கையோ அல்ல. மத்திய அரசுடன் பொருந்தக்கூடிய கூட்டாட்சி அமைப்பின் மையக் கருத்துதான் இந்த உரிமைகளும் கோரிக்கைகளும், சுருக்கமாகச் சொன்னால் மாநிலத்தில் சுயாட்சி, மத்தியில் கூட்டாட்சி நிலவ வேண்டும் என்று தெளிவுபடுத்தியவர் கருணாநிதி.

கருணாநிதியுடைய சமூக நீதிக் கொள்கையின் ஒரு அம்சம்தான் தமிழகத்தின் அனைத்து வீடுகளுக்கும் மின் இணைப்பு, அனைத்துக் கிராமங்களுக்கும் சாலைகள் மற்றும் பேருந்துப் போக்குவரத்து வசதி என்ற திட்டங்களாகும்.

தமிழகத்தில் 1969லேயே கிராமப்புறங்களில் 100ரூ மின் இணைப்புகள் வழங்கத் தீவிரம் காட்டினார் கருணாநிதி. இந்த இலக்கை அடைந்ததில் தமிழகம்தான் முதலிடம் வகித்தது.

"நகர்ப்புற-கிராமப்புற வேறுபாட்டை சுட்டிக்காட்ட மின் இணைப்பு நல்ல உதாரணம். அனைத்து வகை ஏற்றத்தாழ்வுகளையும் போக்குவதில் எங்களுக்கிருக்கும் உறுதி காரணமாக அனைத்து கிராமங்களுக்கும் மின் இணைப்பு வழங்குவது எங்களுடைய முன்னுரிமைக் கடமையாக இருக்கிறது' என்று குறிப்பிட்டார் கருணாநிதி.

பெரியாரின் கொள்கைகளால் ஈர்க்கப்பட்ட அண்ணாத்துரை நீதிக்கட்சியில் சேர்ந்தார். பின்னர் பெரியாருடன் திராவிடர் கழகத்தில் இணைந்து மூடநம்பிக்கைகளுக்கு எதிரான பகுத்தறிவுக் கருத்துக்களையும், சமூக சீர்த்திருத்தக் கருத்துக்களையும் பரப்புவதில் முன்னின்று ஈடுபட்டார்.

பெரியாரின் தனித் திராவிடநாடுக் கொள்கையின் காரணமாகவும், தன்னைவிட வயதில் இளையவரான மணியம்மையாரை பெரியார் மணம் செய்து கொண்டமையால் கருத்து வேறுபாடு கொண்டு திராவிடக் கழகத்தின் முக்கிய உறுப்பினர்களுடன் 1949ல் பெரியாரை விட்டு விலகி திராவிட முன்னேற்றக் கழகம் (தி.மு.க) என்ற புதிய இயக்கமொன்றை நிறுவினார். தனிக்கட்சி துவங்கினாலும் தன் கட்சி கொள்கைகள் தாய்க்கட்சியான திராவிடக்கட்சியை ஒத்தே செயல்பட்டது.

இந்தியாவின் தேசிய அரசியலில் பங்கு கொள்ளும் விதமாக இந்தியக் குடியரசு ஆனதிற்குப் பிறகு இந்திய சீனப் போருக்குப் பின் 1963ல் தனது தனித்திராவிட நாடு கொள்கையை கைவிட்டார்.

ஆளும் காங்கிரசுக் கட்சிக்கெதிராக பல்வேறு போராட்டங்களில் பல்வேறு காலகட்டங்களில் ஈடுபட்டு அவ்வாட்சியை எதிர்க்களானார். இறுதியில் 1965ல் இந்தி எதிர்ப்பு போராட்டங்களில் மிகத்தீவிரமாக ஈடுபடலானார்.

இந்தி எதிர்ப்பு போராட்டங்களில் தன்னை முழுமையாக ஈடுபடுத்திக்கொண்டதன் விளைவாக மக்களாதரவை அவரும் அவரது கட்சியான திராவிட முன்னேற்ற கழகமும் அபரிமிதமாக பெற்றன.

அண்ணாதுரை இந்துக்குடும்பத்தில் பிறந்தவராயிருந்தாலும் அவரின் கோட்பாடு சமயம் சாராதவராகவே வெளிப்படுத்தப்பட்டது.

அவர் 'ஒன்றே குலம், ஒருவனே தேவன்' என்ற கோட்பாடடை வெளிப்படுத்தினார்.

கடவுள் ஒன்று. மனித நேயமும் ஒன்றுதான் என்பது அவர் கட்சியின் கொள்கை பரப்பாகவும் அவரின் தொண்டர்களாக கருதப்படும் அவரின் தம்பிகளின் கட்சி வாசகமாகவும் பின்பற்றப்பட்டது.

அவர் ஒரு நேர்காணலில் 'நான் எப்போதுமே கடவுளிடம் உண்மையான நம்பிக்கையுடன் வாதாடுபவன்' என்றார்.

அண்ணாதுரை மூடநம்பிக்கை மற்றும் சமயச் சுரண்டல்களையும் பலமாகச் சாடினார். ஆனால் என்றுமே அவற்றின் சமூக தத்துவார்த்தங்களில் தலையிட்டதோ எதிர்த்ததோ இல்லை.

அறிஞர் அண்ணா அவரது கட்சியின் முக்கிய கொள்கை முழக்கமாகவும் அவரது கட்சியின் பண்பாடாகவும் கடமை, கண்ணியம், கட்டுப்பாடு ஆகிய மூன்று வார்த்தைகளை முன்மொழிந்தார்.

பொது வாழ்வில் ஒவ்வொருவரும் கடைப்பிடிக்கவேண்டிய அடிப்படையான பண்பாடுகளாக இவை கருதப்பட்டன.

அண்ணாத்துரை தமிழிலும் ஆங்கிலத்திலும் மிகச்சிறப்பாக சொற்பொழிவாற்றவும் எழுதவும் வல்லவராகத் திகழ்ந்தார்.

இவர் மிகச்சிறந்த முற்போக்கு சீர்திருத்த நாடகங்களை எழுதியுள்ளார். அவற்றுள் சிலவற்றை இயக்கியும் நடித்தும் உள்ளார்.

தமிழ்த் திரைப்படங்களுக்கு கதைவசனம் எழுதியவரும் தன்னுடைய திராவிட சீர்திருத்தக் கருத்துக்களை அதன் மூலம் முதன்முதலாக பரப்பியவரும் இவரே.

நடுத்தரவர்க்க நெசவாளர் குடும்பத்தில் பிறந்தவரான அண்ணாதுரை தன் ஆரம்பகால வாழ்க்கையை பள்ளி ஆசிரியராகத் துவங்கியவர் சென்னையில் தன் அரசியல் ஈடுபாட்டினை முதன் முதலில் பத்திரிகையாளராக வெளிப்படுத்தினார்.

ஒரு தடவை சில இங்கிலாந்து மாணவர்கள் அண்ணாவை பரிகசிப்பதற்காக அவரிடம் ஏனென்றால் (Because) என்ற வார்த்தை மூன்று தடவை தொடர்ந்து வருகிற மாதிரி வாக்கியம் கூற முடியுமா என்று கேட்டனர். அதற்கு அவர்

No Sentence can end with because because, because is a conjunction.

எந்தத் தொடரிலும் இறுதியில் வராச்சொல் 'ஏனென்றால், ஏனென்றால், ஏனென்றால் என்பது இணைப்புச் சொல்' என்று உடனே பதிலளித்தார் அண்ணா.

நாடு முழுவதும் பரவிய பல புரட்சிகர சீர்திருத்தங்களுக்கு வித்திட்ட இடம் தமிழ்நாடு சட்டமன்றம்.

வியத்தகு வரலாறும் சீரிய பெருமையும் கொண்ட தமிழ்நாடு சட்டமன்றம் நூற்றாண்டு பழம் பெருமையை சமீபத்தில் அடைந்துள்ளது. ஆம் நூற்றாண்டைக் கொண்டாடியுள்ளது தமிழ்நாடு சட்டமன்றம்.

சென்னை மாகாணமாக இருந்த காலத்தில் இருந்தே சட்டமன்றம் செயல்பட்ட பெருமை கொண்டது தமிழக சட்டமன்றம். 1920ம் ஆண்டே தேர்தலை சந்தித்த மன்றம் தமிழக சட்டமன்றம்.

சென்னை மாகாணத்தில் மக்களால் தேர்ந்தெடுக்கப்பட்ட பிரதிநிதிகளை கொண்ட சட்டமன்றம் 1921 ஜனவரி 12ம் தேதி தொடங்கி வைக்கப்பட்டது.

அப்போது சென்னை மாகாணத்தின் ஆளுநராக இருந்தவர் விலிங்டன் பிரபு. தமிழக சட்டமன்றம் உருவாக்கப்பட்ட காலகட்டத்தில் 3 ஆண்டுகளுக்கு ஒருமுறை தேர்தல் நடத்தப்பட்டது.

முதல் தேர்தல் 1920ம் ஆண்டு நடத்தப்பட்ட நிலையில் 1923, 1926, 1930 ஆகிய ஆண்டுகளில் அடுத்தடுத்த தேர்தல்கள் நடத்தப்பட்டன. பெண்கள் தேர்தலில் வாக்களிக்க 1920ல் தடை இருந்தது.

சட்டத்தின் இந்தப்பிரிவை நீக்கி பெண்களுக்கும் வாக்களிக்க வகை செய்யும் தீர்மானம் 1921 ஏப்ரல் 1ம் தேதி சட்டமன்றத்தில் கொண்டு வரப்பட்டது. எனினும் 1923ல்தான் இது நடைமுறைக்கு வந்தது.

இயற்றப்பட்ட சட்டத்தின் அடிப்படையில் 1926 முதல் பெண்கள் தேர்தலில் வாக்களிக்கவும் தேர்தலில் போட்டியிடவும் நியமிக்கப்படவும் தகுதி பெற்றனர்.

தமிழக சட்டமன்றத்தின் முதல் பெண் உறுப்பினர் என்ற பெருமைக்குரியவர் டாக்டர் முத்துலட்சுமி ரெட்டி. 1935ம் ஆண்டு இந்திய அரசுச் சட்டத்தின்படி 1937 முதல் சென்னை உள்ளிட்ட மாகாணங்களில் ஈரவைகளைக் கொண்ட சட்டமன்றங்களாக அறிமுகப்படுத்தப்பட்டன.

இவை சட்டமன்றப் பேரவை மற்றும் சட்டமன்ற மேலவை என்று அழைக்கப்பட்டன. 1952ல் நடைபெற்ற தேர்தலில் வயது வந்த அனைவரும் வாக்களிக்கத் தகுதியானவர்கள் என்று அறிவிக்கப்பட்டது.

சுதந்திரற்குப்பின் தமிழக சட்டமன்றத்தின் முதல் நிதி அமைச்சர் சி.சுப்பிரமணியன் 1957, 58ல் முதல்முறையாக பட்ஜெட் உரையாற்றினார்.

1986ல் எம்ஜிஆரால் மேலவை கலைக்கப்பட்ட நிலையில் ஓரவை மன்றமாக தமிழ்நாடு சட்டப் பேரவை மாறியது.

தேவதாசி முறை ஒழிப்புச் சட்டம், பெண்களுக்கு வாக்குரிமை, இடஒதுக்கீடு, மாநில அரசுகளுக்கும் கொடியேற்றும் உரிமை, மாநிலப் பெயர் மாற்றம், இந்தசமய அறநிலையத் துறை உருவாக்கம், அனைத்துச் சாதியினரும் அர்ச்சகராகலாம் போன்ற புரட்சிகளுக்கு வித்திட்ட இடம் தமிழ்நாடு சட்டமன்றம்.

ஆட்சி கலைப்புகள், குடியரசு ஆட்சி, நிறுவப்பட்ட நிகழ்வுகள், சர்ச்சைகள், வாக்குவாதங்கள், வெளிநடப்புகள், கூச்சல் குழப்பங்கள் என எத்தனையோ அசாதாரணச் சம்பவங்களும் இங்கு அரங்கேறி இருக்கின்றன.

நூற்றாண்டுகளைப் புரட்டிப் பார்க்கும்போது தமிழ்நாடு சட்டமன்றம் கடந்துவந்திருக்கும் பாதை முழுவதும் வரலாற்றின் முக்கிய தடங்கள் பதிந்து நிறைந்திருக்கின்றன.

1845ல் சென்னையில் பிறந்த அயோத்திதாச பண்டிதரின் இயற்பெயர் காத்தவராயன். தனக்கு தமிழ் இலக்கண இலக்கியங்களைக் கற்றுக் கொடுத்த அயோத்தி தாசகவிராஜ பண்டிதர் மீதான பற்றால் தன் பெயரை

மாற்றிக்கொண்டவர். தமிழ்தவிர சம்ஸ்கிருதம், பாலி, ஆங்கிலத்திலும் புலமை பெற்றவர். ஒடுக்கப்பட்டோரின் நலன்களுக்காக தன் வாழ்நாள் முழுவதும் பாடுபட்ட அயோத்திதாசர் 'திராவிடன்' 'தமிழன் அடையாளங்களை பேசியவர்களில் முதன்மையானவர்.'

திராவிட மொழிக்குடும்பம் பற்றிய ஆய்வுகளில் ஈடுபட்டுக் கொண்டிருந்தோர் மத்தியில் மட்டுமே புழங்கி வந்த 'திராவிடம்' என்ற சொல்லை ஒரு அரசியல் சொல்லாடலாக முதலில் உருவாக்கியவர் அயோத்திதாசரே.

ரெவரண்ட் ஜான் ரத்தினத்தோடு சேர்ந்து 1885ல் 'திராவிட பாண்டியன்' வார இதழை அயோத்திதாசர் தொடங்கினார்.

1891ல் 'திராவிட மகாஜனசபா' அமைப்பை உருவாக்கினார். 1907ல் இவர் தொடங்கிய 'ஒரு பைசாத் தமிழன்' வார இதழ் பத்திரிகை ஓராண்டுக்குப் பிறகு 'தமிழன்' என்று பெயர் மாற்றம் அடைந்தது.

அயோத்திதாசர் மறைவுக்குப் பின்னரே நீதிக்கட்சி, திராவிடர் கழகம், திராவிடக் கட்சிகள் என்று திராவிட இயக்க வரலாறு தொடங்குகிறது என்றாலும் அந்தச் சிந்தனை மரபுக்கு முன்னோடி என்று அயோத்திதாசரைக் கொண்டாடலாம். சாதி ஒழிப்புக்கான தமிழ் அரசியல் குரல்களில் முன்னோடி அவருடையது.

சென்னை கொருக்குப்பேட்டையில் 1852ல் பிறந்தவர் பி.டி.தியாகராயர்.

சென்னை மாநிலக்கல்லூரியில் பி.ஏ. படிப்பை முடித்தார். பெரும் செல்வந்தரான இவர் பி.டி. நெசவு ஆலையை நிறுவியவர்.

வணிகத்தில் கிடைத்த செல்வத்தை பொதுப்பணியில் செலவிட்டவர் இவர். வண்ணாரப்பேட்டையில் ஒரு பள்ளியை ஏற்படுத்தினார்.

பச்சையப்பன் கல்லூரியின் அறங்காவலாக அதன் வளர்ச்சிக்கும் உதவினார். கொடையாளியான அவருக்கு திருப்பணிகளுக்காக பல ஆயிரம் ரூபாய் கொடை அளித்தாலும் கோயில் பிராமணர்களுக்கு கிடைக்கும் மரியாதை பிராமணரல்லாதோர்க்கு கிடைக்காததைப் பார்த்தபோது எல்லாவற்றையும்விட இங்கு முக்கியம் சமூக நீதி என்று தோன்றியது.

காங்கிரஸில் இருந்தபோது அங்கும் பிராமணர் ஆதிக்கத்தை உணர்ந்தவர் பிராமணரல்லாதோருக்கான ஒரு தனி இயக்கம் கண்டாக வேண்டும் என்ற உந்துதலுக்கு உள்ளானார்.

இதே சிந்தனையைக் கொண்டிருந்தவர்களான டி.எம்.நாயர், சி. நடேசனார் ஆகியோருடன் இணைந்து தியாகராயர் 1916ல் உருவாக்கிய தென்னிந்திய நலவுரிமைச் சங்கமே பின்னாளில் அது நடத்திய பத்திரிகை(ஜஸ்டிஸ்) பெயரால் ஜஸ்டிஸ் பார்ட்டி-நீதிக்கட்சி என்று அழைக்கப்படலானது.

1920ல் நடந்த தேர்தலில் மதராஸ் மாகாணத்தில் பெரும்பாண்மை இடங்களை வென்றது நீதிக்கட்சி. சென்னை மாநகராட்சியில் பதவியிலிருந்த காலத்தில் தியாகராயர் ஆற்றிய பணிகள் மிக முக்கியமானவை. இந்தியாவிலேயே முன்னோடியாக சென்னை மாநகராட்சிப் பள்ளியில் மதிய உணவுத் திட்டத்தைக் கொண்டுவந்தவர் இவரே!

1868ல் பாலக்காட்டில் தரவாத் மாதவன் நாயர் பிறந்தார். பிரிட்டன் பிரான்சில் மருத்துவப் படிப்புகளை முடித்துவிட்டு 1897ல் நாடு திரும்பினார். பொதுவாழ்வில் கொண்ட நாட்டத்தால் அரசியலில் இறங்கினார்.

நீதிக்கட்சியின் ஏனைய முன்னோடிகளைப் போலவே காங்கிரஸில் பிராமண ஆதிக்கத்தால் பாதிக்கப்பட்டவர்.

பிராமணரல்லாதோர் இயக்கத்தின் தேவையை உணர்ந்தார். நீதிக்கட்சியைத் தொடங்கிய மூவரில் ஒருவரானார்.

கட்சியின் சித்தாந்தத்தை வடிவமைப்பதில் முக்கியப் பங்காற்றினார்.

அவரது மரணம்வரை 'ஜஸ்டிஸ்' பத்திரிகையின் ஆசிரியராக இருந்தார்.

பெரியாரால் 'திராவிட லெனின்' என்று அழைக்கப்பட்டார்.

ஆனால் நீதிக்கட்சி தன் வெற்றிக் கனிகளை சுவைப்பதற்கு முன்பே காலமானார்.

1875ல் சென்னை திருவல்லிக்கேணியில் பிறந்தவரான சி.நடேசனார் மருத்துவம் பயின்றவர்.

பிராமணரல்லாத மாணவர்களுக்கு விடுதிகளில் இடம் மறுக்கப்பட்ட காலகட்டத்தில், அவர்களுக்காக 'திராவிடர் இல்லம்' விடுதியை 1914ல் தொடங்கியவர் இவர். அவர்களின் உணவு, உடை, தங்குமிடம் ஆகிய தேவைகளை மட்டுமின்றி, அவர்களின் கல்வி வளர்ச்சிக்குமான செலவுகளையும் ஏற்றவர்.

இது தவிர 'சென்னை ஐக்கிய சங்கம்' என்ற அமைப்பையும் நடேசனார் உருவாக்கினார்.

கல்வி, வேலைவாய்ப்புகளில் பிராமணரல்லாதோர் சமூகம் ஏற்றம் காண அரசியல் அதிகாரம் மிகவும் இன்றியமையாதது என்பதை உணர்ந்த நடேசன் ஏனைய முன்னோடிகளுடன் கைகோர்த்ததன் விளைவே நீதிக்கட்சி. 1923ல் மதராஸ் மாகாணச் சட்டமன்றத்தில் அவர் காலடி எடுத்து வைத்தார். 'சென்னை பப்ளிக் சர்வீஸ் கமிஷன்' அமைக்கப்பட்டதில் முக்கியமான பங்கு இவருக்கு உண்டு.

ஆதிதிராவிடர்களின் உரிமை, தீண்டாமை ஒழிப்பு, ஆலயப் பிரவேச உரிமை ஆகியவற்றை குறித்து 1918லேயே பேசிய நடேசன், தன்னுடைய பதவிக்காலத்தில் பிராமணரல்லாதோர் மேம்பாட்டுக்காக எடுக்கப்பட்ட நடவடிக்கைகளுக்கு பெரும் உந்து சக்தியாக இருந்தார்.

காளகஸ்தியில் பிறந்த பனகல் அரசரின் இயற்பெயர் பனங்கன்டி ராமராய நிங்கார்.

சென்னை திருவல்லிக்கேணியில் உள்ள இந்து உயர்நிலைப் பள்ளியில் பள்ளிப்படிப்பை முடித்தவர், சென்னை சட்டக்கல்லூரியில் சட்டம் பயின்றார். வடக்கு ஆர்க்காடு மாவட்ட வாரியத்தின் பிரதிநிதியாக தேர்ந்தெடுக்கப்பட்டதிலிருந்து இவருடைய பொது வாழ்க்கை தொடங்குகிறது.

நீதிக்கட்சி உருவெடுத்தபோது தன்னை இணைத்துக் கொண்டு அதன் தூண்களுள் ஒன்றாக இவரும் உருவெடுத்தார்.

1920ல் நீதிக்கட்சி தேர்தலில் பெரும்பான்மை இடங்களை வென்று ஆட்சியைப் பிடித்தபோது, முதல் ஆறு மாதகாலம் சுப்பராயலு ரெட்டியார் முதல்வராக இருந்தார்.

பின்னர் அவர் பதவி விலகியதைத் தொடர்ந்து நீதிக்கட்சியின் இரண்டாவது முதல்வராகப் பதவியேற்ற பனகல் அரசர், 1926வரை முதல்வராக இருந்தார்.

பிராமணரல்லாதோர் முன்னேற்றத்துக்கும் சமத்துவத்துக்கும் பல்வேறு நடவடிக்கைகளை முன்னின்று எடுத்த பனகல் அரசர் 1921ல் கொண்டுவந்த இடஒதுக்கீட்டுக்காகவே என்றென்றும் நினைவு கூறப்படுவார். 1928ல் இவர் காலமானார்.

சமூக சீர்திருத்தப் பணிகளாலும், பகுத்தறிவுச் சிந்தனைகளாலும் இருபதாம் நூற்றாண்டின் தமிழ் அறிவுலகை வழி நடத்தியவர் தந்தை பெரியார் இந்திய வரலாற்றின் போக்கை மாற்றியமைத்த முக்கியத் தலைவர்களுள் பெரியாரும் ஒருவர்.

காந்தியின் தலைமையை ஏற்று காங்கிரஸில் சேர்ந்து பணியாற்றியவர். சாதியத்துக்கு எதிரான வகுப்புவாரிப் பிரதிநிதித்துவத்தை ஆதரிக்கவில்லை என்பதற்காக அக்கட்சியை விட்டு வெளியேறினார்.

தேர்தலில் போட்டியிடுவது கொள்கை சமரசத்துக்கு வழிவகுக்கிறது என்பதாலேயே தேர்தல் பாதையை பெரியார் ஒதுக்கித் தள்ளினார்.

அவர் கருத்தில் உதித்த சுயமரியாதை இயக்கம் பின்னாளில் நீதிக்கட்சியையும் உள்வாங்கிக் கொண்டபோது திராவிடர் கழகம் என்று பெயர் மாறியது. சாதி எல்லைகளைத் தகர்த்து ஓரிடத்துக்குச் செல்லும் மாபெரும் கனவைத் தமிழ் மக்களிடம் அது வளர்த்தெடுத்தது.

கல்வி நிலையங்கள் வாயிலாக அல்லாமல் தன்னுடைய வாழ்க்கை அனுபவங்கள் மூலமாக சிந்தனையாளராக உருவெடுத்தவர் பெரியார்.

இந்தியாவில் சகல பேதங்களின் வேர்களும் சாதியத்திலேயே இருக்கின்றன என்பதை உரக்கச் சொன்னவர். பிராமணீயத்தை கட்டிக்காப்பதால் இந்து மதமும் கடவுளும் கூடப் பொய் என்று நிராகரித்தவர்.

இளம் வயதில் அவர் மேற்கொண்ட காசிப்பயணம் சமய நம்பிக்கைகளையும் சாதி அடிப்படையிலான ஆதிக்கத்தையும் எதிர்த்து கேள்வி கேட்பவராக பெரியாரை மாற்றியது.

பின்னாளில் அவர் மேற்கொண்ட ஐரோப்பிய பயணம் உலகளாவிய அரசியல் சிந்தனைகளின் அறிமுகத்தையும் அவசியத்தையும் அவருக்கு உணர்த்தியது.

பெரியாரின் மேடைப் பேச்சுகளும் எழுத்துக்களும் தமிழர்களுக்கு சுயமரியாதை உணர்வை ஊட்டின. பெண்ணுரிமை, இட ஒதுக்கீடு, மொழியுரிமை, சாதி மத மறுப்பு என அவரது சுயமரியாதை போராட்டக்களம் விரிந்து பரந்தது.

தனது கொள்கைகளை எழுத்தோடும் பேச்சோடும் நிறுத்திக் கொள்ளாமல், அதற்கு செயல் வடிவம் கொடுப்பதற்கு ஓயாமல் உழைத்தார் பெரியார்.

தமிழகத்தில் குறுக்கும் நெடுக்குமாய் தொடர்ந்த அவரது பிரச்சாரப்பயணம் அவருடைய 94ம் வயதில் முடிவுக்கு வந்தது. ஒரு பெரும் செல்வந்தராக இருந்த அவருடைய சொத்துக்களோடு சேர்ந்து அவருடைய வாழ்க்கையும் நினைவும் தமிழ் மக்களின் சொத்துக்களாயின.

நீதிக்கட்சியின் தூணாகக் கருதப்பட்ட பேச்சாளர் அழகிரிசாமியின் பேச்சால் ஈர்க்கப்பட்ட கருணாநிதி தனது 14வது வயதில் அரசியல், சமூக இயக்கங்களில் முழுமையாக தம்மை ஈடுபடுத்திக் கொண்டார்.

கருணாநிதி அரசியல் களத்தில் புகழ்பெறுவதற்கு ஆரம்பகால காரணமாக அமைந்தது கல்லக்குடி ஆர்ப்பாட்டமாகும்.

கல்லக்குடி என்ற தொழிற்துறை நகரத்தை வட இந்தியாவில் இருந்து ஒரு சிமிண்ட் ஆலை ஒன்றை உருவாக்கிய சிம்மோகிராம் பிறகு டால்மியாபுரம் என்று மாற்றப்பட்டது.

தி.மு.க அந்தப் பெயரைக் கல்லக்குடி என மீண்டும் மாற்ற வேண்டுமென விரும்பியது. கருணாநிதி மற்றும் அவருடைய தோழர்கள் இரயில் நிலையத்திலிருந்த டால்மியாபுரம் என்ற பெயரை அழித்தனர். மேலும் இரயில் மறியலிலும் ஈடுபட்டனர். தண்டவாளத்தில் தலைவைத்துப் படுத்த கருணாநிதி கைது செய்யப்பட்டார். ஆர்ப்பாட்டத்தில் இருவர் இறந்தனர்.

அண்ணாவும் இந்தித் திணிப்பு எதிர்ப்பு போராட்டம்

சுதந்திரத்திற்குப் பின் சென்னை மாகாண முதல்வராகப் பொறுப்பேற்ற ஓமந்தூர் ராமசாமி ரெட்டியார் 1948ல் ஒரு அறிவிப்பை வெளியிட்டார்.

அதில் பிராந்திய மொழி முதல் மொழியாகவும், இந்தி, அரபு, தெலுங்கு ஆகிய பிற மொழிகளில் ஏதேனும் ஒன்றை இரண்டாம் மொழியாகவும் கட்டாயம் படிக்க வேண்டும் என்ற நூதன உத்தரவையும் வெளியிட்டார்.

இதை எதிர்த்து திராவிடர் கழகம் சார்பில் இந்தி திணிப்பு மாநாடு நடத்தி அண்ணாவை சர்வாதிகாரியாக நியமித்து பலகட்டப் போராட்டங்கள் துவங்கப் பட்டன.

இந்தப் போராட்டத்தில் அப்போதைய இந்திய கவர்னர் ஜெனரல் ராஜாஜிக்கு சென்னையில் வைத்து கருப்புக் கொடி காட்டினார்கள்.

இதற்கிடையில் மத்தியில் ஆட்சிமொழி குறித்த விவாதங்கள் நடைபெற்று வந்த நிலையில் 14 செப்டம்பர் 1949ல் இந்தி ஆட்சி மொழியாக அறிவிக்கப்பட்டது.

இந்நிலையில் திராவிடர் கழகத்துடன் ஏற்பட்ட கருத்து வேறுபாட்டால் அண்ணா தனது ஆதரவாளர்களுடன் சேர்ந்து 17 செப்டம்பர் 1949ல் திராவிட முன்னேற்ற கழகம் என்ற கட்சியைத் தொடங்கினார். இருப்பினும் இந்தி எதிர்ப்பு போராட்டங்களில் தி.க.வும் தி.மு.கவும் ஒன்றிணைந்தே செயல்பட்டன.

கட்டாய இந்தியை அமல்படுத்திய மாகாண கல்வி அமைச்சர் அவினாசிலிங்கம் திடீரென்று பதவி விலகியதையடுத்து கட்டாய இந்தி உத்தரவும் வாபஸ் பெறப்பட்டது.

பின்வந்த அமைச்சர் மாதவமேனன் இந்தியை விருப்பப் பாடமாக அறிவித்து போராட்டங்களுக்கு முற்றுப்புள்ளி வைத்தார்.

மத்திய அரசு 1950களுக்குப் பிறகு தென் இந்திய மாநிலங்களில் இந்தி பரப்பும் நடவடிக்கைகளில் ஈடுபடத் தொடங்கியது. அதன் ஒரு பகுதியாக1952ம் ஆண்டு அனைத்து ரயில் நிலையங்களிலும் மத்திய அரசு அலுவலகங்களிலும் பெயர் பலகையில் தமிழ் மற்றும் ஆங்கிலம் பின்னுக்குத் தள்ளப்பட்டு இந்திக்கு முன்னுரிமை வழங்கப்பட்டது.

இதற்கு எதிராக தி.மு.க மற்றும் தி.க. சார்பில் 1 ஆகஸ்ட் 1952ம் தேதி, பெரியார், அண்ணா, கருணாநிதி, நெடுஞ்செழியன் உட்பட பல தலைவர்களின் தலைமையில் 500க்கும் மேற்பட்ட ரயில் நிலையங்களின் பெயர்ப் பலகையை தார் பூசி அழித்தனர்.

இந்தச் செயலுக்கு எதிர்வினை ஆற்றிய காங்கிரஸ் கட்சியினர் தார் பூசிய பெயர் பலகையில் மண்ணெண்ணெய் ஊற்றி அழித்தனர்.

இதையடுத்து 1955ல் அப்போதைய குடியரசுத் தலைவர் ராஜேந்திர பிரசாத் இந்திய அரசில் உள்ள துறை சார்ந்த பணிகள், இந்தி மொழியை பெருவாரியாகப் பயன்படுத்துதல், நீதிமன்றங்களின் சட்டங்கள் மற்றும்

மசோதாக்கள் பயன்படுத்த வேண்டிய மொழிகள் குறித்து மொழி ஆணையம் அமைத்தது.

இதற்கிடையில் சென்னை மாகாணத்தில் ஆட்சி மொழியாக தமிழை அறிவிக்க வேண்டும் என்று 27 டிசம்பர் 1956ல் புதிய மசோதாவை சென்னை சட்டமன்றத்தில் அறிமுகம் செய்தார் நிதியமைச்சர் சி.சுப்பிரமணியம். பின் அனைத்து கட்சியின் ஆதரவோடு மாகாண ஆட்சி மொழியாக நிறைவேறியது. இந்தி பேசாத மாநில உறுப்பினர்களிடமிருந்து கடுமையான எதிர்ப்பு தொடங்கியதை அடுத்து பிரதமர் நேரு முக்கிய வாக்குறுதி ஒன்றை கொடுத்தார்.

அவர் கூறுகையில், 'முதலில் இந்தி திணிப்பு இருக்கவே கூடாது, இரண்டாவது அரசுப்பணிகளில் ஆங்கிலத்தை மாற்று மொழியாக காலம் குறிப்பிடாமல் இருக்கச் செய்கிறேன். அதனைப் பற்றிய முடிவுகளை இந்தி பேசாத மக்களே எடுத்துக் கொள்ளலாம் எனக் கூறினார்.

இந்நிலையில் 1960ல் குடியரசுத்தலைவர் ராஜேந்திர பிரசாத் 1965ம் ஆண்டு முதல் இந்தி மட்டுமே இந்தியாவின் ஆட்சி மொழியாக இருக்கும் என்ற ஆணையை வெளியிட்டார். இந்தி பேசாத மக்கள் விரும்பும் வரை ஆங்கிலமும் இருக்கும் என்ற நேருவின் வாக்குறுதிக்கு எதிராக இது அமைந்தது. இந்தியா விடுதலை அடைந்த பிறகு தமிழ்நாட்டை உள்ளடக்கிய சென்னை மாகாணத்தில் நடந்த முதல் தேர்தலில் எந்தக் கட்சிக்கும் அறுதிப் பெரும்பான்மை கிடைக்காத நிலையில் காங்கிரஸ் ஆட்சியை அமைத்தது.

இந்தியா விடுதலை அடைந்த பிறகு முதலாவது பொதுத் தேர்தல் நவம்பர் 1951 முதல் மார்ச் 1952 வரை நடைபெற்றது. புதிய நாடாளுமன்றத்து உறுப்பினர்களை தேர்வு செய்வதற்கான பொதுத்தேர்தலும், மாநிலங் களுக்கான சட்டமன்றத் தேர்தலும் ஒன்றாக நடைபெற்றது.

அந்த சமயத்தில் சென்னை மாகாணம், தற்போதைய தமிழ்நாடு, ஆந்திரப் பிரதேசம், கர்நாடக மாநிலத்தின் சில பகுதிகள், கேரளாவின் மலபார் பகுதிகளை உள்ளடக்கியிருந்தது.

ஒட்டுமொத்த சட்டமன்ற உறுப்பினர்களின் எண்ணிக்கை 309ஆக இருந்தது. இதில் இரட்டை உறுப்பினர் தொகுதிகளின் எண்ணிக்கை 66.

ஆகவே மொத்தமாக 375 சட்டமன்ற உறுப்பினர்களைத் தேர்வு செய்ய வேண்டும்.

இந்த முதல் சட்டமன்றத் தேர்தலில் தமிழ்நாடு பகுதியில் 190 உறுப்பினர்களும், ஆந்திரப் பிரதேச பகுதியில் 143 பேரும் கர்நாடகப் பகுதியில் 11 பேரும், கேரளப் பகுதியில் 29 பேரும் இடம் பெற்றிருந்தனர். மொத்தமுள்ள 375 தொகுதிகளில் மூன்று தொகுதிகளுக்கு போட்டியின்றி உறுப்பினர்கள் தேர்வு செய்யப்பட்டனர். மீதமுள்ள 372 தொகுதிகளுக்கு தேர்தல் நடத்தப்பட்டது.

சென்னை மாகாணத்தில் அப்போது நடந்து வந்த காங்கிரஸ் ஆட்சியில் பல பிரச்சினைகள் இருந்தாலும், இந்திய தேசிய காங்கிரஸ் கட்சியே வலுவான கட்சியாக காணப்பட்டது.

இதற்கு அடுத்த இடத்தில் இந்திய கம்யூனிஸ்ட் கட்சி இருந்தது. துவக்கத்தில் ஆயுதப் புரட்சியில் நம்பிக்கை வைத்திருந்த கட்சி, தற்போது தேர்தல் அரசியலை நோக்கித் திரும்பியிருந்தது.

இந்த இரண்டு பிரதான கட்சிகள் தவிர த.பிரகாசம் தலைமையில் கிஸான் மஸ்தூர் பிரஜா கட்சி, க்ருஷிகார் லோக் கட்சி, விழுப்புரம் ராமசாமி படையாட்சியார் தலைமையில் தமிழ்நாடு உழைப்பாளர் கட்சி, எம்.ஏ.மாணிக்கவேல் நாயக்கரின் காமன் வீல் கட்சி, பி.டி.ராஜன் தலைமையில் நீதிக்கட்சி, பொதுவுடைமைக் கட்சி, சென்னை மாநில முஸ்லீம் லீக், பார்வர்டு பிளாக், தாழ்த்தப்பட்டோர் கூட்டமைப்பு உள்ளிட்ட கட்சிகள் களத்தில் இருந்தன.

முதல் சட்டமன்ற தேர்தலுக்கு முந்தைய கால கட்டத்தில் சென்னை மாகாண காங்கிரஸ் கட்சி உட்கட்சிப் பூசலில் தவித்துக் கொண்டிருந்தது. 1946லிருந்து 1951க்குள் மூன்று முதல்வர்கள் தமிழகத்தை ஆட்சி செய்தனர்.

முதலில் த.பிரகாசம் ஓராண்டு முதல்வராக இருந்தார். பிறகு ஓமந்தூர் ராமசாமி ரெட்டியார் முதல்வரானார். பிறகு பி.எஸ்.குமாரசாமி ராஜா முதல்வரானார். அதிருப்தியில் இருந்த பிரகாசத்தின் ஆதரவாளர்கள் 1951ல் கிஸான் மஸ்தூர் பிரஜா கட்சியும் சேர்ந்து கொண்டனர்.

இந்திய கம்யூனிஸ்ட் கட்சிக்கு பெரியார் தலைமையிலான திராவிடர் கழகம் ஆதரவளிக்க முன்வந்தது. அப்போதுதான் உருவாகியிருந்த சி.என்.அண்ணாதுரை தலைமையிலான திராவிட முன்னேற்றக் கழகம் போட்டியிடவில்லை.

ஆயினும் தங்கள் கொள்கைகளை ஏற்கும் பிற கட்சிகளுக்கு ஆதரவளிக்க முன்வந்தது. ஆனால் தங்களுடைய பிரதான மூன்று கொள்கைகளை ஆதரிப்பதாக உறுதிமொழிப் பத்திரத்தில் கையெழுத்திட வேண்டுமெனக் கூறியது.

அதன்படி தமிழ்நாடு உழைப்பாளர் கட்சியும் காமன் வீல் கட்சியும் நிபந்தனைப் படிவத்தில் கையெழுத்திட்டு ஆதரவைப் பெற்றன. சில கம்யூனிஸ்ட் கட்சி வேட்பாளர்களுக்கும் தி.மு.க ஆதரவளித்தது. அதன்படியே 43 வேட்பாளர்களுக்கு தி.மு.க ஆதரவளித்தது.

மொத்தமுள்ள 375 இடங்களில் 367 இடங்களில் காங்கிரஸ் கட்சி வேட்பாளர்களை நிறுத்தியது. இந்திய கம்யூனிஸ்ட் கட்சி 131 இடங்களில் வேட்பாளர்களை நிறுத்தியது. மற்ற கட்சிகள் தாங்கள் செல்வாக்காக உள்ள இடங்களில் வேட்பாளர்களை நிறுத்தின.

இந்தத் தேர்தலில் முக்கிய பிரச்சினையாக அரிசிக்கு தட்டுப்பாடு, விவசாயிகள் போராட்டம் ஆகியவை இருந்தன. இவை ஆளும் காங்கிரஸ் கட்சிக்கு எதிரானதாகவும் கம்யூனிஸ்ட் கட்சிக்கு ஆதரவாகவும் இருந்தன.

ஆனால் இந்தியாவுக்கு சுதந்திரம் வாங்கித் தந்த கட்சி என்ற பிம்பம் காங்கிரசுக்கு உதவிகரமாக இருந்தது.

இந்தத் தேர்தலில் 21 வயது நிரம்பிய எந்தவொரு ஆணும் பெண்ணும் வாக்களிக்க முடியும் என புதிய மக்கள் பிரதிநிதித்துவ சட்டம் கூறியது.

ஆகவே இந்தத் தேர்தல்தான் பலருக்கும் முதல் தேர்தலாக இருந்தது. இந்திய தேர்தல் ஆணையம் ஒவ்வொரு கட்சிக்கும் ஒரு சின்னத்தை ஒதுக்கியது.

இந்தத் தேர்தலுக்கான வாக்குப் பதிவு 1952 ஜனவரி 2ம் தேதி முதல் 25ம் தேதிவரை ஒன்பது கட்டங்களாக நடைபெற்றது. மொத்தம் 58 சதவீத வாக்குகள் பதிவாகின. முடிவுகள் பிப்ரவரி மாத இறுதியில் வெளியாகின.

367 இடங்களில் போட்டியிட்ட காங்கிரஸ் கட்சி 152 இடங்களை மட்டுமே பிடித்திருந்தது. ஆட்சியமைப்பதற்குத் தேவையான அறுதிப் பெரும் பான்மை கிடைக்கவில்லை என்பதோடு முதலமைச்சர் பி.எஸ்.குமாரசாமி ராஜாவும் தோல்வியடைந்திருந்தார். முந்தைய அமைச்சரவையில் இருந்த இரண்டு அமைச்சர்கள் மட்டுமே வெற்றிபெற்றிருந்தனர். எம்.பக்தவச் சலமும் தோல்வியடைந்திருந்தார்.

இதன் காரணமாக காங்கிரஸ் கட்சி ஆட்சி அமைக்க அவசரம் காட்டவில்லை. இந்திய கம்யூனிஸ்ட் கட்சி, கிஸான் மஸ்தூர் கட்சி, கம்யூனிஸ்ட் கட்சிக்கு ஆதரவாக இருந்த சுயேட்சைகள், தமிழ்நாடு தொழிலாளர் கட்சி, காமன் வீல் கட்சி, நீதிக்கட்சி ஆகியவை த.பிரகாசம் தலைமையில் ஐக்கிய ஜனநாயக முன்னணி என்ற பெயரில் இணைந்தனர்.

தங்களுக்கு 166 உறுப்பினர்களின் ஆதரவு இருப்பதால் தங்களை ஆட்சி அமைக்க அழைக்க வேண்டுமெனக் கோரினார். ஆனால் ஆளுநர் ஸ்ரீ பிரகாசா இதற்கு மறுத்து விட்டார். இதற்குப் பிறகு 1952 ஏப்ரல் 1ம் தேதி காங்கிரசுக்கு அழைப்பு விடுத்தார் ஆளுநர். பெரும்பான்மை இல்லாத நிலையில் அரசை வழி நடத்திச் செல்ல சரியான முதலமைச்சரை தேடத் தொடங்கியது அக்கட்சி.

இந்தியாவின் முதல் கவர்னர் ஜெனரலாக பதவி வகித்து ஓய்வுபெற்று விட்டு குற்றாலத்தில் தங்கியிருந்த சி.ராஜகோபாலாச்சாரி என்ற ராஜாஜியை முதல்வராக்க முடிவெடுக்கப்பட்டது. ஆனால் அதில் ஒரு சிக்கல் இருந்தது. ராஜாஜி தேர்தலில் போட்டியிட்டிருக்கவில்லை. புதிதாக போட்டியிடவும் விரும்பவில்லை.

இதனால் அப்போதைய குமாரசாமிராஜா அரசு ராஜாஜியை மேலவை உறுப்பினராக நியமனம் செய்தது. இது அந்த நேரத்தில் சர்ச்சையை ஏற்படுத்தியது. இருந்தபோதும் உடனடியாக பெரும்பான்மையை திரட்டும் பணியைத் துவங்கினார் ராஜாஜி.

எம்.ஏ. மாணிக்கவேல் நாயக்கரின் காமன் வீல் கட்சிக்கு ஆறு உறுப்பினர்கள் இருந்தனர். காங்கிரஸ் கட்சிக்கு இப்போது பெரும்பான்மை கிடைத்தது. எம்.ஏ. மாணிக்கவேல் நாயக்கர் அமைச்சராக்கப்பட்டார்.

ராமசாமி படையாட்சியாரின் தமிழ்நாடு உழைப்பாளி கட்சியும் ராஜாஜிக்கு ஆதரவளித்தது. கிருஷிகார் லோக் கட்சி உடைந்தது. அதன் உறுப்பினர்களான பி. திம்மாரெட்டி, நிலாத்திரி ராவ்ரெட்டி, குமிசெட் வெங்கட் நாராயணா ஆகியோர் காங்கிரசில் இணைந்தனர்.

சென்னை மாகாண முஸ்லீம் லீக் கட்சியும் ராஜாஜிக்கு ஆதரவளித்தது.

ஜூலை மாதம் மூன்றாம் தேதி நடந்த நம்பிக்கை வாக்கெடுப்பில் 200 உறுப்பினர்கள் ஆதரித்தும் 151 உறுப்பினர்கள் எதிர்த்தும் வாக்களித்தனர்.

ராஜாஜி தலைமையில் அமைந்த தமிழ்நாட்டின் முதல் அமைச்சரவையில் சி.ராஜகோபாலாச்சாரியார், ஏ.பி.செட்டி, சி.சுப்ரமணியம், கே.வெங்கடசாமிநாயுடு, என்.ரங்காரெட்டி, எம்.வி.கிருஷ்ணாராவ், வி.சி.பழனிச்சாமி கவுண்டர், யு.கிருஷ்ணாராவ். ஆர். நாகனகவுடா, என். சங்கர ரெட்டி, எம்.ஏ. மாணிக்கவேலு நாயகர், கே.பி. குட்டி கிருஷ்ணர் நாயர், சண்முக ராஜேஸ்வர சேதுபதி, எஸ்.பி.பி. பட்டாபி ராமாராவ், டி. சஞ்சீவய்யா ஆகிய அமைச்சர்கள் இடம் பெற்றிருந்தனர்.

1953ம் ஆண்டில், ஆந்திர மாநிலம் பிரிந்ததையடுத்து, அம் மாநிலத்தைச் சேர்ந்த அமைச்சர்கள் பதவியிலிருந்து விலகினர்.

புதிதாக பக்தவச்சலம், ஜோதி வெங்கடாசலம் கே. ராஜாராம் நாயுடு ஆகியோர் அமைச்சர்களானார்கள். தமிழக சட்டப் பேரவையின் பலம் 231 ஆகக் குறைந்தது. ஆனால் காங்கிரஸ் கட்சியில் ஏற்பட்ட பிரச்சினைகளை அடுத்து ராஜாஜி முதல்வர் பதவியிலிருந்து விலக, புதிய முதலமைச்சராக 1954ல் கு.காமராஜர் பதவியேற்றார். இந்த அமைச்சரவை 1957ல் நடந்த அடுத்த தேர்தல் வரை இருந்தது.

இந்திய சுதந்திரத்திற்குப் பின்னர் காங்கிரஸ் எனும் பிரம்மாண்டக் கட்டமைப்பை 15 ஆண்டுகளில் தி.மு.க முறியடித்த பின்னணி, அரசியல் சூழல், கையிலெடுத்த பிரச்சினைகள், அண்ணாவே தோற்ற வரலாறு ஆகியவற்றை உள்ளடக்கிய மூன்று சட்டப் பேரவை தேர்தல் குறித்த வரலாறு மிகவும் சுவாரஸ்யமிக்கவையாகும்.

1952ல் முதல் சட்டப்பேரவைத் தேர்தல் திராவிட நாடு என்று சொல்லும் நான்கு மாநில மொழி பேசும் மக்களும் வாக்களித்த முதல் தேர்தலாக இது அமைந்தது.

இந்தத் தேர்தலில் பலமான இந்திய தேசிய காங்கிரசும், ஆந்திரா, தமிழக, கேரளப் பகுதிகளில் பலம் வாய்ந்த கம்யூனிஸ்ட்டுகளும், கேரளப் பகுதிகளில் பலம் வாய்ந்த முஸ்லீம் லீக் கட்சியும் முக்கிய கட்சிகளாக களத்தில் நின்றன.

1949ல் தொடங்கப்பட்டு மூன்றே வயதான திமுக இத்தேர்தலில் போட்டியிடவில்லை. இந்த தேர்தலில் மொத்தமுள்ள 375 தொகுதிகளில் காங்கிரஸ் கட்சி 152 இடத்திலும் இந்திய கம்யூனிஸ்ட் கட்சி 62 இடங்களிலும் மற்ற சிறு சிறு கட்சிகள் மொத்தமாக 161 இடங்களிலும் வென்றன. ராஜாஜி முதல்வர் ஆனார். கோஷ்டி பூசலால் 1954ல் காமராஜ் முதல்வரானார். ஒன்றுபட்ட மாகாணத்தில் தேர்தல் நடந்ததும் ஒன்றுபட்ட இந்திய கம்யூனிஸ்ட் கட்சி எதிர்க்கட்சியாக இருந்ததும் இத்தேர்தலின் சிறப்பு.

அடுத்த 2வது தேர்தல் வருமுன் சென்னை மாகாணத்தில் பல மாற்றங்கள் நிகழ்ந்தன. மொழிவாரி மாகாணங்கள் பிரிக்கப்படும் பணி 1953 லிருந்து ஆரம்பித்து 1956ம் ஆண்டு நவம்பர் முதல் நாளிலிருந்து மாநிலங்கள் சீரமைப்புச் சட்டம் நடைமுறைக்கு வந்தது.

ஆந்திரா, மைசூர், கேரளாவிற்கான பகுதிகள் அம்மாநிலத்துடன் இணைக்கப்பட்ட பின் சென்னை மாநில சட்டப் பேரவை உறுப்பினர்களின் எண்ணிக்கை 190 ஆகக்குறைந்தது.

பின்னர் கன்னியாகுமரி மாவட்டம், நெல்லையில் செங்கோட்டை வட்டமும் சென்னை மாநிலத்துடன் இணைந்ததால் எண்ணிக்கை 205ஆக உயர்ந்தது. இந்தமுறை 1957ம் ஆண்டு இரண்டாவது சட்டப் பேரவை தேர்தல் நெருங்கியது. இம்முறை தி.மு.க தேர்தலில் போட்டியிடலாமா என 1956ம் ஆண்டு மாநாட்டில் பொதுமக்கள் கருத்தைக் கேட்டார் அண்ணா.

அதன் அடிப்படையில் தேர்தலில் தி.மு.க போட்டியிடலாம் என முடிவெடுத்தார் இம்முறை மும்முனைப் போட்டி..

காமராஜர் ஆட்சியில் இரண்டாவது முறை தேர்தலைச் சந்தித்தது காங்கிரஸ். பெரியாரின் ஆதரவு வேறு. இந்தத் தேர்தலில் வலுவான இந்தியக் கம்யூனிஸ்ட் கட்சியின் மார்க்சிய சித்தாந்தம் திமுகவின்

தமிழ்தேசியவாதம், வடக்கு வாழ்கிறது தெற்கு தேய்கிறது என்கிற வாதத்தின் முன் தி.மு.கவே பிரதான எதிர்க்கட்சியாக காங்கிரஸ் முன் நின்றது.

அண்ணா காஞ்சியிலும், தன்னுடைய 33வது வயதில் திமுக தலைவர் கருணாநிதி குளித்தலை தொகுதியிலும் முதன் முதலில் போட்டியிட்டதும் இந்தத் தேர்தலில்தான்.

திருக்கோஷ்டியூரில் கவிஞர் கண்ணதாசன், சேலத்தில் நாவலர் நெடுஞ்செழியன், தேனியில் நடிகர் எஸ்.எஸ்.ஆர்., எழும்பூரில் க.அன்பழகன், அன்பில் தர்மலிங்கம் ஆகியோரும் போட்டியிட்டனர்.

தேர்தல் முடிவில் காங்கிரஸ் பெருவெற்றி பெற்றது. காமராஜர் மீண்டும் முதல்வர் ஆனார். முதன்முதலில் தேர்தலில் 112 இடங்களில் போட்டியிட்ட திமுக 15 இடங்களில் வெற்றி பெற்றது. அண்ணா, கருணாநிதி, அன்பழகன், ஆசைத்தம்பி, சத்தியவாணிமுத்து, ப.உ.சண்முகம் போன்றோர் வெற்றி பெற்றனர். என்.எஸ். கிருஷ்ணன் போன்றோர் பிரச்சாரம் செய்தும் இந்தத் தேர்தலில் திமுகவின் முக்கியத்தலைவர்களான நாவலர் நெடுஞ்செழியன், கண்ணதாசன், அன்பில் தர்மலிங்கம், எஸ்எஸ்ஆர் ஆகியோர் உள்ளிட்ட நூற்றுக் கணக்கானோர் தோல்வி அடைந்தனர்: புதிய கட்சியான திமுகவுக்கு பொதுச்சின்னம் கிடைக்காதது இதற்கான காரணமாக இருந்தது.

1957ம் ஆண்டுக்கும் 1962ம் ஆண்டுக்கும் இடையே தமிழக அரசியலில் எத்தனை மாற்றங்கள் திரையுலகின் முடிசூடா மன்னன் பின்னர் அதிமுகவை ஆரம்பித்த எம்.ஜி.ஆர். கருணாநிதியுடன் ஏற்பட்ட நட்பு வலுப்பெற திமுகவில் இணைந்தார்.

ஆனால் 1962ம் ஆண்டு பொதுத் தேர்தலுக்கு இடையில் பெரியாரின் அண்ணன் மகன் திமுகவில் அண்ணாவுக்கு இணையாக விளங்கிய ஈவிகே சம்பத் 1961 ஏப்ரலில் வெளியேறினார். அவருடன் கண்ணதாசனும் வெளியேறினார்.

அவர்கள் தமிழ் தேசியக்கட்சியைத் தொடங்கினார். இந்தத் தேர்தலில் வலுவான காங்கிரசை எதிர்த்து திமுக போட்டியிட்டது. இந்த காலகட்டத்தில் இலங்கை தமிழர் பிரச்சினையை திமுக கையிலெடுத்திருந்தது. தமிழருக்கான தனி நாடு, திராவிட நாடு கோரிக்கைகளும், சென்னை

மாநிலத்துக்கு தமிழ்நாடு எனப் பெயரிட வேண்டும் போன்ற மொழி சார்ந்த பிரச்சினைகளும் திமுகவால் கையிலெடுக்கப்பட்டன.

இந்திய கம்யூனிஸ்ட் கட்சியில் இந்தியா முழுவதும் பெரிய அளவில் உள்கட்சி போராட்டம் வெடித்திருந்த நேரம். இந்தியாவுக்கு ஏற்ற பாதை தேசிய ஜனநாயகப் புரட்சியா? மக்கள் ஜனநாயக புரட்சியா என்கிற போராட்டம் உட்கட்சி போராட்டமாக வலுவாக இருந்த நேரம்.

விவசாயிகளின் பிரச்சினை, தாழ்த்தப்பட்ட மக்களுக்கான உரிமைப் போராட்டம், நிலப்பிரப்புத்துவ எதிர்ப்பு போர், நிலச் சீர்திருத்தம் போன்றவற்றை திமுகவும் கையிலெடுத்ததால் கம்யூனிஸ்ட்கள் இடத்தை திமுகவின் திராவிட கொள்கைகள் எளிதாகப் பின்னுக்கு தள்ளின.

இந்தக் காலகட்டத்தில் எம்.ஜி.ஆர், கே.ஆர்.ராமசாமி போன்றோரின் திரையுலக கவர்ச்சியும் பேச்சாற்றல், எழுத்தாற்றல் மிக்க தலைவர்களும் மக்களை எளிதாக அணுகினர். இதன் காரணமாக காங்கிரஸின் பலமான கோட்டையில் திமுக பெரிய தாக்குதலைக் கொடுத்தது.

1957 தேர்தலுக்குப்பின் திமுக பெரும் அளவில் வளர்ந்திருந்தது. இதற்கிடையே மூன்றாவது தேர்தலில் 15 என்கிற எண்ணிக்கையை 50 ஆக திமுக உயர்த்தியது. காங்கிரஸ் 12 இடங்களை இழந்தது. ஆனாலும் ஆட்சியை தக்க வைத்துக் கொண்டது.

அண்ணாவை குறிவைத்து நடத்திய தேர்தலில் அவர் தோற்றுப் போனார். ஆனால் நெடுஞ்செழியன், எஸ்.எஸ்.ஆர் போன்றோர் வென்றனர்.

அண்ணா இடத்தில் சட்டப் பேரவைத் தலைவராக நெடுஞ்செழியனும் துணைத்தலைவராக கருணாநிதியும் பொறுப்பேற்றனர். அண்ணா பின்னர் மாநிலங்களவை உறுப்பினர் ஆனார்.

இந்தத் தேர்தலில் எம்.ஜி.ஆரின் பிரச்சாரம் பெரும் துணையாக திமுகவுக்கு அமைந்தது. இம்முறை கருணாநிதி தஞ்சாவூரில் காங்கிரஸ் கட்சியின் வேட்பாளர் மிகப்பெரும் பஸ் முதலாளியை எதிர்த்துப் போட்டியிட்டார். வெல்லவே முடியாது என்று தமிழகமே எதிர்பார்த்த நிலையில் தனது நண்பர் கருணாநிதிக்காக அங்கேயே பல நாள் பிரச்சாரம் செய்த எம்.ஜி.ஆரின் பிரச்சாரமும் பெரும் வெற்றிபெற உதவியது.

1962 வெற்றிக்கும் 4வது பொதுத் தேர்தலான 1967ம் ஆண்டுக்கு மிடையே எத்தனை மாற்றங்கள்.

1962ல் சீனப் போரில் இந்தியா தோல்வி, திராவிட நாடு கொள்கையை திமுக கைவிட்ட சம்பவம், 1964ல் பிரதமர் நேருவின் திடீர் மரணம் அதனைத் தொடர்ந்து பிரதமரான லால்பகதூர் சாஸ்திரியின் மரணம், இந்திராகாந்தி பிரதமரானது எனப் பல சம்பவங்கள்.

1964ம் ஆண்டு அகில இந்திய அளவில் இந்திய கம்யூனிஸ்ட் கட்சி இரண்டாக உடைந்தது. மார்க்சிஸ்ட் கம்யூனிஸ்ட் உதயமானது.

இந்தக் காலகட்டத்தில்தான் திமுகவால் மொழிப் போர் கையிலெடுக் கப்பட்டது. இந்தித் திணிப்புக்கு எதிராக மொழிப் பிரச்சினையைத் திமுக கையிலெடுத்தது. மிகப்பெரிய அளவில் இளைஞர்கள் இக்கால கட்டத்தில் திமுகவின் பின்னால் வந்தனர்.

காமராஜர் முதல்வர் பதவியை விட்டுவிலகி பக்தவச்சலத்தை முதல்வராக்கினார். மொழிப்பிரச்சனையுடன் உணவுப் பஞ்சம் உள்ளிட்டவை சேர, எலிக்கறி சாப்பிடச் சொன்னதாக காங்கிரசுக்கு எதிரான திமுகவின் போராட்டம் வெடித்தது. அண்ணாவின் படிஅரிசித் திட்டம் பெரிதாக எடுபட்டது.

இதற்குள் 1965ம் ஆண்டின் தொகுதி சீரமைப்பு நடவடிக்கைகளின் விளைவாக சென்னை சட்டப் பேரவையின் உறுப்பினர் எண்ணிக்கையும் 284ஆக உயர்த்தப்பட்டது இவற்றில் 44 இடங்கள் தனித் தொகுதியாக அறிவிக்கப்பட்டன. 1967ம் ஆண்டு பிப்ரவரி மாதம் சென்னை மாநிலத்தின் நான்காவது சட்டப் பேரவைத் தேர்தல் நடந்தது.

அந்த நேரத்தில் திமுகவின் பிரச்சார பீரங்கி எம்.ஜி.ஆர். சுடப்பட்டார். இதுவும் திமுகவுக்கு மிகப்பெரிய வாய்ப்பாக அமைந்தது.

1967ம் ஆண்டு 4வது பொதுத் தேர்தலில் திமுக தலைமையில் ராஜாஜியின் சுதந்திராக்கட்சி, மார்க்சிஸ்ட் கம்யூனிஸ்ட் கட்சி, முஸ்லீம் லீக் உள்ளிட்டவை இணைந்து போட்டியிட்டன. காங்கிரஸ் கட்சி தனித்து போட்டியிட்டது. திமுக கூட்டணி பெரிய அளவில் வெற்றிபெற்றது 179

இடங்களில் வென்ற கூட்டணியில் திமுக மட்டுமே 137 இடங்களில் வென்றது. காங்கிரஸ் கட்சி 232 இடங்களில் போட்டியிட்டு 51 இடங்களை மட்டுமே பெற்று 88 இடங்களை இழந்தது.

அண்ணாமுதல்வர் ஆனார். ஆனால் அந்தத் தேர்தலில் அண்ணா சட்டசபைக்கு போட்டியிடவில்லை மக்களவைக்கு போட்டியிட்டு தென்சென்னை எம்பி ஆனார். அதற்குப் பிறகு எம்பி பதவியை ராஜினாமா செய்து சட்ட மேலவைக்குள் நுழைந்ததன் மூலம் முதல்வர் ஆனார்.

இந்தி முதன்முதலில் அலுவல்மொழிக்கான தகுதியான மொழியாக மோதிலால் நேரு தலைமையிலான குழு இந்திய அரசாங்கத்திற்கு (பிரித்தானிய அரசாங்கம்) பரிந்துரை செய்தது.

அதுமுதல் தமிழ்நாட்டில் பலதரப்பட்ட மக்களாலும் அரசியல் தலைவர்களாலும் எதிர்ப்புகள் காட்டப்பட்டன. இதனால் தமிழ்மக்கள் இரண்டாம் தர குடிமக்களாக, இந்திபேசும் வடஇந்தியர்களால் தமிழர்கள் வேறுபடுத்திக் காட்டப்பட்டனர். 1938ல் மதராஸ் இராஜதானியில் காங்கிரஸ் அரசு சி. ராஜகோபாலாச்சாரி தலைமையில் ஆட்சி நடத்தி வந்தது.

தமிழகத்தில் இந்தி பயன்பாட்டை இராஜாஜி முன் மொழிந்து பள்ளிகளில் இந்தியை கட்டாயப் பாடமாக அறிவித்தார்.

தமிழ் ஆன்றோர்கள், தலைவர்கள், புலவர்கள், அரசியல் தலைவர்கள் என அனைத்து தமிழ் பற்றாளர்களும் வெகுண்டு எழுந்தனர். முதலாம் இந்தி எதிர்ப்பு போராட்டமும் வெடித்தது.

இப்போராட்டத்தைக் கட்டுப்படுத்த நூற்றுக் கணக்கானவர்களை இராஜாஜி அரசு கைது செய்தது. தடியடியில் ஈடுபட்டது அவ்வாறு தமிழ்காக்க புறப்பட்டு சிறை சென்றோர்களில் ஒருவர் நடராஜன்.

இந்த இளைஞர் தாழ்த்தப்பட்ட சமூகத்தவர் எதிர்ப்பைக் கைவிடாது 1939ம் ஆண்டு ஜனவரி 15ம் தேதி தன் உயிரை நீத்தார் நடராஜன். தமிழுக்காக தன்னுயிரை தியாகம் செய்தார்.

நடராஜரின் இறப்பு இந்தி எதிர்ப்பு போராட்டத்திற்கு புத்துணர்ச்சியை ஊட்டியது. அண்ணாதுரை, பாரதிதாசன் உட்பட பல தமிழறிஞர்கள் இந்தி எதிர்ப்பு இயக்கங்களை நடத்தத் தொடங்கினர்.

காஞ்சிபுரத்தில் 27 பிப்ரவரி 1938ல் நடைபெற்ற முதல் இந்தி எதிர்ப்பு மாநாட்டில் அண்ணாதுரை கலந்து கொண்டார். மாநாட்டை கலைக்க காவல்துறை கொடுத்த தடியடியில் பலர் காயமுற்றனர். இவர்களில் பலர் கைதும் செய்யப்பட்டனர். இதற்கிடையில் பிப்ரவரி 13ல் நடந்த போராட்டத்தில் கைதான தாளமுத்து என்ற இன்னொரு தமிழர் மார்ச் 11ல் காலமானார்.

நடராஜன், தாளமுத்து ஆகிய இருவரின் தியாகங்கள் இந்தி திணிப்பிற்கு எதிரான தமிழர்களின் சக்தியை ஒன்று திரட்டியது. காங்கிரஸ் அரசை அவ்வாண்டு இறுதிக்குள் பதவி விலகவும் செய்தது. பின்னர் பிப்ரவரி 1940ல் மதராஸ் மாகாண ஆளுநர் எர்ஸ்கின் பிரபு கட்டாய இந்திக் கல்வியை விலக்கினார்.

இந்தியா 1950ல் அரசியலமைப்புச் சட்டம் இயற்றப்பட்டதிலிருந்து இந்தியா ஒரு குடியரசு நாடு என்று அறிவிக்கப்பட்டதற்கு பின்னர் இந்திக்கு இந்திய அரசியலமைப்பில் தனி அங்கீகாரம் கிடைத்தது. இந்தியாவின் அலுவலக ஆட்சி மொழியாக 15 ஆண்டிற்குப் பின் 1965ல் அறிவிக்கப் பட்டது. இந்த அறிவிப்பு தமிழக மாணவர்களிடையே கவலையை ஏற்படுத்தியது. இந்தியாவின் ஆட்சிமொழியாக இந்தி அறிவிக்கப்பட்டது குறித்து அண்ணாதுரை

"இந்தி பொதுமொழியாக ஆக்கப்பட்டது. அது பெரும்பான்மை மக்களால் பேசப்படுவதால், ஏன் புலி மட்டும் தேசிய விலங்காக அறிவிக்கப்பட்டது? உண்மையில் பெரும்பான்மையாக இருப்பது எலிதானே? அல்லது ஏன் மயில் தேசிய பறவையாக அறிவிக்கப்பட்டது? உண்மையில் பெரும்பான்மை பறவை காகம் தானே?

தமிழ்மொழி இந்தியாவின் ஆட்சிமொழியாகும் வரை எனக்கு உண்மையாக திருப்தியே கிடையாது.

இந்திய மொழிகளில் இந்தி மொழியை மட்டும் ஆட்சிமொழியாக வைப்பது இந்தியை தாய்மொழியாகக் கொண்ட நல்ல கால் உடையவர்களுக்கும், இந்தியை தாய்மொழியாக கொள்ளாத ஊனக்கால் உடையவர்களுக்கும் இடையே வைக்கும் ஓட்டப்பந்தயம் போன்றது.

மொழி உணர்வுக்கு மதிப்பு அளிக்கப்படுவது உண்மையாயின், ஒருமொழி எத்தனை சதவீதத்தினரால் பேசப்படுகிறது என்ற ஆராய்ச்சியே அநாவசியமானது."

திமுக கட்டாய இந்தித் திணிப்பை எதிர்த்து 1960ல் ஆகஸ்டில் சென்னை கோடம்பாக்கத்தில் இந்தி திணிப்பு எதிர்ப்பு மாநாடு அண்ணாதுரை தலைமையில் நடத்தப்பட்டது.

இந்தி திணிப்பிற்கெதிராக கருப்புக்கொடி ஆர்ப்பாட்டம் நடத்துவதென முடிவு செய்யப்பட்டது. இந்தியக் குடியரசுத் தலைவர் வருகையின்போது அவருக்கு எதிராக கருப்புக்கொடி காட்டுவதெனவும் முடிவு செய்யப்பட்டது.

இதன் கிளர்ச்சியை இந்தி எதிர்ப்பு உணர்வாளர்களின் எழுச்சியையும் கண்ட பிரதமர் ஜவஹர்லால் நேரு, இந்தி பேசா மக்கள் விரும்பும் வரை ஆங்கிலமே ஆட்சிமொழியாக நீடிக்கும் வண்ணம் இந்திய அரசியலமைப்பில் திருத்தச் சட்டம் மூலம் நிறைவேற்றினார். இதனால் கருப்புக்கொடி ஆர்ப்பாட்டம் கைவிடப்பட்டது.

இந்தத் திருத்தச்சட்டம் கொண்டுவரப்படாவிட்டால் இந்தியாவின் 15வது குடியரசு தினத்தை 26 ஜனவரி 1965 துக்க தினமாக அறிவிக்கப் போவதாக அண்ணாதுரை அறிவித்தார். இந்த அறிவிப்பை அன்றைய மதராஸ் மாநில முதலமைச்சரான பக்தவச்சலம் அண்ணாதுரைக்கு கடும் கண்டனத்தையும் தெரிவித்திருந்தார்.

இதன் காரணமாக கருப்பு தின அறிவிப்பை 24 ஜனவரி அன்று மாற்றியமைத்தார். இதற்கான அறைகூவலாக அண்ணாதுரை முழங்கியவை 'இந்தியை ஒழித்து இந்தியக் குடியரசு நீண்ட ஆயுளுடன் வாழ்க'

சென்னை மாகாண காங்கிரஸ் கமிட்டிக்கு காமராஜர் தலைவராக இருந்தபோது ஒருமுறை சென்னை வந்த காந்திக்கு அவர் மீது நல்ல அபிப்ராயம் இல்லை. ஆகவே ராஜாஜியிடம் சென்று கட்சிப் பணிகள் பற்றி விவாதித்தாராம்.

மேலும் அவருடைய ஹரிஜன் பத்திரிகையில் ராஜாஜியின் கீழ் தலைமை அமைவதே நன்றாக இருக்கும் என்று எழுதிவிட்டார்.

இதனால் அதிர்ச்சியடைந்த காமராஜ் கட்சியின் நாடாளுமன்றக் குழுவில் இருந்து விலகிவிட்டார். பிறகு காந்தி எவ்வளவோ வற்புறுத்தியும் காமராஜர் சமாதானம் அடையாததில் காந்திக்கு வருத்தம்.

இந்தப் பின்னணியில்தான் முதல்வரைத் தேர்வு செய்யும் விவகாரத்தில் பிரச்சனை கிளம்பியது. ஆகவே கட்சி மேலிடம் இந்த விசயத்தில் இறங்கி 3 பேர் கொண்ட பட்டியலை அனுப்புங்கள். அதிலிருந்து ஒருவரைத் தேர்வு செய்கிறோம் என்றார் அப்போது அகில இந்திய காங்கிரஸ் தலைவராக இருந்த அபுல் கலாம் ஆசாத்.

கட்சி மேலிடம் போட்ட உத்தரவைக் கண்டு கொள்ளாமல் கட்சியின் சட்டமன்ற உறுப்பினர்கள் கூடி தங்களுக்குள்ளேயே முதல்வரைத் தேர்வு செய்தனர். காமராஜர் சி.என். முத்துராமலிங்க முதலியாரின் பெயரை முன்மொழிந்தார்.

அவரை எதிர்த்து டி. பிரகாசத்தின் பெயர் முன்மொழியப்பட்டது. காமராஜர் முன்மொழிந்தார் என்ற காரணத்தினாலேயே ராஜாஜி ஆதரவாளர்கள் நடுநிலை வகிக்கவே பிரகாசத்தின் பக்கம் வெற்றி சென்றது.

பிரகாசம் ஆட்சிக்குத் தலைவர் காமராஜர் கட்சிக்குத் தலைவர். ஆகவே ஆட்சித் தலைவரைப் பற்றிய தொடர்ச்சியான புகார்கள் கட்சித் தலைவரிடம் வந்த வண்ணமிகுந்தது.

பிரகாசம் தெலுங்கு பேசும் தமிழர் என்பதால் அவர் ஆட்சியில் ஆந்திரர்களுக்கே அதிக முக்கியத்துவம் தரப்படுகிறது என்று பல்வேறு புகார்கள் எழுந்தன.

இவரே பின்னாளில் ஆந்திரப்பிரிவினை போராட்டத்திற்கு தலைமை வகித்து ‘ஆந்திர கேசரி’ என்ற அழைக்கப்பட்டவர்.

பொறுத்துப் பொறுத்துப் பார்த்த காமராஜர் ஓராண்டுக்குப் பிறகு (1947 பிப்ரவரி) இவருக்கு எதிராக ஓமந்தூராரை நிறுத்தி வாக்கெடுப்பு ஒன்றை நடத்தினார்.

இம்முறை ராஜாஜியின் ஆதரவு கிடைத்தது. ஓமந்தூரார் வெற்றிபெற்றார். இவர் நேர்மையானவர். பக்திமான், போன்ற நல்ல

அம்சங்கள் இவரிடம் இருந்தாலும் ஆங்கிலம் தெரியாது. அனுபவக் குறைவு போன்ற எதிர்மறை அம்சங்களும் இவரிடம் இருந்தன.

காமராஜர் வந்து கேட்டபோது ரமண மகரிஷியிடம் சென்று ஆலோசித்த பின்னரே சம்மதிக்கும் அளவுக்கு இவர் பக்திமானாக விளங்கினார். மாகாண அரசியலில் இருந்து விலகிய ராஜாஜி இந்தியாவின் முதல் கவர்னர் ஜெனரலாக நியமிக்கப்பட்டார்.

இந்தியத்திருநாடு சுதந்திரத்திருநாளுக்கான கொண்டாட்டங்களுக்கு ஏற்பாடு செய்து கொண்டிருந்தது காங்கிரஸ்.

எதிர்க்கட்சியான கம்யூனிஸ்டும் சுதந்திர தினத்தை வரவேற்றது. இந்நிலையில் திராவிடர் கழகத் தலைவரான பெரியார் அதனை ‘கருப்பு தினம்’ என்று அறிவித்தார். கல்வி வேலைவாய்ப்புகளில் பிராமணர் களுக்கும் அதிமுக்கியத்துவம் கொடுத்தது பிராமணாரல்லாதோரை வெறுப்படைய வைத்திருந்தது.

இந்நிலையில் தான் பிராமணரல்லாதோர் இயக்கம்’ என்ற ஒன்று உருவானது. அதுவே 1916ல தென்னிந்திய நல உரிமைச்சங்கமாக மாறியது. இச்சங்கம் நடத்திய பத்திரிகைதான் ‘ஜஸ்டிஸ்’.

இதுவே பின்னாளில் அக்கட்சிக்கு பெயரானது. காங்கிரசுக்கு எதிரான கட்சி என்பதால் இதனை பிரிட்டிஷாருக்கு ஆதரவான கட்சி என்று காங்கிரஸ்காரர்கள் விமர்சனம் செய்தார்கள். 1920 தேர்தலில் ஒத்துழையாமை இயக்கம் காரணமாக காங்கிரஸ் கட்சி ஈடுபடவில்லை, ஆனால் நீதிக்கட்சி தேர்தலில் ஈடுபட்டு சென்னை மாகாண ஆட்சியைக் கைப்பற்றியது.

சட்டமன்றத்தில் நீதிக்கட்சி ஆட்களுக்கு சிம்ம சொப்பனமாக இருந்தவர் காங்கிரசில் இருந்து பிரிந்து வந்த சுயராஜ்ஜியக்கட்சியின் தலைவர் சத்தியமூர்த்தி. அடுத்தடுத்த தேர்தலில் நீதிக்கட்சியே ஆட்சியைப் பிடித்தது. ஆனால் 1937 தேர்தலில் காங்கிரஸ் இறங்கி முதல்வர் நாற்காலியை ராஜாஜி வசம் ஒப்படைத்தது.

அதன் பின்னர் ஏற்பட்ட தொடர் தோல்வி மற்றும் கட்சிப் பூசல் காரணமாக நீதிக்கட்சி பலவீனமடைந்து கடைசியில் ஈ.வே.ராமசாமியிடம்

தஞ்சம் புகுந்தது. அடிப்படையில் காங்கிரஸ்காரர் ஆக இருந்த பெரியார் அக்கட்சியில் இருந்தபடியே வகுப்புவாரி இட ஒதுக்கீட்டை வலியுறுத்தி வந்தார். ஆனால் கட்சி அதைத் தொடர்ந்து நிராகரித்து வரவே வெறுப் படைந்து வெளியேறி 'சுயமரியாதை இயக்கம்' என்ற ஒன்றை நடத்தி வந்தார். 'குடியரசு' என்பது அவ்வியக்கத்தின் பத்திரிகை.

அதன் பின்னரே நீதிக்கட்சித்தலைவராக பொறுப்பேற்று அதனை திராவிட இயக்கமாக மாற்றினார். எனவேதான் சுதந்திர தினத்தை பிரிட்டிஷாரிடம் இருந்து பிராமணர்கள் பெற்ற சுதந்திரம் என்று பெரியார் கருதினார். எனவேதான் அதனை துக்க நாள் என்று விமர்சித்தார் திராவிட நாடு அமைவதே நம்மை நாமே ஆள வழிவகுக்கும் பரிபூரண சுதந்திரமாகக் கருதினார்.

- - - - -